TÂM DIỆU

PHẬT PHÁP TRONG ĐỜI SỐNG
LIVE THE BUDDHIST TEACHINGS

(SÁCH SONG NGỮ VIỆT-ANH)

DỊCH GIẢ: **NGUYÊN GIÁC**

NHÀ XUẤT BẢN
ANANDA VIET FOUNDATION

Tất cả thân, tâm và thế giới đều là hư giả, đều như giấc mộng, đều là huyễn hoá, đều như bong bóng, như hạt sương đầu ngọn cỏ, đều như bóng của người, bóng của cây, của vật, không thật như đức Phật đã dạy trong kinh Kim Cang: "Nhất thiết hữu vi pháp, Như mộng huyễn bào ảnh, Như lộ diệc như điển, Ưng tác như thị quán."

MỤC LỤC | CONTENTS

LỜI GIỚI THIỆU

"Phật pháp trong đời sống" của cư sĩ Tâm Diệu là tuyển tập về mười hai chuyên đề Phật học gắn liền với đời sống của người tại gia. Tuyển tập các bài viết này gồm ba mục đích chính: (i) Xóa bỏ mê tín dị đoan và các tập tục hủ lậu, (ii) Giới thiệu Phật pháp căn bản, giúp người đọc hiểu rõ các giá trị thiết thực của đạo Phật, (iii) Đính chính các ngộ nhận về các khái niệm thầy tu, giải thoát, giá trị trị liệu của thiền và bản chất hạnh phúc trong hiện tại.

Dầu được viết trong nhiều thời điểm khác nhau cho nhiều đối tượng độc giả, tác giả chú trọng đến việc giới thiệu về hình thái đạo Phật nguyên chất, xây dựng niềm tin bằng lý trí, giới thiệu đạo Phật từ góc độ ứng dụng trong đời sống, so sánh những điểm dị biệt và sự vượt trội của đạo Phật đối với các truyền thống và tín ngưỡng khác.

Phát xuất từ nhận thức đạo Phật không thể bị đồng hóa với những tôn giáo nhất thần và đa thần, tác giả giới thiệu các vấn đề Phật học căn bản dưới hình thức vấn đáp. Từ những câu hỏi liên hệ đến bản chất của đạo Phật, các học thuyết nền tảng của Phật giáo như tứ diệu đế, thiện và ác, nhân quả, nghiệp báo… cho đến các câu hỏi về sự tu học… đều được tác giả giới thiệu khái quát trong tác phẩm này.

Tác giả phê phán hủ tục đốt vàng mã, vừa mê tín dị đoan, vừa lãng phí và ô nhiễm, vốn có nguồn gốc từ tín ngưỡng Trung Quốc, không nên tiếp tục tồn tại trong đạo Phật.

Do sợ hãi và cường điệu hóa vai trò của phong thủy, nhiều người đã bị lệ thuộc vào các hình thức bói toán và tử vi. Không chỉ tự rước về nỗi lo, người mê tín còn tốn kém nhiều tiền bạc một cách vô ích trong việc dâng sao giải hạn, cầu Thượng đế và thần linh gia hộ. Nhờ tiếp cận chánh tín, người tu học Phật giải phóng khỏi ách nô lệ về Thượng đế và thần linh.

Tụng kinh trong Phật giáo là phương pháp giúp cho tâm an và tăng trưởng trí tuệ nhờ hiểu thấu đáo lời Phật dạy. Hộ niệm cho người bệnh, cúng kiến và cầu siêu cho người quá cố là sự thể hiện quan tâm của thân quyến, nhằm giúp cho người bệnh được bình an, người quá vãng được siêu thoát.
Phân tích nhân quả qua tục ngữ, nhắc nhở những điều không nên làm trong dịp đầu xuân, phân biệt sự khác nhau giữa các khái niệm thầy tu, thầy chùa, thầy cúng, đánh giá về hôn nhân đồng tính… được tác giả giới thiệu từ cái nhìn Phật giáo, vừa mang tính khai phóng, vừa mang tinh thần định hướng chân chính cho người đọc trong việc xây dựng đời sống bình an.

Tác giả khéo phân tích sự khác nhau về quan điểm giải thoát trong Phật giáo và Bà-la-môn giáo, nhằm khẳng định Phật giáo không phải là tôn giáo tích hợp tín ngưỡng Bà-la-môn giáo. Chân lý được Phật khám phá có khả năng soi sáng nhận thức, huấn luyện đạo đức và chuyển hóa nỗi khổ niềm đau. Phối hợp thiền trong thể dục, kể chuyện tái sinh thời hiện đại nhằm giáo dục đạo đức, giới thiệu mô hình sống hạnh phúc hiện tiền… được tác giả khái quát thiệu rất cô động, gợi mở, nhằm hướng đến lối sống lành mạnh và thanh cao theo tinh thần Phật dạy.

Các bài viết trong tác phẩm này được phổ biến trên trang nhà "thư viện hoa sen" do chính tác giả thiết kế và chủ biên, nay được xuất bản trong tuyển tập này nhằm giúp người đọc có cái nhìn bao quát về những điều Phật giảng dạy, vốn rất khác và vượt lên trên các phong tục, tập quán, tín ngưỡng của các tôn giáo nhất thần và đa thần.

Giá trị của tác phẩm ngoài việc giới thiệu một đạo Phật chánh tín, còn góp phần định hướng lối sống đạo đức, thiền định và trí tuệ của đạo Phật. Vì tính dẫn nhập bao quát về đạo Phật, tác phẩm này được xem là tuyển tập về các thông tin nhập môn về Phật giáo.

Vì những thông tin bổ ích của tác phẩm, tôi trân trọng giới thiệu tác phẩm này đến quý độc giả và mong rằng người đọc không còn ngộ nhận và đồng hóa đạo Phật với những tín ngưỡng và tôn giáo khác.

Giác Ngộ, ngày 3-7-2014
TT. Thích Nhật Từ
Phó Viện trưởng Thường trực Học viện Phật giáo Việt Nam tại TP. Hồ Chí Minh

INTRODUCTION

"Live the Buddhist Teachings" by layperson Tam Dieu is a book that explores twelve Buddhist topics that are relevant to the lives of laypeople. This collection of articles has three main purposes: (i) Eliminating superstitions and corrupt practices; (ii) introducing fundamental Buddhism, aiding readers in comprehending the practical significance of Buddhism; (iii) rectifying misunderstandings about the concepts of monasticism, liberation, the therapeutic benefits of meditation, and the essence of experiencing happiness in the present.

Although the book was written at various times for different readers, the author's main focus is on introducing the essence of Buddhism, fostering faith through logical reasoning, and presenting Buddhism as a practical philosophy for life. The author also compares Buddhism to other traditions and beliefs, highlighting its unique qualities and superiority.

Starting from the realization that Buddhism cannot be assimilated with monotheistic or polytheistic religions, the author introduces fundamental Buddhist concepts through a series of questions and answers. From inquiries regarding the essence of Buddhism to the core principles of the religion, such as the four noble truths, concepts of morality, causality, and karma, the author provides a comprehensive overview in this work.

The author criticizes the custom of burning votive paper, which is superstitious, wasteful, and polluting. This custom originates from Chinese beliefs and should not continue to exist in Buddhism.

Due to fear and the exaggerated belief in the role of feng shui, many people have become overly reliant on fortune-telling and horoscopes. Not only do superstitious people bring on their own worries, but they also unnecessarily spend a significant amount of money on offerings to stars in hopes of warding off bad luck, as well as praying to non-existent deities such as the Creator God and other gods for blessings. By embracing true faith, Buddhist practitioners free themselves from the bondage of belief in a non-existent Creator God and gods.

Chanting sutras in Buddhism is a method to help calm the mind and increase wisdom by gaining a deep understanding of Buddha's teachings. Caring for the sick, worshiping, and praying for the deceased are expressions of concern from relatives to ensure the well-being of the sick and bring peace to the deceased.

The author analyzed the law of cause and effect using proverbs, provided reminders of what not to do at the beginning of spring, explained the distinctions between the concepts of monastics, pagoda priests, and shamans, and evaluated the topic of same-sex marriage. Introduced by the author from a Buddhist perspective, this book is both liberating and offers a true guiding spirit for readers in their journey toward building a peaceful life.

The author skillfully analyzed the differences in views of liberation between Buddhism and Brahmanism to confirm that Buddhism does not incorporate Brahmanical beliefs. The truth discovered by Buddha has the ability to enlighten awareness, cultivate morality, and alleviate suffering and pain. Combining meditation with physical education, sharing modern reincarnation stories to promote moral education, and introducing contemporary models of happiness are succinctly and suggestively summarized by the author. The aim is to encourage a healthy lifestyle and embody the noble spirit of Buddha's teachings.

The articles in this collection were originally featured on the home page "Thư Viện Hoa Sen," which was designed and edited by the author himself. They are now being published in this collection to provide readers with a comprehensive understanding of Buddhist teachings, which differ greatly from and surpass the customs, practices, and beliefs of monotheistic and polytheistic religions.

The value of the work, in addition to introducing authentic Buddhism, also contributes to guiding the ethical, meditative, and intellectual aspects of the Buddhist lifestyle. Because of its comprehensive introduction to Buddhism, this work is considered a collection of introductory information on Buddhism.

Because of the valuable information presented in this work, I respectfully introduce it to readers. My hope is that readers will no longer confuse or conflate Buddhism with other beliefs and religions.

Written at Giac Ngo Pagoda on July 3, 2014
Venerable Thích Nhật Từ
Standing Vice Rector of Vietnam Buddhist University, HCM city

LỜI TỰA

Trong một bài giảng về chánh tín và mê tín trong đạo Phật, Hòa thượng, Thiền sư Thích Thanh Từ, một bậc cao tăng của Phật giáo Việt Nam thời hiện đại đã nói:

"Mê tín và chánh tín là hai con đường tối sáng khác nhau. Nếu đi bên tối là không thấy bên sáng, nếu đi bên sáng thì không kẹt trong tối. Đạo Phật chủ trương chánh tín, không bao giờ chấp nhận mê tín. Do vì người truyền đạo không thông lý đạo, nên ghép những tập tục thế gian vào trong đạo, khiến người ta hiểu lầm đạo Phật mê tín."

Bản chất của đạo Phật là trí tuệ, là giác ngộ, làm sao dung nạp được mê tín. Nếu người ta thấy trong chùa chiền hiện nay còn những hiện tượng mê tín, vội phê bình đạo Phật mê tín. Đây là những oan tình của đạo Phật. Tất cả những kinh Phật không có nói những việc mê tín ấy, chẳng qua một số người vì tùy tục, vì thiếu hiểu Phật pháp vẽ bày ấy thôi.

Người học Phật chân chánh phải gan dạ loại bỏ những tập tục sai lầm ấy, phải can đảm dứt khoát đập tan mọi tệ đoan làm suy giảm giá trị Phật pháp.

Có khi dẹp bỏ những điều đó, có thể thiệt thời chút ít quyền lợi của mình. Song chúng ta cương quyết vì chánh pháp, chớ không vì lợi dưỡng, vì đưa người ra khỏi đường mê, không vì sợ mất mát bổn đạo. Được thế, chúng ta mới xứng đáng là người lãnh đạo tín đồ, mới không hổ thẹn là hàng Tăng bảo".(1)

Để tránh tình trạng đạo Phật dạy một đàng, mà Phật tử làm một nẻo, khiến Phật giáo từng có những thời kỳ bị coi là một tôn giáo mê tín, không gì hơn là người học Phật hãy tìm hiểu và nghiên cứu những giáo lý của nó trên cơ sở chánh tín, hãy suy xét thấu đáo để hiểu rõ hơn về đạo Phật, mới hiểu được thế nào là chánh tín theo đúng tinh thần nhà Phật.

Trong quyển sách nhỏ này chúng tôi giới thiệu những nét căn bản và cốt tủy của giáo lý nhà Phật qua dạng hỏi đáp, sau đó là một số bài nói lên tình trạng mê tín dị đoan đang hiện diện trong đời sống xã hội hiện nay để quý độc giả suy xét và cuối cùng là một vài bài ứng dụng Thiền trong đời sống hàng ngày.

Với hoài bão Phật giáo không còn bị coi là một tôn giáo mê tín, ước mong "người học Phật chân chánh phải gan dạ loại bỏ những tập tục sai lầm, phải can đảm dứt khoát đập tan mọi tệ đoan làm suy giảm giá trị Phật pháp" như lời khuyên nhủ của Hòa thượng Thích Thanh Từ nói ở trên.

Tâm Diệu

PREFACE

In a lecture on right faith and superstition in Buddhism, Zen Master Thich Thanh Tu, a prominent monk of modern Vietnamese Buddhism, shared the following insights:

"Superstition and true belief are two distinct paths, one filled with darkness and the other with light. If you choose to embrace the dark side, you will be unable to experience the light side; conversely, if you choose to embrace the light, you will not be trapped in darkness. Buddhism advocates the right faith and rejects superstition. Because some people who preach Buddhism do not understand its principles, they often mix worldly practices with the religion, leading to a misunderstanding that Buddhism is a form of superstition.

The essence of Buddhism is wisdom and enlightenment, and it does not tolerate superstition. If people see that there are still superstitious phenomena in some temples today, they may quickly criticize Buddhism as being superstitious. These are unfair criticisms of Buddhism. All Buddhist scriptures do not discuss these superstitious beliefs. It's just that some people, because they are caught up in the materialistic world and lack understanding of Buddhism, tend to engage in superstitious rituals.

People who genuinely study Buddhism must bravely eliminate these incorrect practices and have the courage to decisively eradicate all evils that diminish the value of Buddhism.
Sometimes, by eliminating those things, you may lose some of your advantages. But we are determined for the sake of Dharma, not for

profit, to bring people out of delusion, and not out of fear of losing followers. Only then will we be worthy of being leaders of believers and not be ashamed to be part of the Sangha Jewel."

To prevent the discrepancy between Buddhist teachings and the actions of Buddhists, which can sometimes lead to the perception that Buddhism is a superstitious religion, it is advisable for Buddhist students to diligently learn and study the teachings with a sincere belief, carefully contemplate to gain a deeper understanding of Buddhism, and then grasp the true essence of the right faith in Buddhism.

In this concise book, we present the fundamental and indispensable principles of Buddhist teachings in a question-and-answer format. Additionally, we provide a series of articles that explore the prevalent superstitions in contemporary society, encouraging readers to reflect on them. Lastly, we offer practical examples of how meditation can be applied in everyday life.

With the ambition of dispelling the notion that Buddhism is a superstitious religion, it is hoped that "people who genuinely study Buddhism must bravely eliminate these incorrect practices and have the courage to decisively eradicate all evils that diminish the value of Buddhism," as advised by Venerable Thich Thanh Tu.

Tâm Diệu

1

PHẬT PHÁP CĂN BẢN
Tâm Diệu

Hỏi: Đạo Phật là gì?

Danh từ Đạo Phật "Buddhism" là một danh từ của người phương Tây dùng để gọi một tôn giáo xây dựng trên nền tảng các lời dạy của Đức Phật. Tuy nhiên, tại các quốc gia Nam Á và Đông Nam Á, danh từ thường dùng là "Buddha-Sasana", có nghĩa là lời dạy của Đức Phật, Phật pháp hay Phật Giáo.

Từ Buddha được phiên âm ra tiếng Việt là Bụt hay Phật, không phải là tên riêng. Đó là một quả vị, có nghĩa là người Giác ngộ, người Tỉnh thức, hoặc là người Biết như thật, là người đã hoàn toàn giải thoát, không còn bị sinh tử luân hồi. Tên riêng của Đức Phật là Sĩ Đạt Đa Cồ Đàm (Siddhattha Gotama). Tuy nhiên, ngày nay có rất ít người dùng tên gọi nầy. Chúng ta thường gọi Ngài là Đức Phật.

Phật giáo bắt nguồn từ Ấn Độ vào khoảng hai ngàn sáu trăm năm trước (từ thế kỷ thứ sáu trước Tây lịch), khi Ngài Sĩ Đạt Đa Cồ Đàm, hay Đức Phật, tự mình giác ngộ vào lúc 35 tuổi. Sau khi Ngài Niết Bàn gần hai trăm năm mươi năm thì Phật giáo trở thành tôn giáo mang tính thế giới, do công của vua A Dục đã lập những đoàn truyền giáo mang giáo lý Phật truyền sang Á Châu và một số quốc gia Châu Âu.

Hỏi: Đạo Phật có phải là một Tôn giáo không?

Đối với nhiều người, Phật Giáo không phải chỉ là một tôn giáo mà còn có thể xem như là một triết học, hay đúng hơn là "một lối sống" hay "một con đường". Gọi Phật Giáo là một triết học, vì danh từ "triết học – philosophy " - bắt nguồn từ hai chữ "philo" nghĩa là "tình thương (love)" và "sophia" nghĩa là "trí tuệ (wisdom)". Do vậy - triết học, nói gọn là tình thương và trí tuệ. Với ý nghĩa nầy, không thể không cho rằng Phật Giáo là một triết học được vì Phật Giáo là đạo từ bi và trí tuệ. Tuy nhiên, Phật giáo không thể hoàn toàn được xem như một triết học. Triết học liên quan chính yếu đến sự tìm hiểu biết và không chú trọng đến phần thực hành, trong khi đó Phật Giáo đặc biệt quan tâm đến sự thực hành và chứng ngộ. Có nhiều người cho rằng Phật giáo siêu việt trên cả triết học và tôn giáo.

Hỏi: Nếu nói Đạo Phật là một tôn giáo, vậy Đạo Phật có gì khác biệt với các tôn giáo khác không?

Học giả Smith Huston, trong cuốn The Religions of Man trình bày những tôn giáo lớn của nhân loại, ông nêu ra sáu điểm khác biệt của Phật Giáo là: (1) một tôn giáo không quyền lực, (2) một tôn giáo không nghi lễ, (3) một tôn giáo không tính toán, suy lường, (4) một tôn giáo không tập tục truyền thống, (5) một tôn giáo không có khái niệm về quyền tối thượng và ân điển của một đấng Thượng-đế, (6) một tôn giáo không thần bí.

Ông cũng nhắc lại câu truyện một người hỏi Phật: "Ngài có phải là Thượng Đế không?". Đức Phật trả lời: "Không". "Là một bậc Thánh?". "Không". Là một Thiên Thần?. "Không". "Vậy Ngài là người thế nào?". Đức Phật đáp: "Ta là người đã giác ngộ". Câu trả lời của đức Phật đã trở thành danh hiệu của Ngài, bởi đây là điều đức Phật đã thuyết bày.

Hỏi: Đức Phật là người Giác ngộ. Đạo Phật là đạo Giác Ngộ. Vậy Đức Phật giác ngộ cái gì?

Sau bốn mươi chín ngày thiền định dưới cội bồ đề, Đức Phật đã tự thân chứng nghiệm nguyên lý duyên khởi, thấu rõ mối quan hệ hỗ tương của mọi sự vật hiện tượng, thấy rõ bản thể của nhân sinh vũ trụ. Nguyên lý duyên khởi nói rằng, tất cả hiện hữu trong thế giới bao la mênh mông này, không một hiện hữu nào có thể tồn tại một cách độc lập mà không nương tựa vào nhau. Sự nương tựa và tùy thuộc nhau để hình thành và tồn tại..vv.. là nguyên lý vận hành của vũ trụ nhân sinh này, tương tự như thế đối với hằng hà sa thế giới.

Hỏi: Con người bình thường có thể giác ngộ như Ngài được không?

Đối với Phật Giáo, con người có thể giải thoát khỏi khổ đau, sinh tử luân hồi bằng các nỗ lực tu tập tự thân: làm lành, tránh ác và tự thanh tịnh hóa tâm ý. Bốn chân lý nền tảng của Phật giáo cho rằng mọi khổ đau (Khổ đế) của chúng sinh đều có một hay nhiều nguyên nhân (Tập đế) gây nên, chúng có thể bị giải trừ (Diệt đế) và có con đường để giải trừ khổ đau đó (Đạo đế). Con đường đó chính là con đường giải thoát, là Bát Chánh Đạo trong giáo lý căn bản của nhà Phật. Giáo lý này được qui thành ba bộ môn: Giới, Định và Tuệ. Thực hành Giới và Định là đưa tới trí Tuệ, là giải thoát khỏi sự mê muội, lòng ích kỷ và khổ đau, là đạt tới cảnh giới Niết Bàn.

Hỏi: Vậy Niết bàn là gì?

Niết bàn được xem là mục đích cứu cánh của đạo Phật, chỉ trạng thái tâm thức đã thanh lọc hết mọi vô minh phiền não, sự giải thoát khỏi tất cả mọi khổ đau, sự đoạn diệt hoàn toàn mọi tham ái, sự dập tắt tham sân si. Trạng thái an tịnh tuyệt đối không còn bị bốn tướng sanh lão bệnh tử chi phối, không còn chịu sự tác động của nghiệp và của quy luật nhân duyên sinh.

Hỏi: Niết bàn ở đâu?

Niết Bàn có thể chứng nghiệm được ngay trong xác thân này, trong thế giới này, trong cuộc sống hiện tại này, nghĩa là bất cứ trong giây phút nào con người không khởi tâm điên đảo, phân biệt chấp trước đối với cuộc sống, xa lìa được chấp ngã, không còn chấp cái tôi, cái của tôi và cắt đứt được cội nguồn tâm ý tham lam, sân hận và si mê là tâm hồn được thanh thản, tự do, tự tại, thì ngay giây phút đó là an lạc, giải thoát, là Niết bàn.

Hỏi: Đức Phật đã dạy những gì?

Sau sáu năm khổ hạnh và bốn mươi chín ngày tịnh tọa dưới gốc cây bồ đề, Ngài bừng tỉnh, trở thành bậc Giác Ngộ. Từ sự giác ngộ này, Ngài thấu suốt nguyên nhân mọi nỗi thống khổ của kiếp người và phương pháp để chấm dứt nỗi thống khổ đó, đó là Tứ Diệu Đế, tức là bốn chân lý hay bốn sự thật nhiệm mầu. Bài giảng về bốn chân lý nhiệm mầu có thể xem như là những lời dạy của một vị y sĩ: định bệnh (Khổ đế), xác định nguyên nhân của bệnh (Tập đế), mô tả trạng thái khi lành bệnh (Diệt đế), và cách thức trị bệnh (Đạo đế). Bốn chân lý đó là:

Sự Thật Về Khổ: Đây là sự thật về khổ kinh qua các vấn đề của đời sống, qua sinh, già, bệnh, chết, mong ước mà không được toại nguyện, thương yêu nhau mà phải chia lìa nhau, ghét nhau mà cứ phải gặp nhau và thân tâm thay đổi bất thường. Dù chúng ta có chối bỏ đến đâu đi nữa, thân này rồi một ngày sẽ già nua, bệnh hoạn và chết đi. Dù ta có tìm quên lãng trong những thú vui bao nhiêu đi chăng nữa, thì sự có mặt của tham luyến, giận hờn, thù ghét, lo âu, bối rối và căng thẳng vẫn còn tồn tại.

Sự Thật Về Tập: Còn gọi là nguyên nhân của khổ.Cái gì đã trói buộc chúng ta vào vòng bánh xe khổ lụy? Đức Phật thấy rằng sự trói buộc ấy nằm ngay trong tâm của mỗi người chúng ta, chúng ta bị trói buộc vì lòng ái dục, cố chấp vào quan điểm và ý kiến của mình, mê tín tin rằng những lễ nghi, hình thức bên ngoài có khả năng diệt được khổ đau, và nhất là cố chấp vào một cái tôi thường hằng, bất biến. Chúng ta lăn theo bánh xe khổ đau vì ta đeo theo nó, và chúng ta đeo theo nó cũng chỉ vì vô minh của mình.

Sự Thật Về Dứt Khổ: Sự thật thứ ba là kết quả sau khi con người đã diệt trừ và chấm dứt được ái dục, nguồn gốc của mọi khổ đau. Đó gọi là sự thật về sự chấm dứt khổ, là Niết Bàn. Nếu ai giải thoát được mọi trói buộc đau khổ bằng cách không khởi tâm điên đảo, phân biệt chấp trước đối với cuộc sống, thì người đó sẽ đạt được Niết Bàn ngay trong cuộc sống này.

Sự Thật Về Con Đường Dứt Khổ: Sự thật thứ tư này là con đường trực tiếp đưa đến sự giải thoát, chấm dứt khổ đau. Con đường này thường được diễn tả là Bát chính đạo, tức tám con đường chân chính hay còn gọi là tám bước nhiệm mầu dẫn đến an lạc hạnh phúc. Đây không phải là con đường quá khích, sung sướng hay khổ hạnh, cũng không phải là con đường của sự chìm đắm trong sắc dục. Đây chính là con đường trung đạo. Còn đường của sự tỉnh thức. Tám bước nhiệm mầu là lời Đức Phật dạy về cách thức tu tập để Phật tử nương theo mà hành trì, ngõ hầu kết thúc được mọi nỗi thống khổ, đạt được trạng thái tâm an lạc. Gom chung tám bước này thành ba bộ môn tu tập, gọi là Tam Học, tức là ba môn học chung cho mọi người tu Phật là: Giới học, gồm có: Chính ngữ, Chính nghiệp và Chính mệnh. Định học, gồm có: Chính tinh tấn, Chính niệm và Chính định. Tuệ học, gồm có: Chính kiến và Chính tư duy.

Nói tóm lại, Sự thật về khổ phải được ý thức rõ ràng. Sự thật về nguyên nhân của khổ phải được thấu hiểu. Chân lý về sự chấm dứt khổ phải được kinh nghiệm. Và con đường để chấm dứt khổ đau ấy phải được bước đi bởi mỗi người trong chúng ta. Đức Phật đã giác ngộ giải thoát và Ngài đã vẽ lại con đường đó để chúng ta đi theo. Ngài không giúp chúng ta hết khổ đau được, Ngài chỉ cho chúng ta thấy một con đường để đi tới. Không có một công thức huyền bí nào có thể đem ta ra khỏi những khổ đau này. Mỗi người chúng ta phải tự thanh lọc tâm mình, bởi vì chỉ có những ái dục trong tâm mới có khả năng trói buộc được ta mà thôi. Trong suốt 49 năm hoằng pháp Đức Phật đã giảng dạy rất nhiều đề tài, nhưng các điều căn bản trong Phật Giáo có thể tóm tắt trong Tứ Diệu Đế và Bát Chánh Đạo như trên.

Hỏi: Tôi muốn đi theo con đường của Đức Phật, vậy xin cho biết một cách tóm lược con đường tu tập của một người Phật tử.

Giáo lý của nhà Phật có thể tóm gọn trong ba mục tiêu tu hành như sau:

Thứ nhất là chấm dứt làm các việc xấu, ác.

Thứ hai là siêng năng làm các việc lành, thiện.

Thứ ba là nỗ lực thực hành các pháp môn tu tập để cho tâm thức được đạt tới cảnh giới thanh tịnh tịch tĩnh.

Chấm dứt làm các việc xấu ác và siêng làm các việc tốt lành là mục tiêu của các tôn giáo và luôn cả các nền giáo dục của các quốc gia trên trên giới. Duy có sự phân biệt thế nào là xấu ác và thế nào là tốt lành thì các tôn giáo và các quốc gia trên thế giới lại có một số ý kiến khác nhau, tùy theo các nền văn hóa khác nhau, có những điều mà ở thời buổi này, tôn giáo này, xã hội này cho là điều lành thì ở thời buổi khác, tôn giáo khác và xã hội khác lại cho là điều xấu ác. Cho nên định nghĩa tốt xấu trong thế gian cũng chỉ là tương đối.

Theo quan điểm của nhà Phật thì nội dung của Năm Giới cấm đã phân biệt rõ ràng thế nào là tốt lành và xấu ác. Giữ gìn không vi phạm, sống một cuộc đời chân thật, không sát sinh, không trộm cắp, không tà dâm, không bị mê muội vì các chất men say và cần sa, ma túy, không điều ngoa dối trá, nói lời thêu dệt, nói lời thô tục, chửi mắng người khác, v.v… là đã tránh được vấn đề làm điều xấu ác.

Trong bản kinh ngắn khi đức Phật dạy các hoàng tử Kalama, Ngài đã định nghĩa rõ ràng về những điều gì là điều lành (thiện) và những điều gì là điều không lành (bất thiện), như sau:

"Hành động gì có hại cho mình, có hại cho người, có hại cho cả hai, bị người trí chỉ trích, nếu chấp nhận và thực hiện sẽ đem lại tâm khổ sở, tâm ưu phiền, hành động như vậy là hành động bất thiện, và chúng ta phải loại bỏ hành động ấy.

Hành động gì không có hại cho mình, không có hại cho người, không có hại cho cả hai, được người trí tán thán, nếu chấp nhận và thực hiện sẽ đem lại tâm an lạc, tâm hoan hỷ. Hành động như vậy là hành động thiện và chúng ta phải thực hành".

Như thế, đối với đạo Phật, có thể nói, tiêu chuẩn để xác định lành thiện hay xấu ác căn cứ vào hai yếu tố là **hạnh phúc và khổ đau**. Hành động đem lại hạnh phúc cho chúng sinh là lành thiện và hành động gây khổ đau cho chúng sinh là xấu ác. Việc làm nào có lợi ích cho mình và cho người là lành thiện. Trái lại, nếu chỉ đem lại hạnh phúc cho cá nhân mình mà gây khổ đau cho chúng sinh khác là xấu ác.

Tu là chuyển nghiệp, chuyển từ những hành động xấu ác tạo ra nghiệp xấu sang qua hành động lành thiện tạo ra nghiệp lành. Giai đoạn tu hành này có mục tiêu đào tạo nên những con người tốt lành để cùng sống chung với mọi người trong gia đình, xã hội, ngõ hầu cùng nhau xây dựng nếp sống lành mạnh trong một thế giới an vui, hòa bình, ổn định của đời sống tương đối tại thế gian.

Con đường tu tập của đạo Phật không dừng lại ở đây. Điều cốt tủy mà đức Phật muốn trao truyền lại cho chúng ta nằm ở giai đoạn thứ ba, giai đoạn **"Tự tịnh kỳ ý "**, tự mình thanh lọc tâm ý cho nó hoàn toàn tịch tịnh, trong sáng, vượt lên phạm trù đối đãi thiện ác, có không, vượt ra khỏi vòng luân hồi quanh co trong sáu nẻo nơi tam giới.

Trong kinh Pháp Cú, đức Phật dạy chúng ta phải vượt lên phạm trù đối đãi thiện ác như:

"Người sống ở đời này
Không nhiễm cả thiện ác
Không sầu, sạch không bụi
Ta gọi [là] Bà La Môn."
Ai vượt qua thiện ác
Chuyên sống đời Phạm Hạnh
Sống thẩm sát ở đời
Mới xứng danh Tỳ Kheo".

Hỏi: Tại sao phải vượt lên trên cả Thiện và Ác?

Tại vì hành động thiện tạo ra thiện nghiệp, hành động ác tạo ra ác nghiệp, cả hai đều gây nhân tái sinh để hưởng phước báo tốt hoặc chịu quả báo xấu, cũng như sợi dây xích dù có bằng vàng thì cũng trói buộc chúng ta mà thôi. Còn có hành động, dù là hành động ác hay hành động thiện, thì vọng tâm còn bay nhẩy, dòng suy nghĩ còn miên man không dừng, vòng luân hồi còn tùy theo nghiệp thiện ác mà trôi lăn miên viễn.

Hỏi: Cái gì là cốt tuỷ của đạo Phật?

Mục đích của đạo Phật là giúp chúng sinh giải thoát ra khỏi phiền não khổ đau để có cuộc sống an vui tự tại mà muốn đạt đến mục đích này thì chúng sinh phải biết buông xả. Vì thế trong Kinh Trung Bộ (Majjhima Nikaya), Đức Phật đã tóm gọn cốt tủy của đạo Phật trong một câu thật ngắn gọn cho những ai muốn đi trên con đường giải thoát giác ngộ, đó là "Không được bám víu vào bất cứ gì cả - Sabba dhamma nalam abhinivesaya." Tiếng Anh là *"Nothing whatsoever should be clung to"* mà Kinh Kim Cang gọi là *"Ưng vô sở trụ nhi sanh kỳ tâm"* nghĩa là một khi sáu căn (*mắt, tai, mũi, lưỡi, thân và ý*) tiếp xúc với sáu trần (*sắc, thanh, hương, vị, xúc, pháp*) phát sinh sáu thức (*nhãn thức, nhĩ thức, tị thức, thiệt thức, thân thức, ý thức*) mà tâm không bám víu, không dính mắc, không chấp thủ, không khởi tâm phân biệt, tức là buông xả mọi vọng tưởng. Khi hết vọng tưởng, thì an trụ được tâm.

Hỏi: Vậy, tu tập như thế nào để đừng để dính mắc vào bất cứ gì cả.

Bởi vì dính mắc vào bất cứ gì đều là sự trói buộc và đem lại đau khổ. Đức Phật là người chẳng hề dính mắc vào bất cứ gì. Ngài chỉ dạy sự thực hành buông xả. Tăng đoàn của Ngài từ thời xưa cho đến thời nay đều thực hành sự chẳng để dính mắc. Để thực hành điều này, Ngài chỉ dạy như sau:

Khi mắt thấy một vật, chỉ thấy vật ấy. Khi tai nghe một tiếng, chỉ nghe tiếng ấy. Khi mũi ngửi một mùi, chỉ ngửi mùi ấy. Khi lưỡi nếm món gì, chỉ nếm món đó. Khi có cảm xúc trên da hay trên thân, chỉ biết đến cảm xúc ấy. Và khi một ý nghĩ, một đối tượng tâm linh, khởi lên trong tâm, như một tư tưởng xấu chẳng hạn, chỉ biết tư tưởng ấy.

Điều này có nghĩa là không nên để cho tư tưởng phân biệt xấu, tốt, ưa thích hay ghét bỏ sanh khởi. Ưa thích cái gì có nghĩa là ham muốn cái ấy, không ưa thích cái gì có nghĩa là ghét bỏ cái ấy. Ham muốn hay ghét bỏ đều là ô nhiễm phát sinh từ tâm tham, sân và si. Không để các ô nhiễm này dấy lên trong tâm, tức là không dính mắc. Không khai sinh thêm (người, việc hay vật) "thương" hay "ghét" đấy là không dính mắc. Thực hành hoàn toàn được điều này sẽ mang lại an lạc và hạnh phúc. Hay ít nhất khi giảm thiểu được những sự bám víu hay dính mắc là ta tiến gần hơn đến sự giải thoát nội tại, là bản chất của thanh tịnh. Sự thanh tịnh thật sự chỉ có trong nội tâm.

Khi Phật còn tại thế, có một người tìm đến cầu học, hai tay cầm hai bó hoa lớn để cúng dường. Khi thấy người ấy, Phật bảo "Buông!" Ông ta buông tay trái, bó hoa rớt xuống đất. Phật lại bảo "Buông!" Ông ta buông tay phải, bó hoa kia cũng rớt xuống đất. Phật lại bảo "Buông!" Ông ta ngơ ngác, thưa: "Bạch Thế Tôn, con đã buông cả hai tay rồi. Còn gì nữa đâu mà buông?" Phật dạy: "Như Lai bảo ông buông lần thứ nhất là dạy ông buông sáu căn, lần thứ hai là dạy ông buông sáu trần, lần thứ ba là dạy ông buông sáu thức. Khi căn, trần, thức không còn vướng mắc thì tất cả 18 giới sẽ không tạo ra, lúc ấy ông được giải thoát."

Đây là một pháp hành rất gọn và thẳng tắp, được cho là tuyệt hảo. Nếu còn dính mắc, ngay cả vào điều lành, ngay cả vào ý niệm "đừng dính mắc" này là trong tâm sẽ dấy lên tư tưởng nhiễm ô và tâm liền trở nên bất tịnh. Dính mắc vào bất cứ gì là mang gánh nặng trên mình. Dù gánh bên vai hay đội trên đầu một bao vàng bạc kim cương đá quý thì cũng nặng y như đang vác một bao cát đá. Vậy, theo lời Phật dạy, đừng mang cát đá, cũng đừng mang vàng bạc. Hãy buông chúng xuống. Đừng để bất cứ vật gì dù nặng hay nhẹ trên đầu (đầu, ở đây, có nghĩa là tâm thức). Hãy vô sở trụ. Thanh tịnh hóa tâm ý cũng chính là nghĩa đó. Thứ nhứt tránh làm việc ác, thứ hai siêng làm việc lành, còn thứ ba là thanh tịnh hóa tâm ý, đó là lời dạy của chư Phật.

Hỏi: Làm sao để trở thành một Phật tử?

Trong kinh Tăng Chi, đức Phật dạy: "Ai nguyện nương tựa Phật, Pháp, Tăng, thì người ấy được gọi là Phật tử". Nguyên văn lời nguyện thành một Phật tử là:

Buddham saranam gacchàmi, (Con nay đi theo Phật)
Dhammam saranam gacchàmi, (Con nay đi theo Pháp)
Sangham saranam gacchàmi, (Con nay đi theo Tăng)
(Saranam = sự che chở, chỗ ẩn trú, ngôi nhà ở, nơi nương tựa)

Đi theo Phật là đi theo con đường mà Phật đã đi qua và đã giảng dạy lại cho đời. Ngài đã chứng kiến nỗi khổ của sinh, già, bịnh, chết và đã từ bỏ đời sống thế tục để tu tập và chứng ngộ sự thật của duyên khởi-vô ngã.

Đi theo Pháp hay thực hành Pháp là thực hành Bốn Chân Lý Nhiệm Mầu tức Tứ diệu đế, thực hành Giới, Định, Tuệ, là đi ra khỏi dục vọng hay đi vào sự ly dục để thoát khỏi khổ đau.

Đi theo Tăng là đoàn thể sống theo tinh thần lục hòa (thân hòa đồng trú, khẩu hòa vô tránh, ý hòa đồng duyệt, lợi hòa đồng quân, giới hòa đồng tu và kiến hòa đồng giải) và đang tích cực thực hành Pháp ly dục.

Hỏi: Đó là lời dạy của Đức Phật nhưng tôi muốn chính thức là một Phật tử, một Phật tử đúng nghĩa, thì tôi phải làm những việc gì?

Vì đạo Phật chủ yếu là tự nguyện chuyển tâm nên không có sự áp đặt và lôi kéo. Người từ đạo khác chuyển qua đạo Phật thường là do nghiên cứu kinh sách Phật giáo, hiểu được cái tinh hoa thâm thúy của đạo Phật mà quay về đường Giác.

Người Phật tử đúng nghĩa là người có tham dự một lễ truyền thọ Tam Quy là Quy y Phật, Quy Y Pháp và Quy Y Tăng, gọi là Quy Y Tam Bảo. Quy y nghĩa là trở về và nương tựa, nhưng chúng ta trở về đâu và nương tựa cái gì? Chúng ta trở về với Phật giáo và nương tựa vào Tam Bảo, Phật, Pháp, và Tăng. Sau lễ quy y, người Phật tử được thầy truyền thọ Tam Quy đặt cho một pháp danh (Dharma name). Pháp danh này là biểu tượng chính thức của người Phật tử, nói lên sự chấp nhận nương tựa vào Tam Bảo về mặt tinh thần.

Quy y như thế có nghĩa là hoan hỷ chấp nhận sự hướng dẫn của Phật Bảo, Pháp Bảo và Tăng Bảo. Phật Bảo là chư Phật, Pháp Bảo là giáo pháp, cụ thể là Tam Tạng Kinh Điển, Tăng Bảo là Tăng đoàn, đoàn thể của những người đã ly gia cắt ái, đang tu hành thanh tịnh, đại diện Chư Hiền Thánh Tăng cả ba thời để hướng dẫn Phật tử trên con đường đến bờ Giác. Khi quy y Tam Bảo là chúng ta quy y Chư Phật, Chư Pháp và Chư Tăng.

Thật ra, Đức Phật không nói chúng ta quy y là phải quy y với Phật, mà Ngài dạy chúng ta quy y là quy y với tự tính giác của mình. Giác là Phật Bảo, Phật có nghĩa là giác ngộ, quy y Phật là quy y với bậc giác ngộ. Như thế quy y Tam Bảo chính là Quy Y Tự Tính Tam Bảo, tức là quay về tự tính giác ngộ sẵn có của chính mình: Phật tức là Giác, Pháp tức là Chánh, Tăng tức là Tịnh.

"Tự tâm quy y Giác thì tà mê chẳng sanh, thiểu dục tri túc, hay lìa tài sắc, gọi là Lưỡng Túc Tôn.
"Tự tâm quy y Chánh, niệm niệm chẳng tà kiến, vì chẳng tà kiến nên chẳng có nhân ngã, cống cao, tham ái, chấp trước, gọi là Ly Dục Tôn.
"Tự tâm quy y Tịnh, tự tính đối với tất cả cảnh giới trần lao ái dục đều chẳng nhiễm trước, gọi là Chúng Trung Tôn..."

Quy y Phật Bảo là quay lưng với trạng thái tâm vô minh và nương tựa vào tâm giác ngộ. Quy y Pháp Bảo là quay lưng với trạng thái tâm tà kiến và nương tựa vào chính tri chính kiến, có nghĩa là nương tựa vào giáo nghĩa trong kinh điển để tự thực hành thanh tịnh hoá tâm ý, tức sửa đổi những hành vi thân, khẩu, ý sai lầm. Quy y Tăng Bảo, tức là thoát ra khỏi tâm nhiễm ô và bất hoà để nương tựa vào tâm thanh tịnh và sáu hoà hợp của một đoàn thể Tăng. Vì thế, điều kiện cơ bản của người học Phật, là phải quay đầu với si mê tà kiến mà trở về nương tựa nơi Giác, Chánh và Tịnh. Đó chính là quy y với tự tánh Tam bảo.

Nơi nương tựa thực sự là Pháp, vì nhờ sự nhận thức về Pháp, người Phật tử sẽ trở nên tự do và được giải thoát khỏi đau khổ. Pháp gồm có sự chấm dứt đau khổ và con đường đi tới sự chấm dứt.

Hỏi: Đã được truyền thọ Tam Quy để trở thành Phật tử vậy có cần thiết phải thọ giới không?

Ngoài Quy Y Tam Bảo, mỗi người Phật tử cũng cần phải biết và cố gắng tiến tới thọ từ một tới cả Năm Giới của giới Phật tử tại gia, đó là: (1) không sát sinh, (2) không trộm cắp, (3) không tà dâm, (4) không nói dối, nói vu cáo, nói thêm bớt thêu dệt, nói lời xấu ác, (5) không dùng các chất say làm mê mờ trí tuệ.

Kinh Phật nói: "*Giới như đất bằng, muôn điều lành từ đó sanh. Giới như thuốc hay, chữa lành các bệnh. Giới như hòn ngọc sáng, hay phá mờ tăm tối. Giới như chiếc thuyền, hay đưa người qua biển. Giới như chuỗi anh lạc, trang nghiêm pháp thân*". Cho nên việc thọ giới là điều cần thiết. Nếu nhận thấy giữ được giới nào thì xin thọ giới đó. Tuy nhiên, vì đạo Phật là đạo tâm, hứa thọ giới thì phải giữ lời hứa. Cũng vì thế mà nhà Phật không áp đặt các em còn nhỏ tuổi phải quy y và thọ giới, vì các em chưa đủ trí khôn để nhận thức được tầm quan trọng của lời hứa, mà người thọ Giới phải trưởng thành, đã biết suy nghĩ chín chắn, thì mới có thể giữ Giới mà không vi phạm.

Hỏi: Đã được truyền thọ Tam Quy và Năm giới vậy có phải ăn chay không?

Người mới học Phật không nhất thiết là phải ăn chay. Tuy nhiên, các nghiên cứu khoa học cho biết việc ăn uống có quan hệ và ảnh hưởng đến tâm vật lý con người. Họ cho rằng ăn chay rất tốt cho sức khoẻ cả thân thể lẫn tánh tình.

Đối với đạo Phật, ăn chay có ba lợi ích. Một là nuôi dưỡng tâm từ bi. Dù là một con vật, nó cũng có cha, có mẹ như chúng ta, sao ta có thể nỡ lòng cướp đi sự sống của nó mà nuôi dưỡng sự sống cho mình. Thứ hai là tránh quả báo do không tạo nhân giết hại chúng sinh vì nhân quả đều đi theo như bóng theo hình. Thứ ba là nuôi dưỡng tâm bình đẳng. Đức Phật dạy chúng ta không những không sát hại mà còn khuyên chúng ta nên tôn trọng và bảo vệ loài vật vì chúng cũng đồng thể tánh, chúng cũng có quyền sống, có quyền được chia sẻ một phần môi sinh trên trái đất, nơi mà con người đang ở.

Trong một buổi giảng pháp, Hoà Thượng Thích Trí Tịnh, khi được hỏi về vấn đề này đã giảng rất cụ thể rằng: "Đại chúng nên biết, nếu muốn có thịt để ăn, thì phải sát sanh. Không tự giết thì cũng bảo người giết, cho nên ăn thịt là nguyên nhơn cho sự sát hại sanh mạng của các loài vật. Tất cả các thứ thịt, không luận là thịt gì, từ thịt heo, bò cho đến tôm ốc v.v... thuộc về loài thịt của chúng sanh đều không được ăn."

Như vậy, người Phật tử đã quy y và thọ năm giới được khuyến khích là nên ăn chay. Nhưng nếu có gặp trở ngại trong gia đạo hay vì một hoàn cảnh đặc biệt khó khăn nào đó mà không ăn chay trường được cũng nên tập ăn chay một tháng hai lần hoặc bốn lần. Thế nhưng, không được tự mình sát sinh hay là yêu cầu người khác sát sinh.

Hỏi: Xin cho biết tiến trình tu tập của người Phật tử.

Tất cả ngàn kinh muôn luận của nhà Phật đều cùng có một mục tiêu khuyên nhủ người đời: Không làm các điều ác. Siêng làm các điều lành. Tự thanh tịnh hoá tâm ý, chấm dứt sự chạy nhẩy liên miên của ý thức. (Chư ác mạc tác, Chúng thiện phụng hành, Tự tịnh kỳ ý).

Không làm các điều ác và siêng làm các điều lành là mục tiêu chung của hầu hết các tôn giáo và các bài học công dân giáo dục của các nước trên thế giới. Duy có điều thứ ba, tự thanh tịnh hoá tâm ý, chấm dứt sự suy nghĩ miên man của ý thức, là cốt tủy của đạo Phật, là mục tiêu tối thượng của hành giả tu Phật. Đây là pháp hành trong đạo Phật. Pháp hành này bao gồm nhiều pháp môn tu tập, trong đó phải kể đến Thiền, Tịnh và Mật.

Hiện nay có những khóa tu niệm Phật và tu thiền kéo dài từ một tuần đến vài tuần dành cho Phật tử tại gia, những người thường bận rộn với đời sống hàng ngày có cơ hội tập cho quen dần với nếp sống của những người xuất gia, sống trong chính niệm, tỉnh thức, không để cho tâm đuổi theo tư tưởng lưu chuyển (vọng niệm). Trong các khóa tu này, bước đầu tiên là học và thực hành giới luật (cũng gọi là tu giới), tức gìn giữ tám điều không được: sát sanh, trộm cướp, nói láo, tà dâm, uống rượu, trang điểm, múa hát và xem múa hát, nằm giường cao và ăn quá giờ ngọ. Sự gìn giữ tám giới cấm này cốt để hỗ trợ cho tâm không dao động trong suốt tiến trình tu tập. Bước thứ hai là thực tập thiền sổ tức (đếm hơi thở) và tùy tức (theo dõi sự ra vào của hơi thở) nhằm tập trung tâm ý vào hơi thở. Sự thực hành này giúp cho việc phát triển khả năng kiềm chế tâm tán loạn, đạt được trạng thái tĩnh lặng. Và bước thứ ba đối với các khóa tu thiền quán là học cách làm thế nào để trau dồi trí tuệ, tức là hành trì thiền quán Vipassana: quán sát toàn bộ cơ cấu thân và tâm với trí tuệ sáng suốt. Riêng các khóa tu niệm Phật là thực hành niệm Phật miên mật để đạt đến nhất tâm bất loạn. Khóa tu chấm dứt với sự thực hành tâm từ bằng cách hồi hướng đến tất cả chúng sanh với ý nghĩã sự thanh tịnh trong suốt khóa tu được chia xẻ với mọi chúng sanh.

Đó là tiến trình tu tập của một người Phật tử được diễn tả một cách tóm lược. Tuy nhiên, đứng về phương diện học thuật, giáo lý nhà Phật được phân chia thành năm con đường tu tập tuần tự như sau:

Thứ nhất - Nhân Thừa: là bước đầu, để chuyển hóa từ người xấu trở thành người tốt. Người tu Nhân Thừa phải thọ Tam Quy Y (là ba nơi nương tựa về tinh thần tức Phật, Pháp và Tăng), và giữ gìn Năm Giới Cấm. (1) Cấm sát sinh (2) Cấm trộm cắp (3) Cấm tà dâm (4) Cấm nói dối trá, cấm nói những lời độc ác (5) Cấm uống rượu và những chất làm cho say sưa, mất lý trí.

Thứ hai - Thiên Thừa: là bước tu tập cao hơn, phải thực hành mười điều thiện: (1) Không giết hại chúng sinh mà phóng sinh, đồng thời không ăn thịt để tránh gián tiếp làm cho chúng sinh phải chết. (2) Không trộm cắp mà còn đem của cải của mình bố thí cho người nghèo khốn. (3) Không dâm đãng, trụy lạc. (4) Không dối trá (5) Không thêu dệt, bịa chuyện, đặt điều, chỉ nói đúng những điều có thật. (6) Không nói những lời độc ác, thô tục, lăng mạ người khác. (7) Không thêu dệt để gây mâu thuẫn giữa những người khác. (8) Không tham lam mà sống trong sự tri túc (biết đủ) (9) Không giận dữ mà luôn luôn hoà nhã, bình tĩnh (10) Không si mê mà hành động hợp đạo lý.

Hai giai đoạn tu theo Nhân Thừa và Thiên Thừa kể trên có mục đích chuyển hóa dòng nghiệp lực, sẽ được hưởng thiện báo trong thế giới tương đối.

Thứ ba -Thanh Văn Thừa: là những người thấu hiểu giáo lý nhà Phật qua sự lãnh hội được ý nghĩa của Tứ Diệu Đế, nghĩa là Bốn Chân Lý Cao Quý, do đức Phật thuyết. Hành giả thành công trong giai đoạn tu tập này chứng được cảnh giới Niết Bàn tịch tĩnh.

Thứ tư - Duyên Giác Thừa, là hành giả tự tu theo phương pháp quán chiếu Thập Nhị Nhân Duyên, là mười hai giai đoạn liên hệ với nhau mà sinh khởi trong dòng sinh mệnh mà khởi đầu là Vô Minh. Do quán chiếu sâu xa, cuối cùng hành giả bừng tỉnh, Ngộ ra rằng tất cả thế giới hiện tượng này chỉ tồn tại tương đối, do tương tác với nhau, bản chất của nó là Không, là Vô Ngã. Từ sự giác ngộ này, hành giả chấm dứt được những tư tưởng mê lầm về một thế giới tưởng như là có thật, buông xả được những dính mắc vào cái xưa nay vẫn cho là Tự Ngã, giải thoát khỏi tham sân và si, chứng được cảnh giới Niết Bàn tịch tĩnh.

Thứ năm - Bồ Tát Thừa, cũng là những người tu với mục đích giải thoát nhưng khác với Thanh Văn và Duyên Giác Thừa. Hành giả Thanh Văn và Duyên Giác Thừa thì mục tiêu là đạt được cảnh giới tâm Niết Bàn tịch tĩnh. Hành giả Bồ Tát Thừa có nhận thức rằng tất cả chúng sinh và bản thân mình vốn đồng Thể Tánh, cho nên hành giả Bồ Tát Thừa lập hạnh nguyện tu hành để mình giác ngộ, nhưng không an trú trong cảnh giới Niết Bàn tịch tĩnh, mà tiếp tục vì Nguyện Lực mà trở lại thế gian để cứu độ tất cả chúng sinh, vốn đồng Thể với mình, gọi là Đồng Thể Đại Bi. Bồ Tát Thừa đi trên con đường Lục Độ Ba La Mật, tiếng Phạn là paramita, nghĩa là rốt ráo, qua luôn. Tất cả những pháp môn tu như Bố Thí, Trì Giới, Nhẫn Nhục, Tinh Tấn, Thiền Định và Trí Tuệ đều được người tu theo hạnh nguyện Bồ Tát hành trì với tâm nguyện Tam Luân Thể Không, có nghĩa làm xong là buông xả ngay, không còn vướng trong tâm, thí dụ Bố Thí Ba La Mật thì người bố thí không thấy rằng có mình đang bố thí (sợ sinh tâm kiêu ngạo), không thấy có vật bố thí là nhiều hay ít (sợ sinh tâm khoe khoang) và không thấy có người nhận của bố thí (sợ sinh tâm ơn nghĩa).

Tóm lại, nhà Phật có tới bốn vạn tám ngàn pháp môn tu, để tương ưng với rất nhiều tâm thức, căn cơ khác nhau. Không phải là tất cả mọi người đều có thể vào nơi vắng vẻ tu giải thoát. Trên con đường tu tập để đến đích, có những bước gần gũi, thiết thực với đời sống hằng ngày hơn. Con đường Bồ Tát Đạo là cánh cửa để những người có tấm lòng vị tha hành đạo. Vua A Dục bên xứ Ấn hay các vị vua đời Lý, Trần của Việt Nam khi xưa trong khi vẫn đang làm vua bận rộn chính sự mà vẫn hành đạo tuyệt vời. Rất nhiều công trình hộ pháp của nhà vua còn được tuyên dương cho tới ngày nay. Vua Lương Võ Đế, thái tử Lương Chiêu Minh bên Trung Hoa và các vua Trần Thái Tông, Trần Nhân Tông của Việt Nam cũng là những bậc hộ pháp tận tụy và thâm hiểu kinh điển. Nhà Phật tin rằng có rất nhiều vị Bồ Tát đã chứng đạo, nhưng vì lập hạnh nguyện Đại Bi, các vị ấy xuất hiện trong thế giới tương đối này, làm đủ mọi ngành nghề, hoặc sinh sống trong những môi trường khó khăn, để hóa độ và giúp đỡ chúng sinh.

Đức Phật cũng có những kinh dạy Phật tử trong đời sống hằng ngày, vừa sinh sống trong gia đình với cha mẹ con cái, vừa thực hành giáo pháp. Do thực hành Bát Chánh Đạo, người Phật tử làm ăn buôn bán chăm chỉ, có một đời sống lành mạnh sung túc, dành bớt tiền của ra làm những việc tốt đẹp như ấn tống kinh sách để hoằng truyền, hộ trì chánh pháp là pháp thí, cúng dường tam bảo, giúp đỡ mọi người là tài thí.

Hỏi: Một người đang theo tôn giáo khác, nếu muốn học Phật pháp thì có gì trở ngại hay không?

Bất cứ ai, dù đang theo tôn giáo nào hoặc không theo tôn giáo nào, mà muốn học Phật pháp, đều không có gì trở ngại cả. Phật giáo không phải là một tôn giáo mê tín, mà là một hệ thống giáo dục dựa trên quy luật nhân quả để chuyển hóa con người từ xấu thành tốt, "không làm điều xấu ác, siêng làm điều tốt lành". Sau giai đoạn chuyển xấu thành tốt, con người trở nên hoàn thiện, thì sẽ có những thiện quả tạo thành duyên lành cho đương sự bước vào bước tu tập thứ ba là "tự thanh tịnh tâm ý", hoàn toàn rũ bỏ tham sân si, chuyển từ mê lầm sang giác ngộ, tỉnh thức, giải thoát khỏi vòng sinh tử, luân hồi.

Nhà Phật hoan hỷ đón chào bất cứ ai muốn tìm hiểu Phật pháp và nghiên cứu Tam Tạng kinh, luật, luận, trong kho tàng kinh điển của đạo Phật. Có nhiều học giả thâm hiểu giáo lý nhà Phật, - trong số đó có những người Tây Phương, - viết sách luận giải về đạo Phật, là những người thuộc các tôn giáo khác, không phải là Phật tử. Nhiều kinh sách nhà Phật đã được dịch ra tiếng Anh bởi những học giả vốn là tín đồ các tôn giáo khác, đọc kinh sách Phật giáo vì tò mò muốn biết. Nhưng sau khi nghiên cứu sâu vào tư tưởng nhà Phật, họ cảm nhận được tinh thần khai phóng, từ bi, bình đẳng, nên trong lòng họ có sự chuyển hóa, tăng trưởng thiện cảm đối với đạo Phật và trở thành những tu sĩ đáng kính, có công lớn trong việc hoằng truyền Phật pháp tại các quốc gia Tây Phương.

Hỏi: Muốn tu tập theo Phật giáo, có cần phải bỏ tôn giáo của mình, chuyển qua đạo Phật không?

Điểm son của đạo Phật là tinh thần tôn trọng đời sống nội tâm và sinh mệnh muôn loài. Tôn giáo, tín ngưỡng, là vấn đề rất tế nhị, có những ràng buộc tình cảm sâu xa đối với quá khứ và thân quyến của đương sự. Cho nên người Phật tử không thuyết phục người khác bỏ tôn giáo của họ để theo đạo Phật.

Đức Phật là bậc Giác Ngộ. Đạo Phật là đạo Giác Ngộ. Giác thì không mê, cho nên người Phật tử không muốn ai bước vào đạo Phật bằng con đường mê tín. Những người từ đạo khác chuyển qua đạo Phật, phần lớn là do họ nghiên cứu kinh điển thâm sâu, hiểu được phần cốt tủy, tự ý đi tìm các vị tu sĩ để làm thủ tục gia nhập cộng đồng Phật tử. Cũng có những trường hợp không cần thủ tục gì cả, người muốn thực hiện những bước tu tập của đạo Phật cứ tự nhiên y theo lời dạy của đức Thế Tôn: "Không làm điều xấu ác, siêng làm điều thiện lành và tự thanh tịnh hóa tâm", không để cho tâm bị dính mắc vào bất cứ một giáo điều, một hình ảnh nào cả, như thế cũng xứng đáng là một Phật tử đúng nghĩa rồi.

Hỏi: Nghiệp là gì?

Nghiệp là hành động hay việc làm có chủ tâm hay cố ý (tác ý). Tất cả các hành động có tác ý, dù là hành động thiện hay không thiện, dù biểu hiện qua thân, miệng hay ý đều tạo Nghiệp.

Chúng ta gặt hái những gì chúng ta đã gieo trồng. Hành động lành cho chúng ta những quả tốt đẹp. Hành động ác khiến chúng ta chịu lấy quả khổ đau. Đó là luật Nhân quả. Dòng nhân quả diễn biến liên tục trong thời gian: quá khứ, hiện tại, và vị lai mà không bị giới hạn trong hiện tại. Do đó, có những quả báo đến ngay sau khi gây nhân, và cũng có những quả báo sẽ đến sau một thời gian, dài hay ngắn, tùy theo nghiệp nhân mạnh hay yếu.

Hỏi: Cận tử nghiệp là gì?

Cận tử nghiệp là nghiệp vừa được tạo tác ra bằng tư tưởng trước lúc sắp chết. Ý nghiệp này rất mạnh và vô cùng quan trọng vì nó quyết định hướng tái sinh, dù là hướng thiện hay hướng ác. Thông thường, tập quán nghiệp nào mạnh nhất thì sẽ sống dậy mãnh liệt nhất trước lúc chết, do đó có nhân tố mạnh quyết định nơi đầu thai. Tuy nhiên, cũng có những trường hợp có sự can dự của cận tử nghiệp.

Thuyết nghiệp của nhà Phật có nói đến hai loại nghiệp có ảnh hưởng và chi phối lẫn nhau mà quyết định hướng tái sinh, đến cõi lành hay cõi dữ. Hai nghiệp đó là cận tử nghiệp và tích lũy nghiệp. Tích lũy nghiệp chứa nhóm nhiều kiếp đến giờ. Cận tử nghiệp là nghiệp mới tạo tác vào giây phút lìa đời.

Kinh sách kể có người tích lũy nghiệp thiện từ nhiều kiếp đến nay, bất thần trong cơn mê muội vào giờ phút lâm chung, thấy có người xúi dục họ làm điều ác (cận tử nghiệp ác). Trong trường hợp này cận tử nghiệp không chi phối được hướng đi tái sinh mà là do quyết định của tập quán nghiệp tức tích lũy nghiệp lành của họ nhiều và mạnh đưa họ đến cõi lành.

Lại cũng có người làm nhiều điều ác, đáng lý phải đọa vào các cảnh giới xấu, nhưng gần chết họ làm lành, tâm họ luôn nghĩ tưởng đến điều lành, kể cả vào giây phút lâm chung, nên không bị đọa vào cảnh giới xấu. Cho nên nói làm ác khi chết nhất định đọa vào cảnh giới ác, làm thiện nhất định lên cõi trời, là không đúng hẳn. Vì tuy họ có làm ác nhưng lúc gần chết cận tử nghiệp thiện họ quá mạnh có thể đưa họ đến cõi thiện.

Còn có những trường hợp tuy làm nhiều điều thiện, nhưng khi gần chết họ nổi sân hung dữ, lúc đó cận tử nghiệp ác có thể hướng họ đến các cảnh giới xấu. Vì vậy, cận tử nghiệp cũng như tích luỹ nghiệp đều rất quan trọng và kinh sách nhà Phật khuyên chúng ta không phải chỉ tu khi tuổi sắp già, đang già hay sắp chết, mà nên tu ở mọi giai đoạn của đời người, luôn luôn giữ thân, khẩu, ý lành, từ lúc còn trẻ trung mạnh khỏe cho đến tận cuối kiếp người.

Hỏi: Đức Phật với trí tuệ và lòng từ bi vô biên sao Ngài không cứu độ hết chúng sanh thoát khỏi các cảnh khổ, nỗi chết?

Đức Phật là bậc đại từ, đại bi thương hết thảy chúng sinh, không phân biệt màu da hay tôn giáo. Ngài xót thương nhân loại bằng sự bình đẳng tuyệt đối. Đức Phật không phải là đấng toàn năng có khả năng ngăn chặn các thiên tai như bão lụt, động đất, sóng thần..v..v.. hay đáp ứng tất cả lời cầu xin của mọi người để mọi người không khổ đau hay dùng thần thông đưa chúng sinh về cõi an lạc được. Phật là người đã giác ngộ và giải thoát hoàn toàn, Ngài thấu rõ tất cả, toàn diện và vô bờ bến, thấu rõ mọi liên hệ nhân duyên và nhân quả ba đời của tất cả chúng sinh, nhưng chính ngài không thể làm những điều trái với luật thiên nhiên nhân quả được.

Đức Phật là bậc toàn giác, là vị Đạo sư đã tự mình tìm ra được con đường giải thoát ngang qua kinh nghiệm bản thân, không có ai truyền dạy cho Ngài, không có ai ban phép cho Ngài, không phải do thần khởi, cũng không phải là hiện thân hay hóa thân của một đấng thần linh nào. Ngài là một người như chúng ta, nhưng chính nhờ tự lực cá nhân, tìm ra được con đường giải thoát. Sau khi chứng ngộ, Ngài đã giảng dạy giáo pháp cho mọi người, nếu ai có nhân duyên thực hành giáo pháp, kể từ vua chúa cho đến người gánh phân, kẻ khốn khó đều được chứng ngộ như Ngài. Cho nên Ngài đã nói: "Ta là Phật đã thành, chúng sanh là Phật sẽ thành."

Ngài là người chỉ đường dẫn lối cho chúng ta tu hành, Ngài không thể tu thay cho chúng sinh mà con người phải tự mình tu mới giải thoát được khỏi khổ đau phiền não do tham sân si trói buộc, mới ra khỏi sinh tử luân hồi được. Cho nên Ngài đã nói: "Các người hãy tự mình thắp đuốc lên mà đi". Ngài khuyên chúng ta nên nương tựa vào chính chúng ta và đi theo con đường giải thoát bằng nỗ lực của chính chúng ta.

Phật không thể chuyển được nghiệp của chúng sinh, mà chỉ có thể từ bi chỉ dạy chúng sinh tự mình nỗ lực để thay đổi cuộc đời của mình. Lòng từ bi của Phật vô biên như ánh sáng mặt trời chiếu sáng khắp nơi, căn cơ chúng sinh không kể lớn hay nhỏ, thấp hay cao, ngu si hay đần độn đều được ánh mặt trời chiếu sáng, nhưng khả năng tiếp thu vẫn khác biệt rất nhiều tuỳ theo nghiệp của mỗi chúng sinh. Có người vừa mới sinh ra đã mù cả hai mắt, tuy ở trong ánh sáng mặt trời mà không thấy được ánh sáng mặt trời như thế nào. Côn trùng sống dưới đất và những vi sinh vật ở nơi tối tăm, tuy cũng trực tiếp hay gián tiếp cảm nhận được ánh sáng mặt trời, nhưng chúng không thể biết được lợi ích của ánh sáng mặt trời là thế nào. Ngay cả khi Phật Thích Ca còn tại thế, tại những vùng được Ngài giáo hóa, cũng có rất nhiều người không biết Phật là ai. Các đức Phật ba đời, khi còn hành đạo Bồ Tát, đều phát lời nguyện "độ hết thảy chúng sinh". Vậy mà các đức Phật tuy thành Phật rồi nhưng vẫn còn vô lượng chúng sinh chìm đắm trong biển khổ. Tại sao vậy? Tại vì lời phát nguyện "độ chúng sinh" của các ngài chỉ có nghĩa là đem ngọn đèn Trí Tuệ đi khuyên nhủ chúng sinh. Nếu chúng sinh không chịu vâng theo lời dạy mà tu hành, bản thân cứ tiếp tục làm chuyện ác, thì họ phải lãnh quả báo xấu, đúng theo quy luật nhân quả, chư Phật và chư Bồ Tát cũng không thể xóa bỏ nghiệp ác của họ được.

Chữ "độ" không có nghĩa là "cứu rỗi", mà có nghĩa là giáo hóa, để cho chúng sinh biết được Chân Lý, mà tự tu, tự độ.

Khi Phật còn tại thế, ngoài điều Ngài nói không thể chuyển nghiệp của chúng sinh được, Ngài cũng nói là không thể độ thoát cho những chúng sinh mà Ngài không có duyên độ họ. Người không có duyên là người không tin Phật Pháp, không tin nhân quả, không muốn được hóa độ. Vì vậy, khi Phật Thích Ca còn tại thế, tuy vua Lưu Ly xứ Kosana dấy binh tàn sát dòng họ Thích Ca, mà Ngài không thể nào dùng phép thần thông để ngăn chặn được vụ thảm sát. Nhưng đức Phật có thể dùng Phật pháp, tuỳ căn cơ cao thấp mà dìu dắt chúng sinh, chúng sinh nào hiểu biết thì giảng cao, người mê mờ thì giảng thấp từ tu thiện, tu phúc, đến tự thanh tịnh tâm. Vì vậy nói là Phật độ chúng sinh nhưng thực ra là chúng sinh tự độ nếu không thì làm trái với quy luật nhân quả.

Nói tóm lại, đức Phật là một vị Thầy dẫn đường sáng suốt, một vị thầy thuốc tài giỏi, nhưng chúng sinh phải tự mình cất bước lên mà đi thì mới tới đích, có bệnh phải uống thuốc mới hết bệnh, tức là tự học, tự tu, tự độ. Đức Phật không thể làm trái luật Nhân Quả, không thể uống thuốc giùm khiến người đau hết bệnh, không thể ăn giùm khiến người đói được no. Đức Phật chỉ có thể khuyên bảo, truyền dạy chúng sinh bỏ ác làm thiện, từ loại thiện phiền não đến loại thiện không phiền não, tức là khởi đầu bằng việc đoạn trừ mọi ác nghiệp dẫn đến ba cõi khổ, rồi cố gắng làm mười việc lành để sinh cõi trời hay sinh làm người, đó là thiện phiền não. Rồi tu đạo Bồ Tát, đạo thành Phật, thành thiện không phiền não, thành trí tuệ Phật. Thế nên, trí tuệ là quan trọng bậc nhất của đạo Phật và bao trùm toàn diện mục đích phải có của các hàng Phật tử nếu muốn đi trên con đường giải thoát đến giác ngộ viên mãn. Trí tuệ này xuất hiện khi bản thân người Phật tử hành trì các pháp môn tu để thanh tịnh tâm và giữ gìn giới hạnh.

Tâm là chủ yếu vì tất cả các pháp đều do tâm tạo. Vậy làm thế nào để thanh tịnh tâm? Phật nói: "Không làm các điều ác, Nên làm các việc lành, Tự thanh tịnh Tâm, Đó là lời chư Phật dạy". Ấy là quá trình tu tập của mỗi người chúng ta để tự giải thoát khỏi luân hồi sinh tử.

Hỏi: Xin cho biết địa ngục có thật không?

Từ quan điểm "nhất thiết duy tâm tạo" trong kinh Hoa Nghiêm, thiên đường và địa ngục dưới mắt người Phật tử chính là những cảnh giới tâm thức, mà mỗi người đều trải qua hằng ngày. Nếu con người không chế ngự được ba thói xấu là tham lam, sân hận và si mê, để cho bản thân rong ruổi trong sự bon chen, tính toán lợi mình hại người, thì tâm hồn không được an lạc, mà phiền não triền miên, ăn không ngon, ngủ không yên, thường thấy ác mộng do những bực bội bất mãn gặp phải hằng ngày, đó cũng đã được coi là cảnh giới địa ngục của tâm thức rồi.

Trong kinh Địa Tạng, chúng ta cũng thấy nói đến những cảnh giới địa ngục. Vì "nhất thiết duy tâm tạo" nên những cảnh giới trong kinh Địa Tạng cũng là những cảnh giới tâm thức. Địa Tạng cũng có nghĩa là Tâm Địa, là Đất Tâm. Nhà Thiền có câu "Đất Tâm nếu trống không thì mặt trời Trí Tuệ tự chiếu". Người nào có thể "thanh tịnh hóa tâm", khiến cho Đất Tâm trống không, thí Trí Tuệ Bình Đẳng tự hiện, cũng có nghĩa là Bồ Tát Địa Tạng đã phá xong cửa ngục tâm thức cho người đó rồi. Còn như nếu Đất Tâm mà ô nhiễm quá, thì vào giờ phút lâm chung, do nghiệp thiện hoặc ác trong quá khứ, mà thần thức người đó sẽ bị chiêu cảm vào cảnh giới tương ưng.

Quan điểm của nhà Phật về tất cả hiện hữu trên thế gian là vô thường. Tâm cũng vô thường, khi tâm chuyển thì tất cả mọi thứ do tâm tạo cũng chuyển theo tâm. Cho nên, đối với nhà Phật, không có cảnh giới địa ngục vĩnh viễn. Mỗi người đều có thể tự ra khỏi địa ngục bằng sự "thanh tịnh hóa tâm" của họ. Đó là niềm hy vọng về giải thoát của tất cả mọi người.

Nhà Phật có câu: "Buông dao đồ tể là thành Phật" hoặc "Biển khổ mênh mông quay đầu là bến". "Buông dao" và "quay đầu" ở đây có nghĩa là buông bỏ đời sống ô nhiễm, bước vào con đường thực hành các phương pháp để "thanh tịnh hóa tâm" như hành Thiền Quán Niệm Hơi Thở, Thiền Minh Sát Tuệ, Thiền Tổ Sư, Thiền Tông, Niệm Phật và còn nhiều pháp hành khác nữa.

Hỏi: Xin cho biết tiêu chuẩn tìm Thầy học đạo.

Ngày xưa muốn học đạo phải lặn lội đi tìm thầy, vì thầy là người không những có đức hạnh mà còn có đầy đủ kinh nghiệm tu trì và có khả năng truyền dạy lại cho người sau. Thời ấy muốn học đạo phải đến chùa vì chỉ nơi đây mới có đầy đủ kinh sách. Ngày nay, việc tìm kinh sách không khó, ngoài chùa ra, còn có trong các thư viện trường đại học, các nhà sách lớn và ở trên Internet, ai cũng có thể tìm đọc và tự nghiên cứu học hỏi. Do đó có người nói việc tìm thầy học đạo thời nay không cần thiết lắm. Tuy nhiên, quý độc giả cần lưu ý, ngay chuyện học ngoài đời, chúng ta vẫn phải có thầy dạy. Việc nghiên cứu trong sách vở là điều cần thiết nhưng vẫn cần phải có thầy hướng dẫn. Đó chỉ là học về kiến thức mà còn cần đến thầy dạy, huống chi cầu học đạo giác ngộ giải thoát?

Trong đạo Phật không phải chỉ học giáo lý suông mà còn phải thực hành nữa. Một vị thầy dạy chúng ta giáo lý không những qua việc thuyết giáo mà còn dạy chúng ta về giới đức qua hành động và cử chỉ hàng ngày của ông thầy mà thuật ngữ nhà Phật gọi là thân giáo. Chính thân giáo, tức hành động, nhân cách, giới phẩm và đức hạnh của vị thầy mới quan trọng, nó làm gương cho ta noi theo. Một trăm lần nghe không bằng một lần thấy. Một trăm lần tụng đọc về kinh Từ Bi không bằng một lần thấy hành động từ bi nơi vị thầy của mình.

Hiện nay có một số người tự xưng mình là Minh Sư, Đạo Sư, Vô Thượng Sư, Đại Sư, Thiền Sư, vân vân... thường dùng một số giáo lý Phật giáo, lợi dụng uy tín của đức Phật để thuyết giảng hầu lôi cuốn quần chúng, nhưng thực chất bên trong những điều giảng đó lại chứa đựng những tư tưởng đối nghịch với tư tưởng nhà Phật. Cho nên, nếu chúng ta là những Phật tử quyết tâm tu hành theo giáo lý giải thoát, mà không hiểu rõ giáo lý căn bản của nhà Phật thì rất dễ bị đi lạc đường.

Vậy làm thế nào biết được Thầy giỏi, Thầy hay, Thầy có đạo đức mà theo học?

Trước hết chúng ta nên lưu ý đặc biệt đối với những vị Thầy hay bất cứ một ai khi đến khuyên bảo chúng ta tu mà luôn luôn khoe khoang pháp môn của mình là hay nhất và ra sức chê bai hay chỉ trích pháp tu khác là sai đường, cho là không đúng, thì chúng ta phải xem xét lại những lời nói và hành động của họ, tức là tìm hiểu về thân giáo, tức hành động, nhân cách, giới phẩm và đức hạnh của vị ấy và động lực nào thúc đẩy ông ấy giảng dạy.

Đức Đạt Lai Lạt Ma thứ 14 đã dạy rằng: "Động lực giảng dạy của một vị Thầy phải trong sạch – không bao giờ vì một ước muốn danh tiếng hay lợi lạc vật chất... Trong thế giới, nếu không có một nhà lãnh đạo chân chính thì chúng ta không thể cải thiện xã hội được. Cũng vậy, trừ phi vị thầy có phẩm chất đúng đắn, thì mặc dù đức tin của bạn có mạnh mẽ đến đâu, việc theo học vị thầy có thể làm hại bạn nếu bạn được dẫn dắt theo một đường hướng sai lầm. Vì thế, trước khi thực sự coi ai là thầy, điều quan trọng là phải khảo xét họ…"

Nếu như vị đạo sư của bạn buộc bạn phải làm việc vô đạo đức hay nếu giáo lý của vị ấy mâu thuẫn với Phật Pháp thì hành xử như thế nào? Ngài Đạt Lai Lạt Ma nói tiếp: "Bạn nên trung thành với điều đạo đức và xa rời những gì không phù hợp với Pháp…"

Trong Kinh Đại Bát Niết Bàn tập 1, phẩm 8 và Đại Trí Độ luận, q.9 Đức Phật đã đưa ra 4 điều hướng dẫn liên hệ nhau gọi là "Tứ Y Pháp" tức là "4 chỗ nương tựa", nói đầy đủ là bốn điều nên và không nên nương tựa. 1) Dựa vào pháp không dựa vào người, 2) Dựa vào nghĩa không dựa vào lời, 3) Dựa vào trí, không dựa vào thức, 4) Dựa vào ý nghĩa rốt ráo, không dựa vào ý nghĩa không rốt ráo.

Căn cứ vào 4 điều hướng dẫn trên, chúng ta có thể phân biệt dễ dàng ai là minh sư, ai không phải là minh sư, rồi dựa vào 4 điều đó mà quan sát thẩm tra minh sư mà mình mong gần gũi thì nói chung không thể có sự nhầm lẫn.

Y theo giáo pháp chẳng y theo người (y pháp bất y nhân) là một trong bốn tiêu chuẩn hướng dẫn chúng ta trên đường đi tìm thầy học đạo. Câu này có nghĩa là cứ y theo giáo pháp của Phật mà tu hành, người nói ra giáo pháp ấy dù có danh tiếng, địa vị cao, nếu nói pháp không đúng với giáo pháp của Phật cũng không nên tin theo. Dù người nói pháp đúng với giáo pháp của Phật nhưng không có địa vị cao, không có danh tiếng thì nên tin theo. Lẽ dĩ nhiên, y pháp bất y nhân không có nghĩa là được pháp rồi thì không cần biết gì đến thầy. Học đạo không giống như học các ngành học ở ngoài thế gian, học đạo phải có lòng tri ân tôn kính thầy nhưng không bám víu và thần tượng hóa thầy.

Ngày nay một số trong chúng ta theo thầy không phải vì thực sự cầu pháp giải thoát mà vì tình cảm hay biện kiến, hay vì thầy là người nổi tiếng trên thế giới, đông đệ tử xuất gia lẫn tại gia có học vị cử nhân, thạc sĩ, tiến sĩ, có chùa to đất rộng, vân vân...

Có nhiều Phật tử đặt câu hỏi: Sau khi quy y và tu học theo thầy một thời gian dài, cảm thấy không tiến bộ, tham sân si vẫn như cũ, chấp ngã gia tăng nhiều hơn, muốn đi chùa khác tìm thầy khác nhưng làm như thế có phải là phản thầy không. Chúng tôi xin thưa ngay là không có mang tội phản thầy. Khi làm lễ qui y là chúng ta quy y với ba ngôi Tam Bảo: Phật, Pháp và Tăng, chứ không phải quy y với thầy. Thầy chỉ là vị đại diện Tăng Đoàn làm lễ quy y cho chúng ta quay về nương tựa với Tam Bảo. Trong buổi lễ chưa bao giờ chúng ta nói: Con xin quy y với thầy Thích Tâm A hay thầy Thích Tâm B. Hơn nữa, ở ngoài đời, học xong bậc tiểu học, chúng ta phải lên trung học rồi lên đại học chứ đâu có thể học mãi một lớp hay một trường được.

Xưa kia lúc còn tìm đạo, thái tử Sĩ Đạt Đa đến học với đạo sĩ Alara Kalama, sau khi chứng được thiền "Vô sở hữu xứ" và không học được gì thêm nữa thì ngài từ giã thầy. Kế tiếp ngài đến học đạo với Uddaka Ramaputta, sau khi chứng được thiền "Phi tưởng phi phi tưởng xứ" và không học được gì hơn thì ngài cũng kiếu từ ra đi. Nếu thái tử Sĩ Đạt Đa trung thành ở lại với đạo sĩ Kalama hay đạo sĩ Ramaputta thì chắc ngày nay chúng ta không có Đức Phật và Phật Pháp.

Là Phật tử, muốn có được đời sống an lạc, hạnh phúc, tiến bộ, chóng thành đạo quả giác ngộ thì phải hết sức cẩn trọng trong việc chọn thầy, chọn bạn, chọn pháp môn tu, chớ để tánh hiếu kỳ dẫn dắt, thì mới khỏi oan uổng công phu tu tập suốt cả một đời.

(Trích từ sách **Phật Pháp Trong Đời Sống**, NXB Hồng Đức, 2014)

BASIC BUDDHIST TEACHINGS

Author: Tâm Diệu
Translated by Nguyên Giác

Question: What is Buddhism?

Answer: The term "Buddhism" is used by Westerners to refer to a religion based on the teachings of Buddha. In South Asian and Southeast Asian countries, the commonly used noun is "Buddha-Sasana," which refers to the teachings of the Buddha, Buddhadharma, or Buddhism.

The word "Buddha" is transliterated into Vietnamese as Bụt or Phật, not as a proper name. It is a status, indicating an Enlightened person, an Awakened person, or someone who truly understands reality. This person is completely liberated and no longer subject to the cycle of birth and death. The Buddha's personal name is Siddhattha Gotama. However, nowadays, very few people use this name. We often refer to him as the Buddha.

Buddhism originated in India about twenty-six hundred years ago (in the sixth century BC) when Siddhartha Gautama, also known as Buddha, attained enlightenment at the age of 35. Nearly two hundred and fifty years after his Nirvana, Buddhism became a world religion, thanks to King Ashoka's establishment of missionary groups to spread Buddhist teachings across Asia and some European countries.

Q: Is Buddhism a religion?

A: For many people, Buddhism is both a religion and a philosophy, more accurately described as "a way of life" or "a path." Buddhism is referred to as philosophy because the term "philosophy" originates from the combination of two words: "philo," which means "love," and "sophia," which means "wisdom." Therefore, philosophy, in short, is the pursuit of love and wisdom. In this sense, it is reasonable to say that Buddhism is a philosophy because it promotes compassion and wisdom as core principles. However, Buddhism cannot be completely considered a philosophy. Philosophy is primarily concerned with understanding and does not focus on practice, while Buddhism is primarily concerned with practice and realization. Many people believe that Buddhism is superior to both philosophy and religion.

Q: If Buddhism is considered a religion, then is it fundamentally distinct from other religions?

A: Scholar Smith Huston, in his book "The Religions of Man," presented the major religions of humanity. In his analysis of Buddhism, he highlighted six distinct characteristics: (1) a religion without power; (2) a religion without ritual; (3) a religion without calculation and speculation; (4) a religion without traditional practices; (5) a religion without the concept of sovereignty and grace of a God; and (6) a non-mystical religion.

He also recalled the story of a man asking Buddha, "Are you God?" Buddha replied, "No." "A saint?" "Are not." "An Angel?" "No." "So, what kind of person are you?" Buddha replied, "I am an enlightened individual." The Buddha's answer became his title because it was the essence of his teachings.

Q: Buddha is an Enlightened person. Buddhism is the religion of the Enlightenment. So, what did the Buddha enlighten?

A: After forty-nine days of meditating under the Bodhi tree, the Buddha personally experienced the principle of dependent origination. He gained a clear understanding of the mutual relationship of all phenomena and saw the true nature of human life in the universe. The principle of dependent origination states that in this vast world, no existence can exist independently without relying on each other. Dependence and interdependence are the fundamental principles governing the formation and survival of not only our human universe but also countless other worlds.

Q: Can ordinary people become enlightened, like Buddha?
A: In Buddhism, individuals can attain liberation from suffering and the cycle of birth and death through self-cultivation. This involves engaging in virtuous actions, refraining from harmful behavior, and purifying the mind. The four fundamental truths of Buddhism state that all suffering (Truth of Suffering) experienced by sentient beings has one or more causes (Truth of Origin). Furthermore, it is believed that suffering can be eliminated (Truth of Cessation) and that there exists a path to achieve this elimination (Truth of the Path). The path to liberation in Buddhism is known as the Noble Eightfold Path, which is a fundamental teaching. This teaching is divided into three subjects: Precepts, Concentration, and Wisdom. Practicing Precepts and Concentration leads to wisdom, liberation from confusion, selfishness, and suffering, and attaining Nirvana.

Q: So, what is Nirvana?
A: Nirvana is considered the ultimate goal of Buddhism, referring to the state of mind that has been purified from all ignorance and afflictions, freed from all suffering, completely eliminated all cravings, and extinguished all greed, anger, and ignorance. Nirvana is a state of absolute peace, no longer influenced by the four stages of birth, old age, sickness, and death, and no longer affected by karma and the law of cause and effect.

Q: Where is Nirvana?
A: Nirvana can be experienced right in this body, in this world, in this present life, at any moment when you do not have thoughts of discrimination or attachment to anything in life. That is when you see not a trace of "I" or "mine" in your body and mind, and when your mind severs the roots of greed, anger, and ignorance. At that moment, your mind will be peaceful and free. That moment represents peace, liberation, and Nirvana.

Q: What did the Buddha teach?
A: After six years of asceticism and forty-nine days of sitting under the Bodhi tree, he awakened and attained Enlightenment. From this enlightenment, he understood the cause of all the suffering in human life and the method to end that suffering, which

are the Four Noble Truths. The discourses on the Four Noble Truths can be seen as the teachings of a physician: identifying illness (Truth of Suffering), determining the cause of illness (Truth of Origin), describing the state of liberation from illness (Truth of Cessation), and prescribing the path to end illness (Truth of the Path). The four truths are listed as follows.

The Truth of Suffering: It is true that suffering is inherent in human life. It manifests through various stages such as birth, old age, illness, and death. It is also present in our desires that remain unfulfilled, the pain of separation despite love, the frequent encounters with those we dislike, and the unsatisfactory changes in our physical and mental states. No matter how much you deny it, this body will one day grow old, become ill, and eventually perish. No matter how much you seek oblivion in pleasures, the presence of greed, anger, hatred, anxiety, confusion, and tension still persists.

The Truth of the Cause of Suffering: Also known as the cause of suffering. What keeps us bound to the wheel of suffering? Buddha saw that bondage lies within the heart of every individual. We are bound by craving, stubbornly attached to our views and opinions, superstitious in believing that rituals and external forms have the ability to eliminate suffering, and, above all, firmly attached to the idea of a permanent, unchanging self. We follow the wheel of suffering because we cling to it out of ignorance.

The Truth of the End of Suffering: The third truth is the result that occurs when someone has eliminated and ended craving, which is the source of all suffering. That is called the truth of the cessation of suffering, Nirvana. If someone can free themselves from the shackles of suffering by letting go of discriminatory and attached thinking towards life, they can attain Nirvana in this very lifetime.

The Truth of the Path to Cessation of Suffering: This fourth truth is the direct path to liberation and the cessation of suffering. The path is commonly referred to as the Noble Eightfold Path, signifying the eight correct paths, also recognized as the eight sacred steps that lead to peace and happiness. This is neither the path of excessive living in happiness nor asceticism nor is it the path of indulgence in lust. This is the middle path. It is also known as the path of awakening. The Eight Sacred Steps are the teachings of the Buddha that guide Buddhists on how to practice in order to end suffering and attain a state of inner peace. These eight steps are grouped together into three disciplines of practice, known as the Three Learnings, which are three subjects that are common to all Buddhist practitioners: Precepts, which include Right Speech, Right Action, and Right Livelihood; Concentration, which includes Right Effort, Right Mindfulness, and Right Concentration; and Wisdom, which includes Right View and Right Thinking.

In short, the truth about suffering must be clearly understood. The truth about the cause of suffering must be understood. The truth of the cessation of suffering must be experienced. And the path to end that suffering must be walked by each of us. Buddha was enlightened and liberated, and he showed us the path to follow. He does not help us end our suffering; he only shows us a path to move forward. There is no mystical formula that can free us from this suffering. Each of us must purify our own mind because only the desires in our mind have the ability to bind us. During his 49 years of preaching, the Buddha taught many topics, but the fundamental principles of Buddhism can be summarized in the Four Noble Truths and the Noble Eightfold Path, as mentioned above.

Q: I want to follow the Buddha's path. So, please explain briefly the practice path of a Buddhist.
A: Buddhist teachings can be summarized in three aspects of practice, as follows:
. The first step is to stop engaging in bad and evil actions.
. The second is to diligently perform good deeds.
. The third step is to make an effort to practice the methods that aid in achieving a state of purity and tranquility for the mind.

To cease engaging in harmful actions and actively engage in virtuous actions is a shared objective of religions and educational systems worldwide. Only when it comes to distinguishing between what is evil and what is good, do religions and countries around the world have a number of different opinions, which vary based on different cultures. There are actions that are considered wholesome during certain periods by specific religions and countries but are deemed unwholesome during other periods by different religions and countries. So, the definition of good and bad in the world is only relative.

From the Buddhist perspective, the Five Precepts serve to clearly differentiate between what is considered good and evil. Maintaining non-violence, living an honest life, refraining from killing, stealing, committing adultery, avoiding intoxicants such as marijuana or drugs, and speaking truthfully without exaggeration, lies, vulgar words, or cursing others, are all ways to avoid engaging in harmful behavior.

In his discourse to the Kalama princes, the Buddha provided a clear definition of what is considered wholesome and unwholesome, as follows:

"Any action that is harmful to oneself, harmful to others, or harmful to both, is criticized by wise individuals. If accepted and carried out, such actions will bring suffering and sadness. These actions are considered unwholesome, and it is imperative that we eliminate them.
Any action that is not harmful to oneself, and others, or both, is praised by wise people. If accepted and performed, it will bring peace and joy to the mind. Such actions are wholesome and we must practice them."

Thus, in Buddhism, the standard for determining good or bad is based on two factors: happiness and suffering. Actions that bring happiness to living beings are wholesome, while actions that cause suffering to living beings are unwholesome. Any action that benefits both yourself and others is considered good. On the contrary, if you only bring happiness to yourself but cause suffering to other sentient beings, it is considered unwholesome.

Cultivation is the process of transforming karma, transitioning from actions that generate negative karma to actions that generate positive karma. This stage of practice aims to train individuals to live harmoniously with their family and society, with the ultimate goal of creating a relatively healthy, happy, peaceful, and stable world.

The Buddhist path of practice does not stop there. The essence that the Buddha wanted to pass on to us lies in the third stage, which is the stage of "purifying and calming the mind." That is, purify your mind so that it becomes completely calm and clear, transcending the worldly dichotomies of good versus evil and form versus emptiness, and going beyond the cycle of reincarnation in the six paths of the three realms.

In the Dhammapada, the Buddha taught us to transcend the dichotomy between good and evil in the following manner:

267. If he is one who lives the holy life here, warding off both merit and demerit,
and wanders with discrimination in the world, that one is said to be a monastic.

412. Whoever here has overcome clinging to both merit and demerit,
who is griefless, dustless and pure, that one I say is a brahmin.
---- (Translated by Bhikkhu Ānandajoti)

Q: Why must we transcend both good and bad?
A: Because good actions create positive karma and evil actions create negative karma, both leading to rebirth and the experience of either good blessings or negative consequences, it is similar to a chain that binds us, even if it is made of gold. As for actions, whether they are evil or good, the deluded mind continues to wander, the stream of thoughts persists without interruption, and the cycle of reincarnation perpetually flows, contingent upon one's karma of good and evil.

Q: What is the essence of Buddhism?
A: The purpose of Buddhism is to help sentient beings escape from suffering and afflictions in order to attain a happy and liberated

life. To achieve this goal, sentient beings must know how to let go. In the Majjhima Nikaya, the Buddha succinctly summarized the core of Buddhism for those seeking liberation and enlightenment with the phrase "Do not cling to anything."

"Nothing of which should be clung to" is the translation of a phrase from the Diamond Sutra, which states, "When nothing is clung to, the mind of enlightenment will manifest." That means that once the six sense bases (eyes, ears, nose, tongue, body, and mind) come into contact with the six sense objects (forms, sounds, smells, tastes, touch, and mental objects), they will give rise to six consciousnesses (eye-consciousness, ear-consciousness, nose-consciousness, tongue-consciousness, body-consciousness, and mind-consciousness). If you do not cling to anything and let go of all things, your mind will be joyfully peaceful and tranquil.

Q: How can one practice detachment from things?
A: When you are attached to anything, it becomes a form of bondage and leads to suffering. Buddha is someone who is not attached to anything. He taught only the practice of letting go. His Sangha, from ancient times to the present day, all practices non-attachment. To practice this, he taught as follows:

In what is seen, there must only be what is seen; in what is heard, there must only be what is heard; in what is smelled, there must only be what is smelled; in what is tasted, there must only be what is tasted; in what is touched, there must only be what is touched; and in what is cognized, there must only be what is cognized.

This means that thoughts of discrimination between good and bad, likes and dislikes should not be allowed to arise. To like something means to have a positive desire for it, while to dislike something means to have a negative feeling towards it. Desire and aversion are both defilements that arise from greed, anger, and ignorance. Not allowing these defilements to arise in the mind means not becoming attached. Not giving birth to any more feelings of "love" or "hate" - that is non-attachment. Practicing this completely will bring peace and happiness. Or at least, when we reduce our attachments, we get closer to inner liberation, which is the essence of purity. True purity is only found within the mind.

When Buddha was still alive, there was a person who came to study, holding two large bouquets of flowers in both hands as offerings. When he saw that person, Buddha said, "Let go!" The other person released his grip on his left hand, causing the bouquet of flowers to drop to the ground.

Buddha said, "Let go!" The other person released his grip on his right hand, causing the bouquet of flowers to also drop to the ground.

Buddha said, "Let go!" The other person was bewildered and said, "World-Honored One, I have already let go of both hands. What else is there to let go?"

Buddha taught: "The first time the Tathagata tells you to let go is to teach you to release attachment to the six senses. The second time is to teach you to let go of attachment to the six sense objects. The third time is to teach you to let go of attachment to the six consciousnesses. When the senses, sense objects, and consciousness are no longer attached, then the creation of all 18 spheres will cease, and you will attain liberation."

This is a very neat and straightforward practice, considered excellent. If you are still attached, even to good things, or even to the idea of "not being attached," contaminated thoughts will arise in your mind, and your mind will immediately become impure. To be attached to anything is to bear a burden. Whether you are carrying a bag of gold, silver, or diamonds on your shoulder or on your head, it feels just as heavy as carrying a bag of sand and stones. According to Buddha's teachings, one should not carry a bag of sand and stones nor should one carry a bag of gold and silver. Let them down. Don't burden your mind with anything heavy or trivial. Don't get attached to anything. Purifying the mind has the same meaning. The first is to avoid committing evil deeds, the second is to diligently perform good deeds, and the third is to purify the mind. These are the teachings of the Buddhas.

Q: How can one become a Buddhist?
A: In the Anguttara Nikaya, the Buddha taught, "Whoever vows to rely on the Buddha, Dhamma, and Sangha is called a Buddhist." The original text of the prayer to become a Buddhist is as follows:

I go to the Buddha for refuge.
I go to the Dhamma for refuge.
I go to the Sangha for refuge.

Following Buddha means following the path that Buddha walked and taught to the world. He witnessed the suffering of birth, old age, sickness, and death, and he gave up his worldly life to practice and realize the truth of dependent origination and non-self.

Following the Dhamma or practicing the Dhamma means adhering to the Four Noble Truths, practicing Precepts, Concentration, and Wisdom, which involves letting go of desires in order to alleviate suffering.

Following the Sangha means adhering to the community of Buddhists and living in accordance with the principles of six harmonies. These harmonies include being physically harmonious, verbally harmonious, mentally harmonious, harmonious in sharing the requisites we receive, harmonious in observing the precepts, and harmonious in the views we hold. Additionally, it involves actively practicing the Dhamma, which emphasizes letting go of desire.

Q: That is the teaching of the Buddha. Now, I want to officially become a Buddhist and embrace the teachings of Buddhism. What steps do I need to take to become a true Buddhist?
A: Buddhism is primarily focused on the voluntary transformation of the mind, without any imposition or manipulation. People from other religions who convert to Buddhism often do so by studying Buddhist scriptures, gaining an understanding of the profound essence of Buddhism, and embarking on the path of Enlightenment.

A true Buddhist is someone who attends a ceremony to receive the Three Refuges, which are Refuge in the Buddha, Refuge in the Dharma, and Refuge in the Sangha, called Refuge in the Three Jewels. Taking refuge means seeking solace and finding a place of safety, but where do we go back to and what do we seek refuge in? We turn to Buddhism and rely on the Three Jewels: Buddha, Dharma, and Sangha. After the refuge ceremony, Buddhists are given a Dharma name by the master who ordains the Three Refuges. The Dharma name is an official symbol of Buddhists, representing their acceptance of spiritual reliance on the Three Jewels.

Taking refuge in this manner entails joyfully embracing the guidance of the Buddha, Dharma, and Sangha. The Buddha Jewels refer to the Buddhas, and the Dharma Jewels represent the teachings, specifically the Tripitaka, and the Sangha Jewels symbolize the Sangha, which is a community of individuals who have renounced worldly attachments and are dedicated to practicing the teachings, thus embodying the entire Sangha of the three periods of time. When we take refuge in the Three Jewels, we seek guidance from the Buddhas, Dharmas, and Sangha, all of which will lead us on the path to enlightenment.

Actually, the Buddha did not say that when we take refuge, we must take refuge with the Buddha. Instead, he taught us that when we take refuge, we must take refuge with our own awareness. Enlightenment is the Buddha's Jewel. Buddha means enlightenment. Taking refuge in Buddha means seeking refuge with an enlightened being. Taking refuge in the Three Jewels means taking refuge in one's own inherent enlightenment. Buddha represents Enlightenment, Dharma represents Righteousness, and Sangha represents Purity.

"With one's mind taking refuge in the Enlightenment, ignorance will not arise. One will live with contentment and have fewer desires, often distancing oneself from material wealth and superficial beauty. This is why one is referred to as the Venerable One in the world of two-leg beings.

"With one's mind taking refuge in Righteousness, all thoughts will be far from wrong views. Thus, one will not perceive any self in oneself or in others and will be distant from greed, pride, and attachment. Therefore, one is called the Venerable One who abstains from desire.

"With one's mind taking refuge in Purity and so living with the pure nature of mind, one is not affected by the realms of desire and is called the Venerable One in the world."

Taking refuge in the Buddha Jewel means abandoning the state of an ignorant mind and relying on the enlightened mind. Taking refuge in the Dharma Jewel means abandoning wrong views and embracing correct knowledge and perspectives. This entails relying on the teachings found in the scriptures to purify the mind, rectify improper bodily actions, eliminate wrong speech, and cultivate a pure mind. Taking refuge in the Sangha Jewel means seeking solace from the polluted and disharmonious mind, and instead relying on the pure mind and the spirit of the six harmonies within a Sangha. Therefore, the fundamental requirement for a student of Buddhism is to abandon delusion and incorrect beliefs and instead seek refuge in Enlightenment, Righteousness, and Purity. That is how to take refuge in the self-nature of the Three Jewels.

By truly relying on the Dharma, and because of the correct understanding of the Dharma, Buddhists will become free and liberated from suffering. Dharma encompasses the cessation of suffering and the path towards its cessation.

Q: Is it necessary to receive precepts after taking the Three Refuges to become a Buddhist?

A: In addition to taking refuge in the Three Jewels, every Buddhist also needs to know and try to receive from one to all of the Five Precepts of lay Buddhists, which are: (1) abstain from killing living beings, (2) abstain from stealing; (3) abstain from sexual misconduct; (4) abstain from lying, slandering, saying more or less embellishments, saying bad words, (5) abstain from using intoxicants to dull the mind.

Buddhist scriptures say, "Precepts are like a flat land from which all good things arise. Precepts are like good medicine, curing all diseases. Precepts are like a bright pearl, capable of dispelling darkness. Precepts are like a boat, capable of carrying people across the sea. Precepts are like a chain of happiness, adorning the body of dharma." Therefore, taking precepts is necessary. If you find that you can adhere to any precept, please embrace that precept. However, because Buddhism is a religion that focuses on cultivating the mind, if you make a commitment to receive precepts, you must honor that commitment. That's why Buddhism does not require young children to take refuge and receive precepts, as they may not fully comprehend the significance of the commitment. However, those who do receive precepts must be mature and capable of critical thinking. If you think carefully, you can adhere to the Precepts without breaking them.

Q; Since I have been ordained in the Three Refuges and the Five Precepts, do I have to be vegetarian?
A: People who are new to Buddhism do not necessarily have to be vegetarian. However, scientific research shows that eating is related to and affects human psychology and physiology. They believe that vegetarianism is beneficial for both physical and mental health.

For Buddhism, vegetarianism has three benefits. One reason is to cultivate a compassionate mindset. Even though it is an animal, it also has a father and mother, just like us. How can we have the heart to take away its life and prioritize our own? The second reason is to avoid retribution by refraining from causing harm to sentient beings, as the law of cause and effect operates like a shadow that follows a form. Cultivating a mind of equanimity is third. The Buddha taught us not only to refrain from killing but also to respect and protect animals. He recognized that animals share the same nature as humans and have the right to live and coexist in the environment on Earth.

During a sermon, Venerable Thich Tri Tinh addressed this issue and preached with great specificity: "The public should be aware that in order to have meat to eat, living beings must be killed. If you consume meat, you are indirectly promoting the killing of animals, as you may encourage others to do so. All types of meat, regardless of the source (such as pork, beef, shrimp, snails, etc.), are considered the flesh of living beings and should not be consumed."

Thus, Buddhists who have taken refuge and observe the five precepts are encouraged to be vegetarians. But if you encounter obstacles within your family or face a particularly challenging situation that prevents you from being a vegetarian, you should consider practicing vegetarianism twice or four times a month. However, you must not kill or ask others to kill.

Q: Please let me know about the practice process of Buddhists.
A: All thousands of Buddhist scriptures and treatises share the same objective of guiding individuals: refrain from engaging in harmful actions, strive to perform virtuous deeds, and cultivate a purified mind by ceasing the wandering of consciousness.

Not engaging in harmful actions and actively practicing virtuous deeds is a shared objective among the majority of religions and civic education programs worldwide. Only the third aspect, which is the self-purification of the mind and the cessation of the constant wandering of consciousness, represents the essence of Buddhism and serves as the ultimate goal for Buddhist practitioners. This is a practice in Buddhism. This practice encompasses various traditions, such as Zen Buddhism, Pure Land, and Tantra.

Currently, there are courses on Buddha's name recitation and meditation that last from a week to several weeks. These courses are designed for lay Buddhists who are often busy with daily life but have the opportunity to gradually adapt to the lifestyle of Buddhist monastics. The courses emphasize living in mindfulness and alertness, and not being swayed by wandering thoughts. In these retreats, the first step is to learn and practice the eight precepts, which include abstaining from killing, stealing, engaging in sexual activity, telling lies, consuming intoxicating drinks and drugs, eating after noon, indulging in entertainment and beautifying the body, and using luxurious furniture. Observance of these eight precepts is meant to support the mind and prevent it from wavering during the practice process.

The second step is to practice breath counting meditation and track the inhalation and exhalation to focus your mind on the breath. This practice helps develop the ability to control the wandering mind and achieve a state of calm. The third step for meditation retreats is to learn how to cultivate wisdom, which involves practicing Vipassana meditation. This meditation technique involves observing the entire structure of the body and mind with clear wisdom. Particularly, the Buddhist recitation courses aim to cultivate the continuous recitation of the Buddha's name in order to attain a focused and undisturbed state of mind. The retreat ends with the practice of loving-kindness, which is dedicated to all sentient beings. This practice aims to share the purity experienced throughout the retreat with all sentient beings.

That is the practice process of Buddhism described in a nutshell. However, from an academic perspective, Buddhist teachings are divided into five sequential paths of practice, as explained below.

First, Human Vehicle. the first step is to transform from being a bad person into becoming a good person. People who practice the Human Vehicle must take the Three Refuges (the three spiritual refuges: Buddha, Dharma, and Sangha) and keep the Five Precepts: (1) abstain from killing living beings, (2) abstain from stealing, (3) abstain from sexual misconduct, (4) abstain from lying and saying cruel words, and (5) abstain from using intoxicants to dull the mind.

Second, Heavenly Vehicle. This is a higher level of practice where you must adhere to ten virtuous actions. These include (1) abstaining from killing or harming sentient beings and adopting a vegetarian diet to prevent indirectly causing harm to them; (2) abstaining from stealing and giving alms to the poor; (3) abstaining from engaging in lewd or debauched behavior; (4) abstaining from lying; (6) abstaining from using cruel, vulgar, or insulting language towards others; (7) abstaining from spreading falsehoods to incite conflicts among others; (8) abstaining from greed and living in contentment; (9) abstaining from anger and always being gentle and calm; (10) abstaining from delusion and acting ethically.

The two stages of practice mentioned above, the Human Vehicle and the Heavenly Vehicle, have the purpose of transforming the flow of karma. This transformation helps Buddhists to experience positive outcomes in the relative world.

Third, Shravakas Vehicle. Those are individuals who comprehend Buddhist teachings by understanding the meaning of the Four Noble Truths, which were preached by the Buddha. Practitioners who succeed in this stage of practice attain a state of tranquil nirvana.

Fourth, Pratyekabuddha Vehicle. Those are practitioners who engage in self-practice according to the method of contemplation of the Twelve Causes and Conditions. These twelve interconnected stages arise in the stream of life, starting with Ignorance. Due to deep contemplation, the practitioner finally awakens, realizing that all things in this phenomenal world only exist in relation to each other and that their nature is Emptiness or Non-Self. From this state of enlightenment, the practitioner can overcome deluded thoughts about an illusory world, release attachments to the concept of self, liberate themselves from greed, anger, and ignorance, and ultimately achieve a state of tranquil Nirvana.

Fifth, Bodhisattva Vehicle. Those are individuals who engage in practice with the goal of attaining liberation, but they are distinct from the Shravakas and Pratyekabuddhas. Practitioners of the Shravakas and Pratyekabuddha's vehicle aim to achieve a state of tranquil Nirvana. Bodhisattva practitioners realize that all sentient beings and themselves share the same nature. Therefore, they make a vow to practice in order to attain enlightenment, but they do not remain in a state of tranquil Nirvana. They follow their vows to return to the world to save all sentient beings who share the same nature of compassion.

The Bodhisattva Vehicle follows the path of the Six Paramitas, which ultimately leads to liberation. They practice the six methods of Almsgiving, Precepts, Patience, Diligence, Meditation, and Wisdom with the realization of Emptiness in the Three Circles. This means that once they have completed these practices, they immediately let go of all attachments, and nothing lingers in their mind. The Paramita of Giving, for example, entails that the person giving alms does not perceive themselves as giving (without any sense of arrogance), does not differentiate between large or small alms (without any inclination to brag), and does not focus on the recipient of the alms (without any intention of seeking favors).

In short, Buddhism offers up to forty-eight thousand methods of practice to accommodate various minds and abilities. Not everyone can go to a secluded place to practice spiritual liberation. On the path of practice toward reaching the destination, there are steps that are closer and more applicable to everyday life. The Bodhisattva path is the door for those with altruistic hearts to practice. King Ashoka in India and the kings of the Ly and Tran dynasties in Vietnam, despite their busy royal duties, were devout practitioners of religion. Many of the king's defensive structures are still praised to this day. King Luong Vo De, Crown Prince Luong Chieu Minh of China, and Kings Tran Thai Tong and Tran Nhan Tong of Vietnam were also devoted dharma protectors and had extensive knowledge of the scriptures. Buddhists believe that there are many Bodhisattvas who have attained enlightenment. However, due to their Great Compassion vows, they choose to manifest in this relative world, engaging in various professions and living in challenging environments to help sentient beings.

The Buddha also left behind sutras that teach Buddhists how to live their daily lives, whether they are part of a family with parents, children, and grandchildren or practicing the Dharma. By practicing the Noble Eightfold Path, Buddhists strive to live an honorable life, maintain a balanced and prosperous lifestyle, and use their resources for benevolent purposes. This includes sharing the teachings of the Dharma by publishing scriptures (i.e., giving the Dharma), supporting the Three Jewels through offerings, and assisting others in need (i.e., giving wealth).

Q: If a follower of another religion wants to study Buddhism, are there any obstacles?

A: Anyone, regardless of their religious beliefs or lack thereof, can learn about Buddhism without any obstacles. Buddhism is not a superstitious religion, but rather an educational system based on the law of cause and effect. Its purpose is to transform individuals from a negative state to a positive one by abstaining from harmful actions and actively engaging in virtuous deeds. After the process of transforming negativity into positivity, when an individual attains a state of wholeness, positive outcomes will arise, creating favorable circumstances for them to embark on the third stage of practice. This stage involves purifying the mind, eliminating all traces of greed, anger, and ignorance, transitioning from confusion to enlightenment, leading an awakened existence, and ultimately achieving liberation from the cycle of birth, death, and rebirth.

Buddhism warmly welcomes anyone who is interested in learning about Buddhism and studying the scriptures, rules, and treatises found within the three treasures of Buddhist teachings. There are many scholars who have a deep understanding of Buddhist teachings. Among them are Westerners who write commentaries on Buddhism, even though they belong to other religions and are not Buddhists. Many Buddhist scriptures have been translated into English by scholars who, out of curiosity, were followers of other religions and read Buddhist scriptures. But after studying Buddhist thought deeply, they felt the spirit of openness, compassion, and equality. In their hearts, they underwent a transformation and developed sympathy for Buddhism. They became respected monastics who have made significant contributions to the propagation of Buddhism in Western countries.

Q: If I want to practice Buddhism, do I need to give up my religion and convert to Buddhism?

A: The good point of Buddhism is the spirit of respect for the inner life and lives of all sentient beings. Religion and belief are very delicate issues, with deep emotional ties to each person's past and relatives. Therefore, Buddhists do not persuade others to abandon their religion and convert to Buddhism.

Buddha is an Enlightened One. Buddhism is the religion of Enlightenment. Enlightened people are no longer ignorant, so Buddhists do not want anyone to enter Buddhism through superstition. People from other religions converted to Buddhism, mostly because they studied the scriptures deeply, understood the essence of Buddhist teachings, and voluntarily went to find the monastics to complete the procedures to join the Buddhist community. There are also cases where no procedures are needed. People who want to follow the steps of Buddhist practice can naturally follow the teachings of the World-Honored One: "Do not do evil, diligently do good and purify your mind." While purifying your mind, it is important not to become attached to any dogma or image. Only then can you truly embody the essence of being a Buddhist.

Q: What is karma?
A: Karma is a deliberate or intentional action or deed. All intentional actions, whether good or bad, whether expressed through the body, mouth, or mind, create karma.

We reap what we sow. Good actions yield positive outcomes. Evil actions cause us to suffer. The law of causality governs this phenomenon. The flow of cause and effect continues uninterrupted in the past, present, and future timelines, without being confined to the present. Therefore, there are immediate retributions that occur after causing the cause, and there are also delayed retributions that may occur after a variable period of time, depending on the strength of the karma.

Q: What is near-death karma?
A: Near-death karma is karma that is created by thought just before the moment of death. This karma is very powerful and of utmost importance, as it determines the course of rebirth, whether it be positive or negative. Normally, the strongest karmic habit will revive most intensely before death, so there is a significant factor that determines the place of reincarnation. However, there are also cases where near-death experiences are involved.

The Buddhist theory of karma speaks of two types of karma that influence and interact with each other, determining the direction of rebirth into either a good world or a bad world. Those two karmas are near-death karma and accumulation karma. Accumulated karma encompasses the experiences of many lifetimes up to the present. Near-death karma is karma that is generated at the moment of death.

The scriptures tell of a person who has accumulated good karma for many lifetimes and suddenly, in a daze at the moment of death, sees someone appearing in their mind, inciting them to do evil. In this case, the direction of rebirth is not controlled by near-death karma but rather determined by karmic habit. This means that individuals with a strong accumulation of good karma will be led to the good realm.

There are also individuals who commit numerous evil acts and deserve to be condemned, but when they are on the verge of death, they perform acts of kindness. Their minds are always focused on performing good deeds, even at the moment of death, to ensure that they do not end up in unfavorable realms after passing away. Therefore, it is not entirely correct to say that when people die, those who do evil will definitely fall into an evil realm, and those who do good will definitely go to heaven. Because even though they committed evil acts before their death, their strong near-death good karma could still lead them to a positive realm.

There are also cases where, even though individuals may have done many good deeds throughout their lives, they become consumed by anger as they approach death. At that time, near-death experiences can lead individuals to bad realms due to their accumulated bad karma. Therefore, near-death karma, as well as accumulated karma, is very important. Buddhist scriptures advise us not to wait until we are old or about to die to start practicing. We should practice at every stage of life. Always strive to lead a wholesome life in all aspects of body, speech, and mind, from your youth and good health until the end of your days.

Q: Buddha, with his boundless wisdom and compassion, why doesn't he save all sentient beings from suffering and death?
A: Buddha is a great and compassionate person who loves all living beings, regardless of their skin color or religion. He shows mercy to humanity with absolute equality. Buddha is not an omnipotent being capable of preventing natural disasters such as storms, floods, earthquakes, tsunamis, etc., responding to everyone's prayers in order to alleviate suffering, or using supernatural powers to transport sentient beings to a realm of peace. Buddha is a person who is fully enlightened and liberated. He comprehensively and infinitely understands everything, including the three-life cause-and-effect relationships of all sentient beings. However, he cannot go against the laws of nature and cause and effect.

The Buddha is a fully enlightened being, a Master who discovered the path to liberation through his own personal experience, rather than being taught or blessed by someone else, or through any divine intervention or reincarnation. He was a person like us, but thanks to his self-reliance, he found the path to liberation. After attaining enlightenment, he imparted the teachings of the Dharma to all those who had the chance to practice it, regardless of their social status. His aim was to guide both powerful kings and the impoverished toward enlightenment and liberation. That's why he said, "I have become a Buddha; all sentient beings are the future Buddhas."

He is the one who has shown us the way to practice. He cannot practice for the benefit of sentient beings. People must practice to free themselves from suffering and afflictions caused by greed, anger, and ignorance, and to break free from the cycle of birth and death. So he said, "You should light the torch yourself and go." He advised us to rely on ourselves and follow the path of liberation through our own efforts.

Buddha cannot change the karma of sentient beings, but can only compassionately teach them to make their own efforts to change their lives. Buddha's compassion is as boundless as the sunlight that shines everywhere. The abilities of all sentient beings, regardless of their size, height, or intelligence, are illuminated by the sun. However, their capacity to receive varies greatly depending on the karma of each individual. Some individuals are born with blindness in both eyes. Even though they are in sunlight, they cannot see what sunlight is like. Insects living underground and microorganisms in dark places, although they can also indirectly or directly sense sunlight, cannot comprehend the benefits of sunlight.

Even when Shakyamuni Buddha was still alive, there were many people in the areas where he taught who did not know who Buddha was. The Buddhas of the three periods of time, while still practicing the Bodhisattva path, all made the vow to "save all sentient beings." However, even after attaining Buddhahood, there were still countless sentient beings trapped in the sea of suffering. Why so? Because their vow to "save sentient beings" only means bringing the lamp of wisdom to enlighten sentient beings. If sentient beings do not follow the teachings and practice, and continue to engage in evil actions, they will inevitably face negative consequences, in accordance with the law of cause and effect. Therefore, Buddhas and Bodhisattvas cannot erase their evil karma.

The term "salvation" in Buddhism does not imply "to save," but rather it refers to the process of educating sentient beings so that they may attain knowledge of the Truth and ultimately save themselves.

When the Buddha was still alive, he not only stated that it was impossible to change the karma of sentient beings but also emphasized that it was impossible to save those sentient beings who did not possess favorable karmic conditions. Those are people who do not believe in Buddha Dharma, do not believe in the law of cause and effect, and do not want to be saved. Therefore, when Shakyamuni Buddha was still alive, although King Luu Ly of Kosana led an army to massacre the Shakyamuni family, he was unable to use his miraculous powers to prevent the massacre. However, the Buddha can utilize the teachings of Buddha Dharma to guide sentient beings, adapting them according to their level of understanding and spiritual development. To those who sought understanding, the Buddha preached profound teachings, while to those who were confused, he offered guidance on cultivating goodness, happiness, and self-purification. Therefore, it is said that Buddha saves sentient beings, but in reality, it is believed that sentient beings save themselves. If not, it would contradict the law of cause and effect.

In short, the Buddha is a wise guide and a skilled physician, but sentient beings must take their own steps to reach their destination. People who are sick must take medicine to cure their illness, which involves self-care, self-improvement, and self-development. The Buddha cannot violate the Law of Cause and Effect, administer medicine to someone who is sick, or eat on behalf of someone who is hungry and satiated. The Buddha can only advise and teach sentient beings to abandon evil and engage in virtuous actions. This includes refraining from actions that cause suffering and instead cultivating actions that are free from afflictions. The first step is to eliminate all negative karma that leads to suffering in the three realms, and then strive to do what is morally right. Buddhists should practice the ten good deeds in order to be reborn in heaven or as a human. Buddhists should practice the Bodhisattva path in order to become a Buddha. Therefore, wisdom is the most important aspect of Buddhism and encompasses the ultimate goal that Buddhists must strive for in order to attain liberation and complete enlightenment. This wisdom emerges when Buddhists engage in spiritual practices to purify their minds and uphold moral principles.

The mind is the main factor because all dharmas are created by the mind. So, how do we purify the mind? Buddha said, "Do not engage in evil actions. Instead, perform good deeds and purify your mind. This is the essence of the teachings of the Buddhas." This is the practice process that each of us undergoes to free ourselves from the cycle of birth and death.

Q: Please tell me, is hell real?
A: With the view that "all dharmas are created by the mind" in the Avatamsaka Sutra, heaven and hell in the eyes of Buddhists are

realms of consciousness that each person experiences every day. If individuals are unable to control the three detrimental habits of greed, anger, and ignorance, and instead allow themselves to engage in cutthroat competition, solely calculating their own gains while causing harm to others, their minds will not find peace. Instead, they will constantly experience affliction, a diminished appetite, restless sleep, and frequent nightmares as a result of the frustrations and dissatisfaction they encounter on a daily basis. These realms of consciousness are also considered hellish.

In the Ksitigarbha Sutra, the hell realms are clearly recorded. Because "all dharmas are created by the mind," the realms in the Ksitigarbha Sutra are also realms of consciousness. Ksitigarbha also represents the realm of the Mind. There is a Zen saying, "When the Land of the Mind is empty, the sun of Wisdom shines by itself." Whoever can purify their mind by emptying the land of their Mind and allowing the Wisdom of equal vision to emerge, also signifies that Ksitigarbha Bodhisattva has already opened the door of the mental prison for that individual. If the realm of the Mind is heavily polluted, then at the moment of death, as a result of good or evil karma accumulated in the past, the individual's karmic consciousness will be drawn into the corresponding realm.

Buddhism views all existence in the world as impermanent. The mind is also impermanent, so when the mind changes, everything created by the mind also changes. Therefore, in Buddhism, there is no eternal hell realm. Everyone can escape from hell by purifying their mind. That is everyone's hope for liberation.

There is a Buddhist saying, "Putting down the butcher's knife, you become a Buddha" or "The sea of suffering is vast; whoever turns their head around will see the shore." The image of letting go of the knife and turning around symbolizes releasing oneself from a polluted life and embarking on a path of purifying the mind through various practices, such as Mindfulness of Breathing Meditation, Insight Meditation, Patriarch Zen, Zen Buddhism, Buddha-name chanting, and other methods.

Q: Please let me know what criteria I should follow when looking for a teacher to study Buddhism.

A: In the past, if you wanted to learn the Dharma, you had to go to great lengths to find a teacher. The teacher was someone who possessed not only virtue but also a deep religious experience and had the ability to pass it on to future generations. At that time, if you wanted to learn about religion, you had to go to the temple because it was the only place where all the scriptures were available. Nowadays, finding scriptures is not difficult. In addition to being available in temples, scriptures can also be found in university libraries, major bookstores, and on the Internet. Anyone can read and study them for themselves. Therefore, some people argue that finding a teacher to study religion nowadays is not necessary. However, readers need to note that even when learning things in everyday life, we still need a teacher. Studying books is necessary, but having a teacher with extensive experience to guide you is equally important. That's just learning about everyday knowledge. You know you need a teacher, especially when seeking to learn the path of enlightenment and liberation.

In Buddhism, it is not just about learning the doctrine but also about practicing it. A teacher not only imparts doctrine through preaching but also teaches about morality through their daily actions and gestures. In Buddhist terminology, this is referred to as bodily teaching, where the teacher's daily actions and behaviors serve as valuable lessons for Buddhist students. Hearing it a hundred times is not as good as seeing it once. One hundred times reciting the Sutra of Compassion is not as good as seeing one act of compassion in one's teacher.

Currently, there are individuals who refer to themselves as Masters, Gurus, Supreme Masters, Great Masters, Zen Masters, etc., often incorporating Buddhist teachings and leveraging the Buddha's reputation to attract followers. However, it is important to note that some of these teachings may actually contradict Buddhist principles. You must have a clear understanding of the fundamental teachings of Buddhism if you are committed to following the Buddhist path towards liberation. If you don't understand the essence of Buddhism, you will easily become lost.

So, how can we find an ethically good and experienced Buddhist teacher to follow?

First of all, we should pay special attention to teachers or anyone who advises us to practice and always boasts that their method is the best while trying to disparage or criticize other methods of practice as being wrong paths. Then, we must review their words and actions. In other words, we need to understand a person's teachings by observing their actions, personality, principles, virtues, and motivations. You should ask yourself what motivated that person to want to teach.

His Holiness the 14th Dalai Lama taught that "A teacher's motivation for teaching must be pure, never driven by a desire for fame or material profit... In the world, without an honest leader, we cannot improve society. Likewise, unless you encounter a teacher with the right character, studying with a teacher can be detrimental to you, regardless of how strong your faith is, if you are led in the wrong direction. Therefore, before actually considering someone as a teacher, it is important to examine them."

If your guru forces you to do something immoral or if their teachings contradict the Buddha Dharma, how should you act? The Dalai Lama continued, "You should be loyal to virtuous actions and avoid those that are not in accordance with the Dharma..."

In the Mahaparinirvana Sutra, volume 1, chapter 8, and the Great Wisdom Commentary, chapter 9, the Buddha provides four interrelated instructions known as the "Four Reliance Practices." These practices emphasize the importance of relying on certain things while avoiding reliance on others. 1) Relying on Dharma, not on individuals. 2) Relying on meaning, not on words. 3) Relying on wisdom, not on consciousness. 4) Relying on ultimate meaning, not on incomplete meaning.

Based on the four guidelines mentioned above, it is easy to distinguish between a good master and a bad one. Based on those four distinctions, you can generally observe and unmistakably verify the master you hope to be close to.

"Rely on the Dharma, not on individuals" is written in one of the four guides for finding a teacher that was just mentioned. This means that you should rely on the teachings of the Buddha to practice, and you should not believe in any incorrect teachings, even if they are taught by a famous and high-status teacher. Meanwhile, you should believe in individuals who speak the Buddha's Dharma correctly, regardless of whether they are famous or have high status. That doesn't mean that after learning the Dharma, you should disregard the teacher. Studying religion is different from studying other fields in the secular world. It requires gratitude and respect for the teacher, without clinging to or idolizing them.

Nowadays, some of us follow teachers not because we truly seek liberation, but due to emotions and prejudices, or because that teacher has worldly fame, big temples, large estates, Ph.D. degrees, or a large following of monastic and lay disciples.

Many Buddhists ask the question: "After taking refuge and studying under a teacher for a long time, I feel like I am not making progress because greed, anger, and ignorance remain the same, while ego attachment has increased. Now, I want to visit another temple and find a different teacher. Would doing so be considered a betrayal against the teacher?"

We would like to inform you immediately that there has been no betrayal in this case. When taking refuge, one seeks refuge in the Three Jewels of Buddha, Dharma, and Sangha, rather than in a specific teacher. The teacher is the representative of the Sangha who performs the refuge ceremony, guiding you to take refuge in the Three Jewels. During the ceremony, you never said words such as "I would like to take refuge with Master Thich Tam A or Master Thich Tam B." Furthermore, in real life, after finishing elementary school, you have to attend high school and then university, right? Why should we stay in one class or one school forever?

In the past, when he was still searching for enlightenment, Prince Siddhartha came to study with the ascetic Alara Kalama. After reaching the state of meditation known as "infinite nothingness" and realizing that there was nothing more to learn, he decided to leave his teacher. Next, he went to study with Uddaka Ramaputta. After attaining the level of meditation known as "neither perception nor non-perception" and not gaining any further knowledge, he also departed. If Prince Siddhartha had remained loyal to either the teacher Kalama or the teacher Ramaputta, it is likely that we would not have the Buddha and the Dharma as we know them today.

As a Buddhist, if you want to lead a peaceful, happy, and progressive life while quickly attaining enlightenment, it is crucial to be cautious when selecting a teacher, choosing friends, and deciding on a practice method. It is also important to avoid letting curiosity lead you astray. If you are fortunate enough to practice the Dharma with skilled teachers and supportive friends, you will be able to avoid the danger of wasting your life on misguided practice.

(Excerpted from the book **Phật Pháp Trong Đời Sống**, Hồng Đức Publishing House, 2014)

2

ĐẠO NÀO CŨNG LÀ ĐẠO
Tâm Diệu

Có người cho rằng "***đạo nào cũng là đạo***". Câu nói này thoạt nghe qua có vẻ hợp lý và là một ý tưởng hấp dẫn. Nếu hiểu theo một cách đơn giản, trong phạm trù luân lý đạo đức là đạo nào cũng dạy con người làm lành tránh dữ, thì câu này rất hợp lý. Tuy nhiên, chúng ta cần phải suy xét và nhận định lại quan niệm đó qua lăng kính tôn giáo.

Trước hết có thể nói ngay rằng câu "***đạo nào cũng là đạo***" hay "***đạo nào cũng tốt***" chỉ là một câu nói xã giao thông thường hoặc để làm vừa lòng khách, vui lòng bạn hay có thể do sự thiếu thông tin về sự khác biệt giữa các tôn giáo. Trong phạm vi bài này người viết thu gọn về sự khác biệt căn bản giữa hai tôn giáo lớn có đông đảo tín đồ tại Việt Nam là Kitô Giáo [01] và Phật Giáo để giúp cho những người đang đứng ở giữa ngã ba đường tầm Đạo với ấn tượng đạo nào cũng tốt để nhận thấy con đường nào phải lựa chọn. Việc chọn lựa là quyền của mỗi người. Dĩ nhiên mỗi người phải chịu trách nhiệm về sự lựa chọn của mình. Người viết chỉ xin chúng ta suy nghĩ đến sự thật.

Trước khi đi vào chi tiết, chúng ta cần ghi nhận rằng, Phật Giáo là một tôn giáo hoàn toàn khác biệt với các tôn giáo khác trên thế giới về mặt tư tưởng triết học. Phật Giáo không chấp nhận giả thuyết có một vị Trời hay một vị Thượng Đế sáng tạo, không có giáo điều, không có một linh hồn bất tử vĩnh hằng, và không có một đấng quyền năng sáng tạo nào ngự trị trong cái gọi là định mệnh hay số mệnh của mỗi con người. Vì thế, điểm then chốt trong việc phân biệt giữa Phật giáo với các truyền thống tín ngưỡng lớn trên thế giới là vấn đề có hay không một Đấng Sáng Tạo? Đối với Phật giáo, ý niệm về một "nguyên nhân đầu tiên" không hề được đặt ra để lý giải do bởi ý niệm về tánh không và duyên khởi.

Điểm khác biệt căn bản đầu tiên giữa hai đạo là Niềm Tin Tôn Giáo:

Đối với Kitô Giáo, Đức Tin là cốt lõi của đạo. Nếu không tin thì không thể trở thành một Kitô hữu được. Không tin thì không thể thực hành những gì mà đạo Kitô đòi hỏi được. Đức Tin được ghi trong bản Kinh Tin Kính của các Tông Đồ (Apostle's Creed) thường gọi tắt là Kinh Tin Kính. "***Tôi tin kính Thiên Chúa, là Cha toàn năng, là Đấng tạo thành trời đất, muôn vật hữu hình và vô hình***". [02]

Đối với Phật Giáo, vị sáng lập tôn giáo này – Đức Phật Thích Ca – khuyên những người muốn theo Ngài chớ có tin một điều gì chỉ vì điều đó đã được một bậc đạo sư của mình nói ra, được phát xuất từ nơi có uy quyền, được kinh điển truyền tụng hay theo truyền thống từ xưa để lại; mà phải dùng lý trí và sự thông minh của mình để cứu xét và chỉ chấp nhận điều gì khi đã trải nghiệm được hạnh phúc an lạc. Ngài nói rằng "***Ta không dạy ai đến để tin, nhưng đến để thấy và thực hành***". Điều này đã khuyến khích những người muốn đi theo Ngài hãy nghiên cứu kỹ càng những lời dạy của Ngài và để cho họ tự do quyết định là có nên chấp nhận những điều chỉ dạy đó không. Ngài không bảo ai đến và chấp nhận tôn giáo này nếu họ chưa hiểu những lời dạy của Ngài.[Kinh Kalama] [03].

Nói gọn lại Kitô Giáo là tôn giáo của "đức tin" (faith) và Phật Giáo là tôn giáo của "lý trí" (trí tuệ). [4]

Điểm khác biệt thứ hai giữa Kitô Giáo và Phật Giáo là quan niệm về giải thoát.

Đối với Kitô Giáo, thì sự giải thoát là sự "giải thoát khỏi tội lỗi qua một Đấng Cứu Rỗi". Giáo lý giải thoát này được đặt trên căn bản một số tín điều mà các tín hữu Kitô Giáo phải tin, và đức tin này là tuyệt đối, bất khả tranh cãi, bất khả luận bàn. Vì thế muốn được giải thoát, tín hữu Kitô Giáo phải tin vào nhiều tín điều được ghi trong Kinh Tin Kính của các Tông đồ (Apostle's Creed). Chúa Giê-xu là nền tảng, là Tác giả và là Đấng duy nhất có quyền ban cho sự Cứu Rỗi (Rôma 3:24, 25; 5:21; Công Vụ 4:12; Hêbơrơ 12:2). Những ai không tin nhận Chúa Giê-xu sẽ không được tha thứ tội lỗi và sẽ chịu phạt nơi hoả ngục.

Đối với Phật Giáo, đạo Phật cho rằng cuộc đời này là giả tạm và chúng sinh cứ phải sống trong đau khổ vì lòng tham dục vô bờ bến, khiến con người tự mình trói buộc với những xung đột và khổ đau do không bao giờ thoả mãn, nên phải luân hồi triền miên trong vòng sinh tử. Do đó nếu muốn, con người **có thể tự mình giải thoát** khỏi khổ đau, sinh tử luân hồi bằng các nỗ lực tu tập bản thân: làm lành, tránh ác và tự thanh tịnh hoá tâm ý. Bốn chân lý nền tảng của Phật giáo (Tứ Diệu Đế) cho rằng mọi khổ đau của chúng sinh đều có một hay nhiều nguyên nhân gây nên, chúng có thể bị giải trừ và có con đường để giải trừ khổ đau đó. Con đường đó chính là con đường giải thoát, là Bát Chánh Đạo trong giáo lý căn bản của nhà Phật. Giáo lý này được qui thành ba môn học: Giới, Định và Tuệ. Thực hành Giới và Định là đưa tới trí Tuệ, là giải thoát khỏi sự mê muội, lòng ích kỷ và khổ đau, là đạt tới cảnh giới Niết Bàn.

Đó là nét đại cương sự khác biệt giữa giải thoát trong Phật Giáo và trong Kitô Giáo. Cái căn bản khác biệt này là, một bên là tha lực tức nhờ sự cứu rỗi, bên kia là tự lực, tự mình thắp đuốc lên mà đi. Với Phật Giáo, triết lý của đạo này là một triết lý sống, bởi vì nó là một chân lý giải thoát mà chỉ có ai thực hành nó mới đạt được nó, hiểu được nó trọn vẹn, người Phật tử phải tự mình tu tập để tiến tới giải thoát. Chính Đức Phật dạy, "Không ai có thể cứu vớt chúng ta bằng chính bản thân chúng ta". Đức Phật chỉ là người dẫn đường. Ngài chỉ dạy cho chúng ta con đường tạo ra nguyên nhân và hậu quả. Số phận của chúng ta nằm trong tay chúng ta, không phải trong tay của Trời/Thượng Đế cũng không phải trong tay của Đức Phật. Với Kitô Giáo, vì là một tôn giáo cứu rỗi, con người chỉ cần đặt tất cả vào một niềm tin duy nhất ở một đấng siêu nhiên để mong cầu được giải thoát cho mình: "Thiên Chúa quá thương yêu thế gian đến nỗi ban con duy nhất (sic) của Ngài, để những ai tin vào Người sẽ không bị luận phạt, nhưng được sống đời đời." (Crossing The Threshold of Hope, trang 76),

Điểm khác biệt thứ ba giữa hai đạo là thuyết Sáng Tạo:

Kitô giáo tin có một Thiên Chúa duy nhất, và là Đấng Tạo Hóa toàn năng, đã dựng nên và điều khiển toàn thể vũ trụ hữu hình và vô hình. Cuốn Genesis (Sách Sáng Thế), một trong những kinh Thánh Cựu Ước viết rằng Thiên Chúa tạo ra vũ trụ và muôn vật và loài người trong 7 ngày. Vì thế tín hữu Ki Tô giáo tin rằng mọi thứ trên đời đều có một nguyên nhân, từ đó, cứ truy tầm lên mãi sẽ phải có một nguyên nhân đầu tiên, và Chúa Trời của họ chính là nguyên nhân đầu tiên đó.

Đối với Phật Giáo, tất cả mọi sự mọi vật đều do nhân duyên hòa hợp mà hiển hiện, biến đổi vô thường. Thế giới này, về bản chất, chỉ là một dòng biến ảo vô thường, không do một Đấng toàn năng nào sáng tạo. Sở dĩ vũ trụ vạn vật biến hóa vô thường chính là do vạn vật trong vũ trụ chịu sự chi phối của luật nhân quả. Cái nhân nhờ có duyên mà trở thành quả, quả lại là nhân mới, nhờ có duyên trợ giúp mà trở thành quả mới… Cứ như vậy, vạn vật trong thế giới cứ sinh hóa biến hiện không ngừng theo quá trình thành, trụ, hoại, không.

Điểm khác biệt thứ tư giữa hai đạo là vị sáng lập ra tôn giáo.

Đối với Kitô Giáo, Thiên Chúa là Đấng Tạo Hóa toàn năng, đã sáng tạo ra vũ trụ và muôn loài.

Đối với Phật Giáo, Đức Phật Thích Ca là một nhân vật lịch sử có thật, có một tiểu sử rõ ràng được cả thế giới công nhận. Ngài đã thực sự sống trên thế giới này, Ngài không tự xưng mình hay các đệ tử của Ngài tôn xưng Ngài là đấng toàn năng, đấng tạo hóa hay là Thượng Đế v.v. Ngài là người đã giác ngộ hoàn toàn và triệt để (toàn giác), là vị Đạo sư đã tự mình tìm ra được con đường giải thoát ngang qua kinh nghiệm bản thân, không có ai truyền dạy cho Ngài, không có ai ban phép cho Ngài, không phải do thần khởi, cũng không phải là hiện thân hay hóa thân của một đấng thần linh nào. Ngài là một người như mọi người khác, nhưng chính nhờ nỗ lực tu tập cá nhân, Ngài đã tìm ra được con đường giải thoát. Sau khi giác ngộ, Ngài đã giảng dạy giáo pháp cho mọi người, nếu ai có nhân duyên thực hành giáo pháp, kể từ vua quan cho đến thứ dân, kẻ khốn cùng đều được giác ngộ như Ngài. Cho nên Ngài đã nói: "Ta là Phật đã thành, chúng sanh là Phật sẽ thành." Ngài là người hướng đạo, chỉ dẫn đường lối cho những ai muốn tu tập, Ngài không thể tu tập thay cho chúng sinh mà con người phải tự mình tu tập mới giải thoát được khỏi khổ đau phiền não do tham sân si trói buộc, mới ra khỏi sinh tử luân hồi được. Cho nên Ngài đã nói: "Các người hãy tự mình thắp đuốc lên mà đi". Ngài khuyên hãy nên nương tựa vào chính mình và đi theo con đường giải thoát bằng nỗ lực của chính bản thân mình.

Nói tóm lại, điểm then chốt trong việc phân biệt giữa Phật giáo với Kitô Giáo nói riêng, các truyền thống tín ngưỡng lớn khác trên thế giới nói chung là vấn đề có hay không một Đấng Sáng Tạo? Đối với Phật giáo, tất cả mọi sự mọi vật đều do nhân duyên hòa hợp (duyên sinh), do đó không hề có một Đấng Sáng Tạo. Ngoài ra, với Kitô Giáo, Thiên Chúa chính là Chân Lý, là hơi thở, là con đường giải thoát, bất cứ ai đến với Ngài, tin nơi Ngài sẽ được cứu rỗi. Với Phật Giáo, Đức Phật Thích Ca là bậc Đạo Sư đã tìm ra con đường giải thoát, hướng dẫn những ai muốn giải thoát khỏi đau khổ trầm luân, hãy đi theo con đường mà Ngài đã kinh qua. Ngài chỉ là người dẫn đường, còn người đi theo phải tự mình làm chủ, tự mình tu tập để đi đến giải thoát chứ không nương nhờ ở bất cứ đấng Thần quyền nào để được giải thoát.

Tâm Diệu

[01] Kitô giáo bao gồm nhiều truyền thống tôn giáo với các dị biệt văn hóa cũng như hàng ngàn xác tín và giáo phái khác nhau. Trải qua hai thiên niên kỷ, Kitô giáo tự hình thành nên ba nhánh chính: Công giáo Roma, Chính Thống giáo Đông phương và Kháng Cách (Protestantism). Tính chung, đây là tôn giáo lớn nhất thế giới với hơn 2,1 tỉ tín hữu (chiếm khoảng 34% dân số thế giới). (Theo Bách khoa toàn thư mở Wikipedia)

[02] Kinh Tin Kính các Tông Đồ, cũng gọi là Biểu Tín các Tông Đồ, là kinh Tin Kính xưa nhất, có từ thế kỷ thứ II. Bản này tổng hợp các công thức đã có trước đó. Từ thế kỷ thứ VI, bản này có hình thức như ngày nay. Đây là bản tuyên xưng những tín điều chính yếu nhất khi chịu phép Rửa.

[3] Kinh Kalama (trong Kinh Tăng Chi Bộ III.65)

http://thuvienhoasen.org/D_1-2_2-69_4-11426_5-50_6-1_17-78_14-1_15-1/kinh-kalama-anh-viet-thanissaro-bhikkhu-thich-minh-chau.html

[4] Theo định nghĩa trong tự điển thì Faith hay Đức Tin là "sự tin chắc vào một cái gì đó mà không chứng minh được cái đó có thực" (Firm belief in something for which there is no proof.) Định nghĩa của Reason hay Lý Trí trong tự điển là "khả năng có những tư tưởng hợp lý, suy lý, hoặc phân biệt" (The capacity of rational thought, inference, or discrimination) hay "suy xét đúng, phán đoán hợp lý" (good judgment, sound sense). Theo những định nghĩa trên thì hiển nhiên là Đức Tin Ki-Tô Giáo và Lý Trí của Phật Giáo là hai từ có nghĩa loại trừ hỗ tương (mutual exclusive), có cái này thì không có cái kia. Thật vậy, khi chúng ta dùng lý trí để xác định và chấp nhận một điều gì thì chúng ta không cần đến đức tin, và khi chúng ta tin vào điều gì mà không cần biết, không cần hiểu, thì lý trí trở nên thừa thãi.

ARE ALL RELIGIONS THE SAME?

Author: Tâm Diệu

Translated by Nguyên Giác

Some say that "***all religions are the same***." This statement sounds reasonable at first glance and is a compelling idea. If understood in a simple way, in the ethical category that every religion teaches people to do good and avoid evil, then this saying is very reasonable. However, we need to rethink and re-evaluate that concept through the lens of religion.

To begin with, the phrase ***"all religions are the same"*** or "any religion is good" is simply a customary politeness used to satisfy guests, friends, or perhaps owing to a lack of knowledge of religious distinctions. Within the framework of this essay, the author highlights the essential distinctions between Christianity and Buddhism, the two major faiths with a big number of adherents in Vietnam, in order to provide enough information to people who believe "all religions are the same" to make an appropriate choice. Every individual has the right to practice any religion that he or she deems suitable. Of course, each person is responsible for his or her choice. The author only invites the readers to consider the truth.

Before delving into the specifics, it is important to recognize that Buddhism is ideologically and philosophically distinct from other religions around the world. According to Buddhism, there is no Creator God, no doctrine, no eternal immortal soul, and no strong being who decides the fate of all people on the planet. As a result, the essential issue in separating Buddhism from the world's great religious traditions is the question of whether or not there is a Creator. Because Buddhism accepts the explanation of emptiness and dependent origination, the concept of a "first cause" is not put forward to explain.

The first fundamental difference between the two religions is Religious Belief.

For Christianity, faith is the core of the religion. If you don't believe, you can't become a Christian. Without faith, it is impossible to practice what Christianity requires. Faith is recorded in the Apostles' Creed, often referred to as the Creed. "*I believe in one God, the Father almighty, maker of heaven and earth and of all things visible and invisible."*

In the case of Buddhism, the religion's founder, Shakyamuni Buddha, advised those who wanted to follow him not to believe anything simply because it was said by one of their gurus, from where there is authority, handed down by scripture or by ancient tradition, but rather to use their reason and intelligence to consider and accept something only after they had experienced happiness and peace. He said, *"I do not teach anyone to come to believe, but to come to see and to practice."* This encouraged those who wanted to follow Him to study His teachings carefully and left them free to decide whether to accept them. He did not tell anyone to come and accept this religion if they did not understand his teachings. (Kalama Sutta)

In short, Christianity is a religion of "belief" (faith) and Buddhism is a religion of "reason" (wisdom).

The second difference between Christianity and Buddhism is the concept of liberation.

For Christianity, salvation is "deliverance from sin through a Savior." This liberating doctrine is based on certain creeds that Christians must believe, and this faith is absolute, indisputable, and undiscussable. As a result, in order to be free, Christians must accept several of the dogmas contained in the Apostle's Creed. In it, Jesus is the foundation, the Maker, and the only One who has the power to give Salvation (Romans 3:24, 25; 5:21; Acts 4:12; Hebrews 12:2). Those who do not believe in Jesus will not have their sins forgiven and will be punished in hell.

According to Buddhism, this life is illusory and temporary, in which sentient beings have to live in suffering because of boundless greed. This unsatisfied desire binds beings with conflicts and suffering, leading to continuous samsara in the cycle of birth and death. Humans can only liberate themselves from suffering, from the cycle of birth and death, through their own efforts to cultivate themselves: to do good, to avoid evil, and to purify the mind. The four fundamental truths of Buddhism (the Four Noble Truths) hold that all sufferings of beings have one or more causes, they can be eliminated, and there is a path to eliminate that suffering. That path is the way to liberation, the Noble Eightfold Path, in the basic teachings of Buddhism. This teaching is condensed into three subjects: Virtue, Concentration, and Wisdom. Practicing Virtue and Concentration leads to Wisdom, freedom from ignorance, selfishness, and suffering, and the attainment of Nirvana.

That is the outline of the difference between liberation in Buddhism and in Christianity. The basic distinction is that Christians rely on the power of the other, namely redemption, whereas Buddhists focus on self-cultivation, lighting up their torch of wisdom to leave the darkness. Buddhism's philosophy is a philosophy of how to live because it is a liberating truth that only those who practice it can accomplish and completely grasp, thus Buddhists must follow it themselves on the path to liberation. The Buddha himself said, "*No one can save us but ourselves.*" The Buddha is only a guide. He only teaches us how to create causes that lead to a good result, which is the goal of liberation. Our fate is not in the hands of any god or Creator God, nor is it in the hands of the Buddha.

With Christianity, because it is a salvation religion, people only need to put all their faith in a single supernatural being in order to ask for their liberation: "*For God so loved the world, that He gave His only begotten Son (sic) so that everyone who believes in Him will not perish, but have eternal life.*" (Crossing The Threshold of Hope, p. 76)

The third difference between the two religions is the theory of Creation.

Christianity believes in a single God, an almighty Creator who created and controls the entire visible and invisible universe. Genesis, one of the Old Testament scriptures, says that God created the universe, all things, and humans in 7 days. Therefore, Christians believe that everything in the world has a cause, from which, by searching for it, there must be a first cause, and their God is that first cause.

All things, according to Buddhism, manifest via the harmony of causes and conditions, in the flow of change and impermanence. This world, in essence, is just a stream of impermanent variables, not created by any almighty Being. Because everything in the cosmos is governed by the law of cause and effect, the universe evolves impermanently. Through the conditions, the cause becomes the effects, and the effect, thanks to the supporting conditions, creates the new effect... Just like that, everything in the world keeps on being born, changing constantly according to the process of becoming, lingering, decaying, and vanishing into emptiness.

The fourth difference between the two religions is the religion's founder.

For Christianity, God is the almighty Creator who created the universe and all things.

For Buddhism, Shakyamuni Buddha was a real historical figure whose clear biography is recognized worldwide. He actually lived in this world, and he did not claim to be an almighty being or the Creator. He also did not let his disciples call him an almighty being or the Creator. Buddha was a totally and completely enlightened individual, a Master who discovered the path to liberation through his own personal experience, with no one teaching him, no one blessing him, and he was not a transformation of any celestial being.

The Buddha was a person like everyone else, but it was through personal practice that he found the way to liberation. Following his enlightenment, he taught the Dharma to everyone, so that anybody with a conditioned relationship to practice the Dharma, from monarchs and officials to commoners and the destitute, could become enlightened like him. As a result, he declared, "I have already become a Buddha, and sentient beings are the Buddhas to be."

The Buddha has served as a guide for people who wish to practice. To be liberated from the pain and afflictions produced by greed, hatred, and delusion, and to transcend the samsara river of birth and death, the Buddha could not cultivate on behalf of sentient beings; instead, each person must practice on his or her own. That is why the Buddha stated, "Light your own torches and march forward." He told us to rely on ourselves and walk the path of emancipation on our own.

In brief, the question of whether or not there is a Creator distinguishes Buddhism from Christianity in particular, and other major religious traditions around the world in general. According to Buddhism, everything is caused by the law of interdependence origination, hence there is no Creator. Furthermore, in Christianity, God is the Truth, the Breath, and the Way of Salvation, for whoever comes to Him and believes in Him will be saved.

Shakyamuni Buddha is the Spiritual Master who discovered the route to liberation in Buddhism, teaching individuals who seek to be free of suffering and the cycle of birth and death by following the path of liberation that he experienced. The Buddha is only a guide, and followers must be their own masters and self-cultivators in order to achieve freedom, rather than relying on any theocracy.

(All notes were removed in the English version for simplicity.)

3

ĐỐT VÀNG MÃ MỘT HỦ TỤC MÊ TÍN CẦN HỦY BỎ

Tâm Diệu

Trong các ngày lễ ông Công, ông Táo (23 tháng Chạp), lễ Nguyên Tiêu (rằm tháng Giêng) và lễ Vu Lan (rằm tháng Bảy) hàng năm mọi người đua nhau mua sắm vàng mã to để đốt hầu lấy được nhiều tài lộc. Thậm chí, họ còn mua cả đồ mã kỹ thuật cao (hi-tech) như: điện thoại loại iPhone 5, máy tính bảng iPad Air gửi cho ông Công, ông Táo, và còn mua nhiều hơn nữa vào dịp Tết đến để gửi cho cha mẹ, ông bà. Theo GS Ngô Đức Thịnh, Giám đốc Trung tâm Nghiên cứu và Bảo tồn văn hóa tín ngưỡng Việt Nam, hiện nay, nhiều người dân đốt vàng mã một cách vô cùng **"lãng phí và sai lầm"**.

GS Thịnh nói, gia đình ông không bao giờ sắm hàng mã iPhone, iPad… gửi cho các cụ. Vì thời xưa, các cụ không biết iPhone, ô tô, tivi là gì. Do vậy, nếu các cụ có nhận được chăng nữa cũng không biết dùng. Trong cuộc trao đổi thông tin báo chí về lễ hội chùa Hương 2014 vừa diễn ra tại Hà Nội, Thượng tọa Thích Minh Hiền – Trụ trì chùa Hương cho rằng, người dân đang hiểu lầm, đốt nhiều tiền vàng âm phủ sẽ được nhiều tài lộc…Thượng tọa cho hay, tại chùa Hương, nhiều năm qua, vẫn còn hiện tượng đốt tiền âm phủ, nhưng chủ yếu là bà con kinh doanh buôn bán, Phật tử không mang tiền vàng mã vào đốt. "**Không có sự linh thiêng trong việc đốt vàng mã**", Thượng tọa Thích Minh Hiền khẳng định.

Cũng nên biết, theo sử sách của người Trung Hoa, tục đốt vàng mã xuất xứ từ thời nhà Hán. Nguyên do vì nhà vua muốn thực hành lời dạy của Đức Khổng Tử: "Sự tử như sự sinh, sự vong như sự tồn", nghĩa là thờ người chết như thờ người sống, thờ người mất như thờ người còn và cho rằng người mất sống nơi cõi âm vẫn có những nhu cầu như kẻ còn sống như tiền bạc, nhà cửa, thực phẩm v.v... Nên khi nhà vua băng hà, phải bỏ tiền bạc thật vào trong áo quan để vua tiêu dùng. Sau đó quan bắt chước vua và rồi dân bắt chước quan. Ai cũng chôn tiền thật theo người chết. Bọn trộm cướp biết vậy nên đào trộm mồ những người giầu có, như mộ vua Hán Văn Đế bị quân trộm khai quật lấy hết vàng bạc châu báu. Về sau từ quan đến dân thấy việc chôn tiền bạc thật quá tốn kém nên mới nảy sinh ra dùng giấy cắt ra làm tiền giả, vàng giả để thay thế. Dần dà người dân bắt chước và trở thành tập tục. Đến năm Khai Nguyên thứ 26 (738 DL), đời Đường Huyền Tông, nhà vua ra sắc dụ cho phép dùng tiền giấy thay cho tiền thật trong việc cúng tế cầu siêu do quan tế tự Vương Du phụ trách. Việc sử dụng vàng mã chính thức bắt đầu từ đấy.

Không bao lâu, dân chúng chán bỏ vì thấy việc đốt vàng mã không hiệu nghiệm, họ đốt đủ thứ cần dùng để người quá cố tiêu dùng mà không thấy được báo mộng hay có một hiện tượng gì chứng tỏ người chết được hưởng dụng, nhất là đối với những người nghèo không đủ tiền mua sắm đồ mã nên họ bảo nhau không đốt nữa, thế là nghề làm đồ mã bị ế ẩm. Sách Trực Ngôn Cảnh Giác của Trung Hoa kể lại rằng Vương Luân là dòng dõi của Vương Du, vì không muốn nghề nghiệp gia truyền làm vàng mã bị mai một, nên cố gắng hết sức để chấn hưng nghề làm đồ mã, bèn lập mưu với người bạn thân, lên kế hoạch bí mật chết giả, bằng cách để người bạn thân đó giả vờ đau ốm cho mọi người biết, khoảng vài ngày sau Vương Luân loan tin người bạn thân đã qua đời, sau đó khâm liệm bỏ vào quan tài chờ ngày an táng. Nhưng sự thật thì người bạn của Vương Luân vẫn còn sống, tuy ở trong quan tài nhưng vẫn có lỗ trống ở dưới đáy để thở và đưa thức ăn vào. Đến ngày đưa đám tang, trong khi lễ nhạc linh đình, phúng điếu rộn rịp, Vương Luân đem giấy tiền vàng mã và những đồ dùng bằng giấy như nhà cửa, áo quần và hình nhân thế mạng, đích thân làm lễ cúng tế để cầu nguyện cho người bạn thân. Sau đó ông ta đốt hết giấy tiền vàng mã và hình nhân thế mạng.

Khi đốt xong thì quan tài tự nhiên rung động, ai nấy đều mục kích rõ ràng, vội cùng nhau mở nắp quan tài ra. Người bạn thân của Vương Luân quả nhiên sống lại, đến trước mặt Vương Luân phủ phục xuống đất cảm tạ và thuật lại cho mọi người nghe rằng chư vị thần dưới cõi âm đã nhận được vàng mã và hình nhân thế mạng nên thả hồn ông ta trở về cõi trần, nên ông ta mới được sống lại.

Mọi người đều tin là thật và tin tức được loan truyền rộng rãi trong dân gian, nên đồ mã của Vương Luân sau đó lại được hưng thịnh như xưa. Nhờ thế các nhà buôn đồ mã lại làm giầu một cách nhanh chóng và phổ biến sang các nước chư hầu để tiêu thụ, trong đó có Việt Nam. Sau này do sự cạnh tranh nghề nghiệp, nên người bạn thân đã tiết lộ mưu kế gian xảo của Vương Luân và vì thế ngày nay chúng ta mới biết lai lịch việc này.

Tục lệ đốt vàng mã này ảnh hưởng sâu đậm vào nước ta, từ vua chúa đến thứ dân. Vụ đốt vàng mã lớn nhất Việt Nam vào đầu thế kỷ 20 là trong đám tang của Vua Khải Định, băng hà vào ngày 25 tháng 11, năm 1925, triều đình Huế đã làm nguyên cả ngôi điện Kiến Trung bằng giấy thật lớn và nhiều loại đồ dùng của vua như ngự liễn, long xa, tàn kiệu, v.v... để đốt theo vua.

Có thể từ đó người dân Việt trong bất cứ dịp lễ nào, từ ngày rằm, mùng một hàng tháng đến ngày Tết, ngày hoá vàng, ngày cúng giỗ tổ tiên ông bà hay dọn nhà, giải hạn, lập bàn thờ, bốc bát hương... đều phải có ít nhất vài bó vàng tiền để đốt như là một sự gửi gắm và chăm lo cho những người đã khuất có được một cuộc sống sung túc ở cõi âm, hoặc mong được thứ lỗi, hay có được sự thanh thản trong tâm hồn. Với suy nghĩ, càng mua nhiều đồ hàng mã càng tốt, đồ càng đắt tiền càng có nhiều lộc và càng được bình an, người ta **không ngần ngại lấy tiền thật để đổi lấy tiền giả** là những tờ giấy xanh đỏ hay những vật dụng bằng giấy mầu.

Ngày nay, dưới ánh sáng văn minh khoa học, ai cũng biết người chết không thể nào tiêu xài số tiền vàng và các thứ cần dùng chôn theo ấy. Như có người ở Hà Nội cúng người chết cả máy điện thoại iphone 5, máy tính bảng ipad cầm tay bằng giấy, Honda Dream bằng giấy và máy vi tính bằng giấy nữa. Khi còn sống không hiểu người chết ấy có biết sử dụng máy vi tính, iphone, ipad hay xe Honda không? Một mẩu tin phóng sự kể lại:

"Tại phố Hàng Mã, điểm "phân phối" hàng mã cho những người bán rong trên các đường phố luôn đông nghịt người mua sắm, bộ cúng thần linh rẻ nhất cũng 15.000 đồng, cúng chúng sinh giá tương tự. Chúng tôi chen chân hỏi mua đồ cúng với giá "bình dân" đã không được các chủ hàng bán. Tôi chứng kiến một phụ nữ trung niên cùng cô con gái đến mua nhà lầu, xe hơi, điện thoại di động, tivi, xe máy, quần áo, tiền dollars Mỹ. Họ còn mua thêm một cô gái bằng giấy như búp bê, mang giày cao gót, mặc váy ngắn, áo lửng. Khi bà mẹ cầm "cô gái" trong tay thì cô con gái cầm ngay chiếc kéo nhỏ đâm lia lịa vào mặt hình nhân thế mạng. Giải thích cho những người hiếu kỳ xung quanh về việc làm kỳ quặc của cô con gái, người phụ nữ trung niên nói: "Bố cháu làm tổng giám đốc, nay xuống dưới ấy cũng phải gửi cho ông ấy cô thư ký, nhưng phải làm cho nó xấu xí để khỏi trở thành bồ của bố cháu".

Hòa Thượng Thích Thanh Nhiễu – Phó chủ tịch thường trực Hội đồng trị sự Giáo Hội Phật giáo Việt Nam, trụ trì chùa Bái Đính (Ninh Bình) cho rằng: **"Giáo hội Phật giáo Việt Nam không chủ trương cho phép đốt vàng mã và trong tất cả các kinh sách của Phật, không có điều nào Phật dạy người dân đốt vàng mã."** Đúng là như vậy, hoàn toàn không có việc đốt vàng mã cúng tế người chết được ghi trong tam tạng kinh điển của nhà Phật. **Đạo Phật hoàn toàn bác bỏ hủ tục mê tín này.** Quan niệm sống chết đối với Phật Giáo chỉ là hai mắt xích trong một chuỗi sinh tử dài vô tận, từ vô thủy, cho tới ngày giải thoát khỏi vòng sinh tử luân hồi. Do đó, Phật giáo không có khái niệm về một nơi chốn dành riêng cho những người đã chết, mà dân gian thường hay gọi là cõi âm hay là âm phủ. Có thể đây là những từ ngữ của tín ngưỡng dân gian.

Trước đây, trong một buổi khai thị cho một nhóm Phật tử khi đến tham học với Hòa Thượng Thích Thanh Từ tại Thiền Viện Trúc Lâm Phượng Hoàng Đà Lạt (trong đó có người viết), Ngài cho biết

"lỗi lầm mê tín đốt vàng mã này là do nơi quý Tăng ni không giáo dục quần chúng Phật tử."

Cố Hòa Thượng Thích Thánh Nghiêm, một vị cao Tăng thời cận đại, trong một bài giảng Phật Pháp, nói rằng: *"Rất đáng tiếc là hiện nay, đa số tăng ni cũng không hiểu đạo lý, thậm chí Phật tử ở Trung Hoa lục địa sang Đài Loan còn phát minh ra loại tiền giấy đặc biệt gọi là "tiền giấy vãng sinh", tức là trên một tờ giấy màu vàng, dùng mực đỏ in bài chú vãng sinh bằng chữ Phạn. Thực ra, công dụng tụng chú và tác dụng đốt tiền giấy là hai chuyện căn bản khác nhau..."* Hơn nữa, các tăng ni tụng kinh, lễ sám, cầu đảo v.v...đều có viết sớ. Đọc sớ xong rồi đốt sớ đi. Đó là bắt chước đạo gia đọc sớ cho quỷ thần nghe, đó là mê tín, hoàn toàn không có căn cứ gì trong giáo lý đạo Phật cả. Trong mọi việc, Phật giáo đều chủ trương lấy tâm thành kính để có cảm ứng. Đã đạt tới chỗ tâm thành và cảm ứng rồi, là có linh nghiệm, chứ không cần phải đốt lá sớ."

Nếu cho rằng việc đốt vàng mã làm người sống cảm thấy trong lòng thanh thản hơn, an lạc hơn, thì chỉ là một cách nói, một cách đánh lừa tâm thức, nếu có chăng chỉ là an lạc tạm thời như người dùng thuốc phiện. Muốn tâm thảnh thơi an lạc, không có gì hay hơn là trong cuộc sống hàng ngày chúng ta thực hiện lời Phật dạy:

Không làm điều xấu, ác
Siêng làm điều thiện, lành
Tự thanh tịnh tâm ý

Còn chuyện hoang đường như đốt vàng mã, thì ngoài việc đã làm tổn hại tài nguyên, còn **mâu thuẫn** cả về mặt tâm tư. Trong khi chúng ta cầu nguyện cho người thân quá vãng được tái sanh vào cõi an lành, như sanh cõi trời hay cõi người hay về cảnh giới Tây phương cực lạc hay một cảnh giới thanh tịnh nào đó mà lại đi đốt giấy tiền vàng mã và đồ dùng bằng giấy xuống âm phủ cho người thân tiêu dùng trong các lễ tang, lễ giỗ, thì như vậy có phải chúng ta cầu cho người thân ở mãi cảnh giới âm u tối tăm đó để xài tiền ma, đồ dùng ma hay sao. Thậm chí có người, khi đốt xong còn lo lắng không biết người thân có nhận được không? …

(Trích từ sách Phật Pháp Trong Đời Sống, Nhà xuất bản Hồng Đức 2014)

BURNING VOTIVE PAPER: A SUPERSTITIOUS CUSTOM THAT NEEDS TO BE ABOLISHED

Author: Tâm Diệu

Translated by Nguyên Giác

During the annual rituals to worship Mr. Cong and Mr. Tao (on the 23rd day of the 12th lunar month), the Nguyen Tieu festival (on the full moon day of the 1st lunar month), and the Vu Lan festival (on the full moon day of the 7th lunar month), many people buy votive paper to burn, praying for prosperity and good luck. They even purchase and burn ritual votive paper in the shape of modern personal gadgets like iPhones and iPad Air tablets to offer to Mr. Cong and Mr. Tao. Additionally, they buy more during the Tet Festival to send to their deceased parents and ancestors. According to Professor Ngo Duc Thinh, Director of the Center for Research and Preservation of Vietnamese Religious Culture, many people burn joss paper in a **wasteful and incorrect** manner.

Professor Thinh said that his family never buys iPhone or iPad votive papers to offer to their ancestors. Because in the past, people were unfamiliar with concepts such as iPhones, cars, and televisions. Therefore, even if they received it, they would not know how to use it. During a press briefing on the 2014 Perfume Pagoda Festival held in Hanoi, Venerable Thich Minh Hien, the Abbot of Perfume Pagoda, expressed concern over a common misconception. He stated that many people mistakenly believe that burning excessive amounts of joss paper for the underworld will bring them wealth and good luck. The Venerable explained that at the Huong Pagoda, the practice of burning joss paper money to the underworld has persisted for many years. However, this practice is primarily observed by business people, while true Buddhists do not participate in burning joss paper money. **"There is no sacredness in burning votive paper,"** affirmed Venerable Thich Minh Hien.

According to Chinese history, it is important to note that the custom of burning votive paper dates back to the Han Dynasty. The reason is that the king wanted to follow the teachings of Confucius, who said, "Respect the deceased as you respect the living, and honor the departed as if they are still present." People believe that the deceased in the afterlife still exist and have the same needs as the living, such as money, housing, and food. Therefore, when the king dies, the royal court must place real money in the coffin for the king to take with him. Then the mandarins imitated the king, and the people imitated the mandarins. They also buried actual money with the deceased. Thieves were aware of this, which is why they resorted to digging up the graves of wealthy individuals, such as the tomb of King Han Van De. This particular tomb was excavated by thieves who made off with all the gold, silver, and jewels. Later, officials and individuals discovered that burying actual money was too costly, prompting them to resort to using paper cutouts to create counterfeit currency and fake gold as substitutes. Gradually, people began to imitate it, and it became a custom. In the 26th year of Khai Nguyen (738), during the reign of Đường Huyền Tông, the king issued an edict permitting the use of paper money instead of physical currency for requiem offerings conducted by the royal priest Vuong Du. The official use of votive paper started there.

Not long after, people became discouraged and abandoned this custom because they realized that burning votive paper was ineffective. They burned all the items necessary for the deceased's consumption without witnessing any dreams or phenomena that would prove the deceased's entitlement to use them. This was especially difficult for poor individuals who could not afford to purchase votive items. As a result, they decided to stop burning these items, leading to a decline in the profession of making votive objects. The Chinese book *"Trực Ngôn Cảnh Giác"* (Straight Words To Be Vigilant) recounts that Vuong Luan was a descendant of Vuong Du. Because he did not want the family-owned profession of making votive papers to be lost, he made every effort to revive the practice of creating votive offerings. As a result, he devised a plan. A close friend secretly planning to fake his death, Vuong Luan announced a few days later that his friend had passed away. He then wrapped the body in a shroud and placed it in a coffin, awaiting burial. But the truth was, Vuong Luan's friend was still alive. Even though he was in the coffin, there was still a hole at the bottom to allow for breathing and the insertion of food. On the day of the funeral, amidst the grand music and bustling funeral offerings, Vuong Luan brought joss paper and paper items, such as houses, clothes, and figurines, to symbolize the deceased's life. He personally conducted the offering ceremony. He then burned all the joss paper, money, and figurines representing life.

When the votive paper was burned, the coffin vibrated naturally. People saw clearly, so they quickly opened the coffin lid together. Vuong Luan's close friend was indeed resurrected. He knelt down in front of Vuong Luan, thanked him, and informed everyone that the gods in the underworld had accepted the votive paper objects and the paper doll, thus freeing his soul. Then he returned to the earthly world and was resurrected.

Everyone believed that the resurrection story was true, and this narrative was widely retold in folklore. As a result, Vuong Luan's votive products became highly sought after and flourished once again. Therefore, votive paper merchants quickly became wealthy, and this trade spread to neighboring countries, including Vietnam, for consumption. Later, due to professional competition, a close friend exposed Vuong Luan's cunning scheme, and that is why we are aware of this dubious story today.

This tradition of burning votive paper has had a profound impact on our country, from the monarchy to the general population. The largest burning of votive paper in Vietnam in the early 20th century occurred at the funeral of King Khai Dinh. After the king's death on November 25, 1925, the Hue court used votive paper to create replicas of the entire Kien Trung palace and various items belonging to the king, including royal palanquins and chariots, which were then burned as offerings for the deceased king.

Maybe since then, Vietnamese people have made it a tradition to burn joss paper, also known as fake money, on various occasions. These occasions include the full moon day, the first day of every lunar month, New Year's Day, the ancestors' death anniversary, the day of cleaning the house, the day to release bad luck, the day of making an altar, or the day of picking incense bowls. It is believed that burning joss paper is a way to pay tribute to the deceased and ensure their prosperity in the underworld. It is also done in the hopes of seeking forgiveness and finding peace of mind. With the belief that the more votive items they purchase, the greater their fortune and peace will be, people **willingly exchange real currency for counterfeit money**, such as red and green papers or other objects crafted from colorful votive paper.

Today, in the era of scientific civilization, it is widely understood that the deceased cannot utilize money or possessions that are cremated or buried with them. Yet, there are still people in Hanoi who offer votive paper products in the form of iPhones, iPads, Honda Dreams, and computers to the deceased. I wonder if, when they were alive, those deceased individuals knew how to operate a computer, iPhone, iPad, or Honda car.

A news report recounted the following:

"At Hang Ma Street, which serves as the main distribution point for votive goods to street vendors in bustling shopping areas, the minimum price for a set of offerings to the gods is 15,000 VND. The price for worshiping sentient beings is also around the same range. We jostled around and asked to buy offerings at "affordable" prices that were not being sold by the shop owners. I witnessed a middle-aged woman and her daughter come to buy votive offerings in the form of miniature houses, cars, cell phones, televisions, motorcycles, clothes, and US dollars. They also bought a paper girl, resembling a doll, dressed in high heels, a short skirt, and a mid-length shirt. When the mother held the "girl" in her hand, her daughter immediately grabbed a pair of small scissors

and repeatedly stabbed the life-sized doll in the face. When asked about her daughter's peculiar behavior, the middle-aged woman explained, "Her late father used to be the general manager. Now we have to send him a female secretary, but we have to make sure she is unattractive so that she doesn't become romantically involved with her father."

Venerable Thich Thanh Nhieu, the Permanent Vice Chairman of the Executive Council of the Vietnam Buddhist Sangha and the abbot of Bai Dinh Pagoda (Ninh Binh), stated, "***The Vietnam Buddhist Sangha does not support the practice of burning votive paper. Furthermore, there is no mention in any of Buddha's scriptures instructing people to burn votive paper***." That's right, there is absolutely no record of burning votive paper to offer to the dead in the Buddhist canon. **Buddhism completely rejects this superstitious custom**. The concept of life and death in Buddhism is seen as two links in an unending chain of birth and death, spanning from time immemorial until the day of liberation from the cycle of birth and death. Therefore, Buddhism does not have the concept of a place reserved for the dead, commonly referred to as the underworld. Maybe these are words of folk belief.

Previously, during a Dharma session at Truc Lam Phuong Hoang Zen Monastery in Da Lat, the Venerable Thich Thanh Tu made a statement to a group of Buddhists, which included me. He said, "***The practice of burning votive paper is a superstitious mistake that occurs because the monks and nuns have not properly educated the Buddhist community***."

The late Venerable Thich Thanh Nghiem, a highly respected modern monk, said in a Buddhist lecture, *"It is very unfortunate that nowadays, the majority of monks and nuns, even in China, do not understand the Dharma." Taiwan also invented a special type of paper money called "rebirth paper money." This money is printed on yellow paper using red ink to display the rebirth mantra in Sanskrit. In fact, the effects of reciting mantras and burning joss paper money are two fundamentally different things. Furthermore, monks and nuns who recite sutras, perform repentance ceremonies, and pray for blessings, among other practices, all have written notes that are chanted and burned in the offering rituals. That custom is derived from the Taoists, who recite scriptures to ghosts and deities. It is a superstition and has absolutely no basis in Buddhist teachings. In all things, Buddhism advocates using a sincere heart to gain inspiration. Once you have reached a state of sincerity and understanding, you will have a spiritual experience, and there is no need to burn the notes as offerings to deities and spirits."*

If you believe that burning votive paper brings a sense of peace and joy to the living, it is merely a metaphorical expression that deceives the mind. In reality, it only provides temporary tranquility, similar to the effects of using opium. If you want a joyfully peaceful mind, there is nothing better than practicing the teachings of Buddha in our daily lives.

Don't engage in any unwholesome activities.
Be diligent in doing good.
Keep your mind pure.

As for myths like burning votive paper, they damage resources and **contradict wishes**. While we pray for our deceased loved ones to be reborn in a peaceful realm, such as the heavenly or human world, the Western blissful realm, or some other pure realm, during funerals and death anniversaries, we burn joss paper money and items to send them to the underworld for our relatives to use. Do we pray for our loved ones to remain in that dark realm indefinitely, spending ghostly money and using votive paper items? After burning votive paper, some people even worry about whether their deceased loved ones will receive it to use in the underworld.

(Excerpted from the book ***Live The Buddhist Teachings***, Hồng Đức Publishing House, 2014)

4

QUAN ĐIỂM CỦA PHẬT GIÁO
VỀ VẤN ĐỀ XEM TỬ VI BÓI TOÁN
Tâm Diệu

Có lẽ ai cũng biết rằng tử vi bói toán là một khoa giải đoán tương lai đời người về vận mạng, tình duyên, gia đạo, học hành thi cử, thời vận thịnh suy, tốt xấu và chọn hướng nhà đất thích hợp, bao gồm cả việc so đôi tuổi và hóa giải sự xung khắc vợ chồng, chọn ngày giờ tốt để khai trương, cưới hỏi, cùng là giải hạn xấu, dựa theo một vài yếu tố như ngày, giờ, tháng, năm sinh của người xin coi bói toán.

Trong thời đại ngày nay, vì lo lắng cho tương lai nhiều bất trắc, rất nhiều người muốn biết hậu vận nên việc xem tử vi bói toán ngày càng phổ biến. Giới làm ăn buôn bán cũng dựa vào chiêm tinh để quyết định công việc đầu tư và làm ăn. Những người khác từ việc mua nhà, đi xa, dựng vợ, gả chồng, cho đến việc tang ma...đều tìm đến những người coi bói toán để tham vấn, hầu dựa vào những lời khuyên đó mà làm theo. Tử vi, bói toán, đồng cốt đang lan rộng ra nhiều người, nhiều giới và nhiều nơi.

Khoa tâm lý học cho rằng, những người này thường là những người có **"vấn đề"** hoặc là về gia đạo, hay công danh sự nghiệp

76

không như ý, hay cũng có thể đang lo toan một điều gì không rõ nét. Họ cũng có thể là những người thường có tâm mong cầu và tâm sợ hãi, cùng là thiếu niềm tin nơi chính mình và lại hay tin vào việc bói toán hoặc tin vào một đấng thần linh, tin vào một định mệnh hay số mệnh đã an bài, và nếu là một Phật tử thì họ xem ông Phật như một vị thần linh tối cao có thể ban vui giáng họa.

Có nhiều hình thức bói toán, nhưng có ba loại phổ thông đối với người Á Đông chúng ta. Đó là bói bài, xem lá số tử vi và lên đồng nhập cốt. Việc coi lá số tử vi là dựa trên sự tương tác của các ngôi sao vào lúc người đó chào đời, những ngôi sao này mang một số đặc tính nhất định do **con người đặt ra**, xem như là thần linh hoặc là các thần linh trấn giữ các ngôi sao đó. Bói bài là dựa vào việc giải đoán những dấu hiệu do **con người vẽ ra** nơi những con bài. Còn bói qua việc lên đồng là để một vong linh người chết nào đó nhập vào và làm trung gian truyền thông ban bảo các lời khuyên hoặc hướng dẫn những ai đang cần giúp đỡ.

Ngày nay ở Việt Nam cũng như ở các nước phương Tây, sách báo về khoa bói toán nhiều vô số. Hầu hết những lời tiên đoán đều có tính chất chung chung, vô thưởng vô phạt, nhưng những người tin thường có tâm lý suy đoán và áp dụng cho trường hợp riêng mình, cho nên đôi khi họ cảm thấy đúng.

Vấn đề cần nói là chính việc xem bói toán, tử vi hoặc trực tiếp đến với các nhà coi bói hoặc gián tiếp qua sách báo, thì người tham dự cũng đều trực tiếp và tự nguyện tham gia vào những sinh hoạt thuộc lĩnh vực tâm thần, và đó là một lời mời rõ ràng, một cách **mở cửa cho những tư tưởng vui buồn lo sợ xâm nhập**, dễ sinh ra các áp lực trong tâm trí và trong đời sống, khiến cho một ngày kia người đó có thể rơi vào tình trạng xáo trộn tâm lý như có những nỗi sợ hãi ám ảnh trong cuộc sống và những nỗi buồn kinh niên. Ngay cả việc coi ngày tốt xấu cho việc quan hôn tang tế cũng có những hậu quả tiêu cực. Việc định ngày tốt xấu ghi trên lịch sách hoàn toàn không có cơ sở. Vì lợi ích kinh doanh, các nhà làm lịch sách đặt thêm phần coi ngày tốt xấu vào. Họ tự đặt ra ngày này nên làm việc này, ngày kia không nên làm việc nọ, rồi những người dễ tin tin theo. Việc tốt xấu là do nơi con người tạo tác. Một bằng chứng cụ thể là đa số người Tây phương không cần coi ngày tốt xấu khai trương cửa hàng, nhưng họ vẫn thịnh vượng phát đạt. Họ không có thờ thần tài, thờ ông địa, nhưng họ vẫn làm ăn buôn bán, phát tài như thường. Họ chỉ tính toán ngày giờ theo dự án, theo kế hoạch làm việc, theo khả năng chuyên môn nghề nghiệp.

Có thể khởi đầu chỉ là một chút tò mò muốn biết hậu vận mai này ra sao nhưng sau đó người đó **sẽ bị tác động không chỉ về phương diện tâm lý mà bị chính quyền lực của sự u tối, của tà linh, của mê tín điều khiển**, khiến cho người đó tưởng như không thể thoát ra khỏi số phận đã tiên đoán cho đời mình, rồi có thể hành động một cách vô ý thức, dẫn đến một kết thúc bi thảm. Như trường hợp một bà mẹ đã bắn chết đứa con của mình, vì ông thầy coi lá số tử vi của bà tiên đoán đứa con đang bị bệnh tâm thần của bà, sẽ không bao giờ lành mạnh, vì thế bà đã hạ sát con để cho nó khỏi khổ! Người đàn bà này đã bị bắt, bị kết án, trong khi nhà coi bói tiên đoán cho bà vẫn được tự do hành nghề.

Cũng có thể do sự **tin tưởng mù quáng**, khiến con người mất hết sức phán đoán và trí thông minh mà người ta thường gọi là **mê tín**. Mê tín đem lại những tai hại không thể lường trước được. Nó có thể làm hại cuộc đời con người, có thể làm tan nát cả gia đình, có thể làm suy sụp chuyện quốc gia đại sự. Như trường hợp một người vợ ghen bóng ghen gió, đi xem bói tử vi. Thầy bói nói chồng có nhân tình, trong lá số có sao đào hoa chiếu mệnh bèn tin ngay, không cần suy xét, không chịu tìm hiểu hư thực thế nào, thế là bà tức giận, ghen bóng ghen gió với người tình không có thực của chồng. Thế là hai vợ chồng cãi vã nhau, đưa đến hậu quả là gia đình tan nát do việc mê tín coi bói của người vợ. Hoặc có trường hợp đôi trai gái yêu nhau thắm thiết song chỉ vì một lời của thầy mà hai gia đình kiên quyết không cho lấy bởi "Có lấy được thì cũng sớm tan vỡ thôi" cho nên ca dao Việt Nam có câu:

Tay cầm tiền của bo bo
Đi coi thầy bói mang lo vào người.

Vậy quan điểm của Phật giáo đối với các vấn đề bói toán tử vi như thế nào?

Xin trả lời là đạo Phật là đạo giác ngộ giải thoát, là đạo chánh tín, không phải đạo mê tín. Việc coi bói toán tử vi, lên đồng nhập cốt **không có mặt trong giáo lý nhà Phậ**t. Cái mà mọi người thường gọi là số mạng tức là nghiệp lực trong Phật giáo. Nếu chúng ta tin có nghiệp lực thì tự nhiên là phải có số mạng, nhưng đức Phật dạy mọi sự đều do tâm tạo. Chỉ cần tâm an ổn thì chỗ nào cũng yên.

Trong kinh Chuyển Pháp Luân ngay sau khi Phật giác ngộ và kinh Di Giáo ngay trước khi Phật Niết-bàn, Ngài khuyên các đệ tử của Ngài là **không nên xem bói toán, xem quẻ, xem sao và xem tướng số.** Trong năm môn học được giảng dạy ở các trường đại học Phật giáo trước đây ở Ấn Độ không có môn tướng số và bói toán tử vi, tuy có dạy các môn thế học như là Ngôn Ngữ học, Thủ Công Nghệ học, Y học và Luận Lý học.

Theo quan điểm Phật giáo thì vấn đề tai họa hay sung sướng, khổ đau hay bất hạnh, giàu có hay nghèo khổ đều do nhân thiện ác mà chúng ta gieo trồng từ nhiều đời sống trước rồi đời này hay đời sau chịu quả báo. Lại cộng thêm sự nỗ lực hay lười biếng trong đời sống hiện tại mà có thể thay đổi hoặc ảnh hưởng đến vận mạng của đời này hay đời sau. Do việc gieo nhân khác nhau trong đời trước mà tiếp nhận hoàn cảnh khác nhau trong đời này. Cái gọi là hoàn cảnh cũng bao gồm cả di truyền của cha mẹ, bối cảnh văn hóa, văn minh, nuôi dưỡng và giáo dục, anh em, họ hàng, thầy bạn và đồng nghiệp. Tất cả đều ảnh hưởng đến vận mạng của cả một cuộc đời. Dù cho nhân tạo ra ở đời trước là xấu, dẫn tới hoàn cảnh hiện tại nhưng nếu có sự tu tập về mặt nội tâm và luyện tập thân thể tốt, trau dồi thêm ý thức mở mang trí tuệ thì vận mạng cũng sẽ biến đổi theo chiều hướng tốt.

Phật giáo quan niệm, con người không phải do một đấng thần quyền nào đó tạo ra, có thể bị sai sử, bị thưởng phạt, cho sống hay cho chết. Người Phật giáo không tin vào cái gọi là "**định mệnh**" an bài. Phật giáo cho rằng, sự vận hành biến hóa của vũ trụ và sự lưu chuyển của sinh mạng, là do **nghiệp lực** của chúng sinh tạo nên. Tiến trình nhân và quả không do một nhân vật toàn năng nào điều khiển và định đoạt mà do hành động qua thân, khẩu và ý của chúng ta hằng ngày. Đó là một định luật tự nhiên. Chúng ta trách nhiệm về những hành động chúng ta làm, thì chúng ta cũng phải gánh trách nhiệm về hậu quả của những hành động ấy. Việc chấp nhận ở đây không có nghĩa là tự mãn hay cam chịu với cái gọi là "số mệnh" an bài, bởi vì chúng ta có quyền tự do làm thay đổi và khắc phục những sự việc hay kết quả mà chúng ta không ưa thích. Như chúng ta thi rớt, chúng ta phải cố gắng luyện thi lại, thế nào cũng đạt được. Chúng ta làm chủ tạo nhân, chính chúng ta làm chủ thọ quả. Chỉ cần sáng suốt khi tạo nhân, chịu khó chăm sóc tốt cho nhân tăng trưởng, thì quả chín ngon ngọt sẽ đến tay chúng ta một cách dễ dàng. Đó là lý nhân quả, nếu chúng ta tin sâu và tin chắc lý này, chắc chắn sẽ không còn mê tín mà đi coi bói toán tử vi hay đi xin xăm cầu đảo.

Một vị cao Tăng người Trung Hoa là Trí Khải Đại sư, trong bài tựa cuốn "Đồng Mông Chỉ Quán", kể trường hợp chú Sa Di trẻ đệ tử của vị trụ trì đã chứng quả A La Hán. Vị trụ trì biết trong vòng một tuần nữa đệ tử mình sẽ chết, không thể tránh khỏi, bèn lẳng lặng cho đệ tử mình về thăm nhà. Chú Sa di trên đường về nhà thấy một ổ kiến lớn trên bờ đê đang bị một dòng nước xoáy đe dọa cuốn trôi đi. Chú Sa Di trẻ động lòng thương lũ kiến đang nháo nhác, bèn cởi quần áo nhảy xuống sông, ra sức đắp lại chỗ đê có thể bị vỡ để cứu ổ kiến. Cứu được ổ kiến, chú Sa Di tiếp tục lên đường về thăm nhà và sau một tuần trở lại chùa. Vị thầy trụ trì thấy đệ tử trở lại chùa bình an, khí sắc lại còn hồng hào hơn xưa, rất lấy làm lạ, bèn hỏi chú Sa Di, tuần lễ vừa qua đã làm những gì. Sau một hồi nhớ lại chú Sa Di đã tường thuật cặn kẽ đầu đuôi chuyện cứu một ổ kiến lớn thoát chết. Vị trụ trì kết luận là do chú Sa Di **phát tâm từ bi rộng lớn** cứu ổ kiến cho nên đã chuyển nghiệp, đáng lẽ phải chết trong vòng một tuần lại vẫn sống an toàn và còn tiếp tục sống thọ trong nhiều năm nữa.

Do câu chuyện trên, chúng ta thấy rằng không có một cái gì là cố định, không có một cái gì là định pháp hay định mệnh, tâm thức chúng ta biến chuyển từng sát na và do đó nghiệp thức lẫn nghiệp quả cũng thay đổi từng sát na. Nếu các ông thầy bói toán tử vi tướng số nói những gì xảy ra trong tương lai mà chúng ta tin, tức là chúng ta tin rằng muôn sự muộn việc là thường chứ không phải là vô thường và là định pháp chứ không phải là bất định pháp, tức là chúng ta mù quáng mà phủ nhận định luật nhân quả và giáo pháp vô thường của Phật dạy.

Tóm lại, đối với việc coi tử vi bói toán, cũng như việc xin xăm cầu đảo là những việc làm có tính cách mê tín, không có chỗ đứng trong Phật giáo. Người Phật tử được khuyên bảo cẩn trọng đừng để rơi vào hố sâu mê tín dị đoan khiến tâm bị rối loạn bởi sự sợ hãi không cần thiết. Một thời tọa thiền hay niệm Phật hằng ngày giúp ích rất nhiều để tự thanh lọc tư tưởng bất thiện trong tâm. Tâm được thanh lọc tự động dẫn đến một thân thể trong sạch và khỏe mạnh. Pháp Phật là liều thuốc chữa khỏi các loại tâm bệnh này. Một phút giây tâm được tịnh là ngưng tạo bao nhiêu nghiệp, ngưng gieo bao nhiêu nhân và xa bao nhiêu dặm khổ ải.

Trong kinh Pháp Cú, đức Phật có dạy:

"Không trên trời, giữa biển,
Không lánh vào động núi,
Không chỗ nào trên đời,
Trốn được quả ác nghiệp." (127)

Nếu như con người hàng ngày không làm các việc lành thiện, chỉ lo tạo tội, tạo nghiệp, trong cuộc sống đấu tranh giành giựt, khi quả báo đến, không ai có thể tránh được, dù cho có lên non xuống biển hay trốn vào hang núi.

(Trích từ sách Phật Pháp Trong Đời Sống, Nhà xuất bản Hồng Đức 2014)

BUDDHIST VIEWS ON THE ISSUE OF HOROSCOPE READING AND FORTUNE TELLING

Author: Tâm Diệu

Translated by Nguyên Giác

Perhaps everyone knows that horoscope and fortune-telling practitioners claim to have the ability to predict their clients' future experiences. They claim to be able to foresee whether their clients will have successful or unsuccessful fortunes, happy or sad love lives, stable or tumultuous family lives, high or low levels of education, and whether choosing a certain direction for their house will bring good or bad luck. They also claim to be able to determine whether a potential spouse is of an appropriate age or not. They also believe that they are able to choose a fortunate day and time to conduct business, get married, and overcome obstacles. To make predictions about the future, they only need to know the visitor's date, time, month, and year of birth.

Nowadays, many people rely on horoscopes and fortune-telling out of fear of an uncertain future, hoping to gain insight into what lies ahead. Many businesspeople also rely on astrology before making decisions about investments and businesses. Many people, before making important decisions such as buying a house, traveling, getting married, or choosing a funeral date, consult fortune-tellers for guidance and then act accordingly. Therefore, horoscopes, fortune-telling, and mediumship are spreading in society, influencing numerous individuals, various social classes, and multiple regions.

Psychology suggests that individuals who depend on fortune-telling often have **unresolved issues** with their family or career, or they may be concerned about something ambiguous. They can also be individuals who frequently experience desires and fears, lack self-confidence, and hold beliefs in fortune-telling, a higher power, or a predetermined fate. And if they are Buddhists, they view Buddha as a supreme spiritual figure who has the power to bring both happiness and disaster.

There are many forms of divination, but there are three types that are common among Asians. These include card reading, horoscope reading, and mediumship. Horoscopes are based on the alignment of the stars at the moment of a person's birth. These stars have certain characteristics **attributed to them by humans**, such as being associated with gods or spirits. Card reading is based on interpreting the symbols **depicted on the cards by humans.** Fortune-telling through séance involves allowing the spirit of a deceased person to enter and act as a medium, providing advice or guidance to those seeking help.

Today, in Vietnam as well as in Western countries, there are numerous books and articles about fortune-telling. Most predictions are general and innocuous, but believers often have a speculative mindset and apply them to their own situations. As a result, sometimes they perceive these predictions as accurate.

It should be noted that when reading fortune-telling or horoscopes, whether it is done directly through fortune-tellers or indirectly through books and newspapers, individuals are actively and willingly engaging in activities related to mental health. That is a clear invitation, **opening the door for thoughts of happiness, sadness, and fear to easily penetrate.** This can create pressures in the mind and in life, eventually leading a person to fall into a state of psychological disturbance, characterized by obsessive fears and chronic sadness. Even considering whether it is a good or bad day for marriage or funerals has negative consequences. Determining whether good or bad days are recorded on calendars has absolutely no basis. For business purposes, calendar makers include a section to consider favorable or unfavorable days. They designate a specific day for people to engage in a certain activity, and on the following day, they discourage people from participating in another activity. Consequently, those who are gullible readily accept and believe this information. Good and bad things are created by humans. A concrete proof is that most Westerners do not need to consider whether it is a good or bad day to open a store, yet they still prosper. They do not worship any god of wealth, yet they still manage to conduct business successfully. They only calculate days and hours based on projects, work plans, and professional skills.

Some individuals may initially feel a slight curiosity about what their future holds, but **then they become influenced, both psychologically and by a malevolent force of superstition.** From then on, they seemed unable to escape the fate predicted for their lives, so they acted unconsciously, ultimately leading to a tragic end. Like the case of a mother who shot and killed her child because her horoscope teacher predicted that her mentally ill child would never lead a normal life. She believed that by killing him, she was allowing him to escape a life of suffering. This woman was arrested and sentenced, while the fortune teller who provided her with predictions remained free to continue practicing.

It can also be due to **blind trust**, causing many people to lose their judgment and intelligence, which is often referred to as **superstition**. Superstition brings unpredictable harm. It can harm people's lives, destroy entire families, and ruin major national affairs. Just like the case of a jealous wife going to have her horoscope read. The fortune teller claimed that the woman's husband had a lover and that there was a romantic star in his horoscope. Without questioning the validity of the statement, the wife immediately believed it and refused to investigate further. Consequently, she became angry and jealous of her husband's imaginary lover. So, the couple quarreled, resulting in the family being torn apart due to the wife's superstitious belief in fortune-telling. There are cases where a boy and a girl love each other dearly, but just because of a prediction, the two families are determined not to let them get married. They believe that if they get married, they will soon break up. Vietnamese folk poems have a saying that goes as follows:

When you have a lot of money and live a worry-free life,
you may find yourself burdened with worries after consulting a
fortune teller.

What is Buddhism's view on horoscopes?
The answer is that Buddhism is a path of enlightenment, liberation, and right faith, not a path of superstition. Horoscope reading and spirit reading **are not part of Buddhist teachings**. What people often refer to as destiny is actually karma in Buddhism. If we believe in karma, then naturally there must be fate, but the Buddha taught that everything is created by the mind. As long as the mind is at peace, everything will be peaceful.

In the Dhammacakkappavattana Sutta, which was delivered right after the Buddha's enlightenment, and the Mahāparinibbāna Sutta, which was delivered right before the Buddha's Nirvana, he advised his disciples **against engaging in fortune-telling, hexagrams, astrology, and physiognomy**. Among the five subjects taught at previous Buddhist universities in India, physiognomy and horoscopes were not included in the curriculum. However, secular subjects such as Linguistics, Handicrafts, Medicine, and Logic were taught.

According to the Buddhist perspective, the experiences of disaster or prosperity, suffering or happiness, poverty or wealth in one's life are all attributed to the good or evil causes that have been sown in numerous past lives. So, this life or the next will partly be the result of your past lives. Besides the karma from the past, your current efforts or laziness can impact your life in this lifetime or the next. Due to various causes in our past lives, we experience different circumstances in our present life. The circumstances also encompass parents' genetics, cultural background, civilization, upbringing, education, siblings, relatives, teachers, friends, and colleagues. All of them affect the course of an entire life. Even though the causes created in previous lives may have been negative, resulting in the current situation, if you engage in positive inner practice and physical exercise, while cultivating wisdom, your life can change for the better.

Buddhism teaches that humans are not the creation of a divine being. Man is not commanded by any supernatural being, rewarded or punished, or given life or death. Buddhists do not believe in **predestination.** Buddhism believes that the changing operation of the universe and the flow of life are created by **the karma** of sentient beings. The process of cause and effect is not controlled and decided by an omnipotent being, but rather by the actions of our body, speech, and mind every day. It is a natural law. We are responsible for the actions we take, so we must also bear responsibility for the consequences of those actions. Acceptance here does not mean complacency or resignation to so-called fate, because we have the freedom to change and overcome events or outcomes that we do not like. Like when we fail an exam, we have to make an effort to study more in order to retake the exam, regardless of the circumstances. If we are the masters of creating the cause, then we are also the masters of receiving the result. We just need to be wise when creating the cause and take the time to nurture the good seeds for growth. By doing so, favorable results will come to us easily. That is the principle of cause and effect. If we firmly believe in this principle, we will no longer be superstitious about seeking fortune-telling, horoscopes, or praying for mysterious outcomes.

A high-ranking Chinese monk, Great Master Tri Khai, recounts the story of a young novice monk in the preface of the book "Dong Mong Chi Quan." This young monk was a disciple of the abbot and achieved arhatship. The abbot knew that his disciple would die within a week; it was inevitable. Therefore, he quietly allowed his disciple to go home and visit his family. On the way home, the novice monk saw a large anthill on the dike that was being threatened to be swept away by a whirlpool. The young novice monk felt sorry for the ants who were scurrying around, so he took off his clothes and jumped into the river, attempting to rebuild the dike that might have been broken in order to save the anthill. After saving the anthill, the novice monk continued his journey home and, a week later, arrived back at the temple. The abbot saw that his disciple had safely returned to the temple, and his mood was even more intense than before. He was very surprised and asked the novice monk what he had done last week. After recollecting, the novice monk provided a comprehensive narrative of how he saved a vast ant colony from certain demise. The abbot concluded that the novice monk's karma changed because of **his great compassion** to save the anthill. Instead of dying within a week, he managed to survive and went on to live for many more years.

From the above story, we can see that there is no such thing as fixed karma, fixed dharma, or fixed destiny. Our minds change every moment, and as a result, our karma and karmic outcomes also change constantly. If horoscope fortune tellers tell us what will happen in the future and we believe them, it means we believe that all future events are permanent, not impermanent, and that this is a fixed concept rather than a flexible one. That is, we blindly deny the laws of cause and effect and impermanence taught by the Buddha.

In short, engaging in activities such as reading horoscopes, fortune-telling, and drawing sortilege cards is considered superstitious and is not aligned with Buddhist beliefs. Buddhists are advised to be cautious and avoid falling into the trap of superstition, which can lead to unnecessary fear and confusion of the mind. A daily meditation session or recitation of Buddha's name is very helpful in purifying unwholesome thoughts in the mind. A purified mind automatically leads to a clean and healthy body. Buddha's Dharma is the remedy for these types of mental illnesses. One moment, when the mind is pure, it stops creating as much bad karma, ceases to sow so many negative causes, and distances itself from miles of suffering.

The Buddha taught as follows:

Not in the sky, nor mid-ocean,
nor hiding in a mountain cleft;
you'll find no place in the world
to escape your wicked deeds.
(Dhammapada, verse 127, translated by Bhikkhu Sujato)

If people do not perform good deeds on a daily basis and instead engage in negative actions, constant competition, and jealousy, they will generate negative karma. As a result, when retribution comes, no one will be able to avoid it, even if they flee to the mountains, row out to the middle of the sea, or hide in a cave.

(Excerpted from the book **Live The Buddhist Teachings**, Hồng Đức Publishing House, 2014)

5

CÚNG SAO GIẢI HẠN
Tâm Diệu

Hằng năm, cứ vào dịp đầu năm Âm Lịch, nhất là tuần lễ thứ hai trong tháng Giêng mà cao điểm là ngày Rằm, người Phật tử Việt Nam và Trung Hoa thường có lệ đi chùa dâng sớ cầu an cúng sao giải hạn. Vì là ngày Rằm đầu năm nên các chùa ở trong nước cũng như hải ngoại thường tổ chức lễ rất trọng thể nhằm đáp ứng nhu cầu của quần chúng Phật tử. Hầu như chùa nào cũng có chương trình cầu an đầu năm. Tuy nhiên vẫn còn một số chùa nhận ghi danh Phật tử cúng sao giải hạn vào ngày Rằm tháng Giêng.

Đến thăm một ngôi chùa khá lớn và nổi tiếng tại Hà Nội vào dịp đầu năm vừa qua, chúng tôi cũng thấy chương trình cầu an đầu năm từ ngày mồng tám đến ngày Rằm, có cúng sao giải hạn. Lễ Phật xong, chúng tôi vào phòng khách thăm thầy trú trì. Trong phòng cũng khá đông Phật tử đến nhờ thầy xem tuổi, xem sao hạn và ghi danh vào danh sách cần cúng sao giải hạn. Chúng tôi nghe thầy nói với một Phật tử: *"Phật tử năm nay sao Thái Bạch, vào hạn khánh tận, thái bạch là sạch cửa nhà, phải dùng tám ngọn đèn hay tám ngọn nến làm lễ hướng Tây, mỗi tháng cúng vào ngày Rằm, khấn đức Thái Bạch Tinh Quân"*. Tới lượt Phật tử khác và cứ như thế, người vào người ra mang trong lòng nỗi buồn vui đầu năm theo những vì sao đã an bài cho đời mình trong năm.

Tôi rời chùa mà lòng như không vui, tự hỏi ai đã đem tập tục cúng sao giải hạn vào nơi già lam, biến chốn thiền môn nghiêm tịnh thành nơi thờ cúng Thần Tiên, cầu hên xui may rủi cho con người và cũng thương thay cho những ai đặt lòng tin không đúng chỗ, trao phận mình cho người khác sử lý qua việc khấn sao xin giải trừ hạn xấu.

Thật ra, lễ Rằm Tháng Giêng, còn gọi là lễ Thượng Nguyên là lễ hội dân gian ở Việt Nam, được du nhập từ nước láng giềng Trung Hoa phương Bắc. Gọi thượng nguyên là cách phân chia theo Âm lịch: thượng nguyên (Rằm tháng Giêng), trung nguyên (Rằm tháng Bảy) và hạ nguyên (Rằm tháng Mười) của hệ thống lịch tính theo mặt trăng. Theo một số sách Trung Hoa, như Đường Thư Lịch Chí, quyển 18 thì có chín ngôi sao phát sáng trên trời. Có sách nói là bảy sao, rồi về sau có sách thêm vào hai sao **La Hầu** và **Kế Đô**. Chín vì sao đó là Nhật Diệu, Nguyệt Diệu, Hỏa Diệu, Thủy Diệu, Mộc Diệu, Kim Diệu, Thổ Diệu, La Hầu và Kế Đô. Có sách thêm sao **Thái Bạch** nữa thành mười sao. Chín vì sao này hay còn gọi là Cửu Diệu là các sao phối trí theo các phương, sắp xếp theo mười hai chi và ngũ hành. Theo sách này cho rằng thì hàng năm mỗi tuổi âm lịch chịu ảnh hưởng của một vì sao gọi nôm na là sao chiếu mạng. Do đó có năm gặp sao tốt, có năm gặp sao xấu. Hai sao La Hầu và Kế Đô là sao xấu, là loại ám hư tinh vì hai sao này chẳng thấy được mặt trời.

Đó là theo tập tục dân gian vốn có từ thời xa xưa mông muội, khi mà con người cảm thấy quá bé nhỏ trước thiên nhiên, bị đủ loại bệnh hoạn mà chưa tìm ra thuốc chữa, cho là vì các vị Thần trừng phạt, nên sợ sệt trước đủ mọi loại Thần mà họ có thể tưởng tượng ra được, từ thần Sấm, thần Sét, thần Cây Đa, cây Đề, thần Hổ, thần Rắn, thần Núi, thần Sông (Hà Bá) v.v…

Nhưng căn cứ vào kinh sách liễu nghĩa của nhà Phật thì chúng tôi thấy không có ngôi sao nào chiếu vào con người mà nhờ đó được phúc lợi hay mang tai họa và cũng không có một nghi lễ nào gọi là cúng sao giải hạn cho Phật tử cả. Tuy vậy, vẫn có một số ít chùa, ở những vùng địa dư còn chịu nhiều ảnh hưởng truyền thống tín ngưỡng dân gian đa Thần, thì các vị tu sĩ Phật giáo cũng đành phải, gọi là tùy duyên hóa độ, tùy theo niềm tin của đa số quần chúng sơ cơ học đạo giải thoát, mà tổ chức các buổi lễ lạc, bên cạnh những nghi thức thuần túy Phật giáo, mục tiêu cũng vẫn là dùng phương tiện để hóa độ chúng sinh, từ từ chuyển tâm họ quay về bờ Giác. Ngoài ra, cũng có một số chùa ở chốn thị thành, mặc dầu biết việc cúng sao giải hạn là không phù hợp với chánh pháp nhưng vẫn duy trì, hoặc do nhu cầu phát triển chùa cần sự trợ giúp của thí chủ, hoặc vì lo ngại Phật tử sẽ đi nơi khác hay theo thầy bùa, thầy cúng mà tội nghiệp cho họ phải xa dần Phật đạo.

Tại sao chúng tôi nói là không có ngôi sao nào chiếu vào con người mà nhờ đó được phúc lợi hay mang tai họa và cũng không có một nghi lễ nào gọi là cúng sao giải hạn cho Phật tử cả. Bởi vì tất cả họa và phước mà con người có được đều là do nhân quả của chính người ấy làm nên. Bảy ngôi sao, chín ngôi sao hay mười ngôi sao nói ở trên là do **chính con người đặt tên và vẽ cho mỗi ngôi sao mang một đặc tính, chứ đức Phật không hề nói về chúng.** Ngài dạy chúng ta về nhân quả. Ngài dạy rằng không có quả nào từ trên trời rơi xuống, hoặc dưới đất hiện lên, mà đều do các hành động qua thân, khẩu và ý của con người tạo ra. Con người tạo nhân tốt lành thì quả tốt lành nhất định đến. Thí dụ như chúng ta muốn có cam ngọt thì chúng ta phải chọn giống hay chiết cành từ cây cam ngọt. Thêm vào đó chúng ta phải chăm sóc, bón phân, tưới nước đúng thời kỳ, thì thế nào chúng ta cũng sẽ hái được cam ngọt.

Tương tự như vậy, mọi sự thành công hay thất bại trong đời của mỗi người không phải do ai ban phát cho, mà do những cái nhân chúng ta tạo nên từ trước, khi nhân duyên đầy đủ thì quả thành. Những nhân duyên xấu do chúng ta tạo tác sẽ trổ quả xấu, những nhân duyên tốt sẽ trổ quả tốt. Nhà Phật có câu *"muốn biết thời quá khứ chúng ta đã gieo nhân gì thì cứ nhìn cái quả mà chúng ta đang lãnh. Muốn biết tương lai chúng ta ra sao thì cứ nhìn cái nhân chúng ta đang gieo trồng trong hiện tại"*; Tuy nhiên, nhân quả không đơn thuần mà rất đa dạng, trùng trùng, chẳng phải chỉ do trực tiếp ở đời hiện tại mà lại có thể do ảnh hưởng từ nhiều đời trong quá khứ, ngoại trừ những người tu hành liễu đạo, tới được trạng thái "*Tâm Không*" thì: "*Liễu tức nghiệp chướng bổn lai không*"(Vĩnh Gia Huyền Giác).

Cầu xin quả tốt lành mà không chịu gieo nhân tốt lành, sợ hãi quả xấu, sợ hãi tai họa xảy đến, mà không dừng tay tạo nhân xấu, sự cầu xin ấy chỉ là việc hoang tưởng. Phật giáo dạy rằng bất luận việc gì xảy đến cho chúng ta, đều do một hay nhiều nguyên nhân, chớ không do ngẫu nhiên, thời vận hên xui hay số mạng an bài.

Đối với Phật giáo, không có ngày nào xấu, mà cũng không có ngày nào tốt, mà cũng không có sao hạn xấu tốt. Nếu ta đi coi xăm, bói quẻ, coi sao, coi hạn, thầy nói ngày ấy tốt mà lại đi làm những chuyện không tốt lành, như ăn trộm, gây gỗ, đánh nhau, giết người, chắc chắn chúng ta sẽ bị pháp luật trừng trị và ngày tốt do ông thầy nói ấy trở thành ngày xấu ngay. Như vậy ngày tốt, ngày xấu không có cơ sở, chỉ là do **con người bày ra mà thôi.** Lại thí dụ có hai đạo quân giao tranh, đều chọn ngày tốt và giờ hoàng đạo ra quân, vậy mà chỉ có một bên thắng, và cả hai bên, dù thắng dù thua, cũng đều có tử sĩ và thương binh. Chọn ngày tốt mà làm việc giết người thì quả trổ ra sẽ có chết chóc là vậy.

Đối với sự cúng sao giải hạn, nếu chỉ mua sắm lễ vật mang lên chùa để xin thầy cúng sao La Hầu, Kế Đô hay Thái Bạch gì đó để giải hạn xấu giùm thì nghịch lại lý Nhân Quả. Nếu vị thầy cầu xin đức Thái Bạch Tinh Quân, đức La Hầu Tinh Quân, … tha tội, giải hạn xấu nổi thì những người giầu có cứ tạo ác rồi sau đó xin thầy cúng sao giải hạn cho tai qua nạn khỏi, cho khỏi bị tù tội, tạo nhân ác mà hưởng được quả thiện, thì toàn bộ nền đạo lý xây dựng trên quan điểm về lý Nhân Quả mà nhà Phật rao giảng phải sụp đổ sao?

Có người hỏi rằng, nếu chỉ tin vào quy luật Nhân Quả thì có nên cúng bái Cầu Siêu, Cầu An không?

Xin thưa, cúng bái Cầu Siêu, Cầu An khác với cúng Sao giải hạn.

Trường hợp **Cầu Siêu**, đó là một hình thức tưởng niệm người đã qua đời, với tâm thành ước mong thần thức người quá vãng được sanh về nơi tốt đẹp. Chuyện lời cầu có được đáp ứng hay không thì chưa ai chứng minh bằng khoa học được. Nhưng lòng thương nhớ mà thân nhân dành cho người quá vãng nếu được biểu lộ bằng những buổi lễ trang nghiêm, với niềm tin tưởng thành kính, chí tâm cầu nguyện cho người quá vãng, thì nếu như thần thức người quá vãng còn trong trạng thái thân trung ấm, sẽ có thể có cảm ứng tốt mà vơi đi nỗi buồn rầu, lo sợ, sân hận, có thể tạo được cơ hội cho nghiệp lành dẫn dắt mà tái sanh.

Ngay như những buổi cúng giỗ, nếu gia đình người quá vãng có thể thiết lễ trên chùa, cùng nhau vì người quá vãng mà tụng một thời kinh, dùng một bữa cơm chay tịnh, thì ngoài việc biểu tượng của lòng hiếu thảo từ con cái hướng lên cha mẹ, hoặc tình thương mến đối với người thân nhân đã qua đời, cũng còn là một duyên lành của những người tham dự với nhà Phật khởi lên từ kỷ niệm đối với người quá vãng.

Còn trường hợp lễ **Cầu An** thì chúng tôi thiết nghĩ, nếu muốn có được kết quả tốt thì chính người bệnh phải cùng với thân nhân và những bạn đồng tu tham dự buổi lễ với tâm niệm chí thành. Người bệnh và tất cả thân nhân đều đồng tâm chí thành tụng niệm, thì ngay trong những giây phút chí thành đó, tâm họ đã thanh tịnh. Còn như chỉ đưa tiền cho vị thầy để nhờ thầy tụng niệm giùm, rồi xoa tay hoan hỉ về nhà chờ kết quả thì trái quy luật nhân quả. Vị thầy tụng niệm thì Tâm của thầy tịnh, người bệnh không được ảnh hưởng, ngoại trừ chút hy vọng.

Nhà Phật quan niệm rằng tất cả Thân và Tâm đều vô thường, cho nên khi Tâm chuyển thì nghiệp chuyển, nghiệp chuyển thì bệnh chuyển. Bệnh là do Thân, Khẩu, Ý Nghiệp xấu tạo nên.

Có câu: "*Tâm được tịnh rồi, tội (nghiệp) liền tiêu*".

Đức Phật là vị đạo sư, Ngài không làm chuyện bất công là ban phước hoặc giáng họa cho ai, đã dạy chúng ta rằng phải tạo nhân lành để hưởng quả tốt trong Nhân Thừa. Rồi Ngài dạy chúng ta con đường để thăng tiến trong năm Thừa của nhà Phật, từ Nhân Thừa, Thiên Thừa, Thanh Văn Thừa, Duyên Giác Thừa và Bồ Tát Thừa, rồi đi tới giải thoát khỏi luân hồi sinh tử.

Quý vị tu sĩ trong đạo Phật là Trưởng Tử Như Lai, hiển nhiên là phải nối tiếp bước chân của Đức Phật mà soi chiếu Ánh Đạo Vàng cho Phật tử, dạy Phật tử những điều Phật dạy trong kinh. Quý vị tu sĩ Phật giáo không phải là những người môi giới giữa Thần Thánh và tín đồ như tu sĩ của một số tôn giáo khác, tự nhận là có thể cầu xin Thần Thánh ban ơn giáng họa được. Chúng ta cần dùng trí tuệ để hiểu rõ con đường Giải Thoát của nhà Phật.

Trong kinh Phật Giáo Nguyên Thuỷ (*Kinh Trường Bộ/Kinh số 2 Sa Môn Quả*) Đức Phật đã khuyên các thầy Tỳ Kheo, những người đã thọ dụng sự cúng dường của tín thí Phật tử, không nên thực hành **những tà hạnh** như: "chiêm tinh, chiêm tướng, đoán số mạng, xem địa lý, xem mặt trăng, mặt trời, các sao mọc lặn, sáng mờ, … sắp đặt ngày lành để đưa (rước) dâu hay rể về nhà, lựa ngày giờ tốt để hòa giải, lựa ngày giờ tốt để chia rẽ, lựa ngày giờ tốt để đòi nợ, lựa ngày giờ tốt để cho mượn hay tiêu tiền, dùng bùa chú để giúp người được may mắn, dùng bùa chú để khiến người bị rủi ro, dùng bùa chú để phá thai, dùng bùa chú làm cóng lưỡi, dùng bùa chú khiến quai hàm không cử động, dùng bùa chú khiến người phải bỏ tay xuống, dùng bùa chú khiến tai bị điếc, hỏi gương soi, hỏi phù đồng thiếu nữ, hỏi thiên thần để biết họa phước, …"

Ngoài ra, cũng trong kinh Nguyên Thuỷ (Giải Thoát Kinh), Đức Phật đã dạy về giáo pháp của chư Phật. Ngài dạy rằng:

"Ai hành trì chánh Pháp
Là cúng dường Đức Phật
Bằng cách cao quí nhất
Trong các sự cúng dường…"

Pháp mà Ngài dạy có thể tóm lược trong ba điều, đã trở thành quen thuộc với mọi người Phật tử:

"Không làm các việc ác
Siêng làm các việc lành
Tự thanh tịnh tâm ý…"

Như vậy, nếu mỗi Phật tử đều hành trì ba điều Đức Phật dạy kể trên thì giờ nào, ngày nào, tháng nào hay năm nào cũng đều là giờ hoàng đạo, là ngày tốt, tháng tốt và năm tốt cả; đâu cần phải đi nhờ thầy cúng sao giải hạn nữa. Và hành trì như thế mới là cách cúng dường cao quý nhất trong các cách cúng dường Đức Phật.

(Trích từ sách Phật Pháp Trong Đời Sống, Nhà xuất bản Hồng Đức 2014)

MAKING OFFERINGS TO THE STARS TO WARD OFF BAD LUCK

Author: Tâm Diệu
Translated by Nguyên Giác

At the beginning of each lunar year, typically during the second week of the first month, with the peak being on the Full Moon day, Vietnamese and Chinese Buddhists have a customary practice of visiting the pagoda. They offer prayers for peace and make offerings to the stars in order to ward off bad luck. Because it is the first full moon of the lunar year, temples both in the country and abroad often hold solemn ceremonies to cater to the needs of the Buddhist community. Almost every temple has a program to pray for peace at the beginning of the year. However, there are still some temples that invite Buddhists to register and make offerings to the stars in order to ward off bad luck on the full moon day of the first lunar month.

When visiting a rather large and renowned pagoda in Hanoi at the beginning of the year, we also witnessed a New Year's prayer program from the eighth day to the full moon day. The program included offerings to the stars in order to ward off bad luck. After paying homage to Buddha, we entered the living room to visit the abbot. There were also several Buddhists in the room who approached the monk to verify their age, examine the stars for predictions of luck or misfortune for the entire year, and add their names to the list of Buddhists who were required to make offerings to the stars in order to ward off bad luck. We heard the monk say to a Buddhist, "*Your star in this lunar year is the Thai Bach Star, which means that your house will experience significant losses. So, you must use eight lamps or eight candles to worship towards the west direction monthly on the full moon day, asking the Thai Bach Star Deity to help your family.*" Then it is the turn of other Buddhists, and so on. Those who enter and those who leave carry in their hearts the sadness and joy of the new year, influenced by the stars that have determined their destinies for the year.

I left the temple with a heavy heart, pondering who introduced the practice of worshiping stars to ward off misfortune. This transformed the serene and sacred meditation center into a place of worship, where people sought blessings and protection from bad luck. And I also feel sorry for those who place their trust in misguided beliefs and relinquish control of their destiny to others by making offerings to the stars in an attempt to ward off misfortune.

The Full Moon Festival of January, also known as the Thuong Nguyen Festival, is a folk festival in Vietnam that originated from northern neighboring China. The division of the lunar calendar in the upper period is based on three periods: the upper period (full moon in January), central period (full moon in July), and lower period (full moon in October). This calendar system is based on the moon. According to some Chinese books, such as Duong Thu Lich Chi, volume 18, there are nine stars shining in the sky. Some books initially mention seven stars, but later, two additional stars, **La Hau** and **Ke Do**, are included. Those nine stars are Nhat Dieu, Nguyen Dieu, Hoa Dieu, Thuy Dieu, Moc Dieu, Kim Dieu, Tho Dieu, La Hau, and Ke Do. There are books that add the **Thai Bach** star to make it ten stars. These nine stars, also known as the Nine Wonders, are stars arranged in all directions, according to the twelve branches and five elements. According to this book, every lunar year is influenced by a star, commonly referred to as the personal shining star. Therefore, in some years, you will encounter good luck, and in other years, you will encounter bad luck. The two stars, La Hau and Ke Do, are considered unlucky stars. They are classified as dark stars because they are unable to see the sun.

According to ancient folk customs, people believed that they were insignificant in the face of nature and suffered from various illnesses for which no cure could be found. They attributed these ailments to punishment from the gods. They believed that people should be afraid of various gods they could imagine, including the Thunder God, the Lightning God, the Banyan Tree God, the De Tree God, the Tiger God, the Snake God, the Mountain God, and the River God (Ha Ba).

However, we do not find any Buddhist scriptures discussing whether a star shining on someone will bring good luck or bad luck to that person. The Buddha also did not teach any rituals for worshiping the stars to ward off bad luck. However, in some temples, particularly in regions influenced by polytheistic folk traditions, Buddhist monks are required to accommodate the beliefs of the majority of laypeople who are not well-versed in the path to enlightenment. This often involves organizing folk ceremonies alongside the traditional Buddhist rituals. The goal is still to employ methods that will help save sentient beings, gradually guiding their minds towards the shore of Enlightenment. In addition, there are also some temples in urban areas that, despite knowing that making offerings to ward off bad luck is not in accordance with the Dharma, still maintain them. This could be due to the need to develop the temple and the reliance on donors for support. Or, they may worry that Buddhists will seek alternative practices or turn to amulets or shamans. Pity them for the gradual process of distancing themselves from Buddhism.

Why do we say that there are no stars that shine on a person and bring them fortune or disaster, and that there is also no Buddhist ritual called making offerings to the stars to ward off bad luck? Because all the misfortunes and blessings that a person experiences are the result of their own actions and the law of cause and effect. The story about the 7 stars, 9 stars, or 10 stars mentioned above is not real; **it was created by some people who mistakenly believed that stars must have some influence. The Buddha never said that**. He taught us about the law of cause and effect. He taught that no fruit falls from the sky or sprouts from the ground, but that all things that happen are created by human actions through the body, speech, and mind. If a person does good deeds, positive outcomes will definitely follow. For example, if we want to grow sweet oranges, we must select seeds or branches from sweet orange trees. In addition, we must take care of the orange tree, fertilize it, and water it at the appropriate time. By doing so, we will undoubtedly be able to harvest sweet oranges.

Similarly, every success or failure in a person's life is not bestowed upon them by anyone, but rather determined by the causes they have created beforehand. When the causes and conditions are complete, the results will be achieved. The negative causes and conditions created by us will yield negative results, while the positive causes and conditions will yield positive results. Buddhism has a saying: "*If you want to know the causes we sowed in the past, just look at the results we are receiving. If you want to know what our future holds, just look at the seeds we are planting in the present.*" The law of cause and effect, however, is not simple but rather diverse and overlapping. It is not only directly influenced by the present life but also by the cumulative effects of many past lives. Except for those who walk the path of enlightenment and reach the state of "*emptiness of mind,*" then: "*After attaining complete enlightenment, one realizes that karma is essentially empty.*" (Poem by Vinh Gia Huyen Giac)

It will be a mere delusion if you pray for good results without sowing good causes, and if you are afraid of disaster but still engage in bad behavior. Buddhism teaches that whatever happens to us is due to one or more causes, not by chance, luck, bad luck, or fate.

In Buddhism, there are no bad or good days, and there are no stars that bring prosperity or disaster. If you visit a fortune teller to have a fortune told or have a hexagram drawn, consult the stars, or predict bad luck, and the fortune teller declares that the day is auspicious, but you engage in immoral activities such as stealing, arguing, fighting, or harming others, you will undoubtedly face legal consequences. At that time, the promising day that the fortune teller had predicted suddenly turned into a disastrous one. So, good and bad days have no basis in reality; **they are simply created by people**. For example, imagine two armies engaged in battle. Both sides carefully select an opportune day and time to march into battle. However, despite their preparations, only one side emerges victorious. Regardless of the outcome, both armies suffer casualties, with soldiers being killed or wounded. Choosing any day to commit murder can have fatal consequences.

As for worshiping stars to alleviate bad luck, if you purchase offerings and take them to a temple to ask a monk to worship the stars La Hau, Ke Do, or Thai Bach in order to remove bad luck, it will contradict the law of cause and effect. If a monk prays to Lord Thai Bach Tinh Quan and Lord La Hau Tinh Quan, seeking forgiveness for his sins and relief from calamities, wealthy individuals will persist in their wrongdoing and subsequently request the monks to make offerings to the stars in order to ward off misfortune and prevent disasters. If someone engages in immoral actions and achieves positive outcomes without facing legal consequences, would the foundation of Buddhist morality, which is rooted in the law of cause and effect, crumble?

Someone asked, "If we only believe in the law of cause and effect, should we engage in rituals of requiem and peace praying?"

It should be known that offering prayers for the repose of the dead (Cau Sieu) and peace for the living (Cau An) is different from making offerings to the stars to ward off misfortune.

In the case of **praying for the repose of the dead** (Cau Sieu), it is a form of commemorating the deceased with a sincere wish for the deceased's consciousness to be reborn in a better place. Whether the prayer is answered or not, no one has been able to prove it scientifically. But if the love and remembrance that relatives have for the deceased is expressed through solemn ceremonies with respectful trust and heartfelt prayers, it can bring comfort and solace. These acts can help alleviate sadness, fear, and anger, and create opportunities for positive karma to guide the deceased's consciousness towards rebirth.

Just like death anniversary offerings, if the family of the deceased can hold a ceremony at the pagoda, recite a sutra together for the deceased, and share a vegetarian meal, it not only symbolizes filial piety and respect for their parents, but also fosters a strong connection to Buddhism through the memories of the deceased.

In the case of **praying for a patient's illness to be cured** (Cau An), we believe that for optimal results, the patient should attend the ceremony with sincerity, along with their relatives and fellow practitioners. If the patient and all of his relatives recite the sutras with genuine faith and sincerity, their minds will be filled with pure joy in those moments. If one believes that giving money to a monk to recite sutras for a patient, and then happily going home to wait for the results, is against the law of cause and effect. If the monk chants the sutras, his mind will be filled with joyful purity, and the patient will remain unaffected by anything except for a glimmer of hope.

Buddhism teaches that both the body and mind are impermanent. Therefore, when the mind changes, karma changes, and when karma changes, illness changes. Illness is caused by negative karma in the body, speech, and mind.

In Buddhism, there is a saying: "*Once the mind is pure, the karmic sins are immediately eliminated.*"

Buddha was a teacher who showed the path to liberation. He did not do injustice by blessing or bringing disaster to anyone. He taught us that we must create positive actions in order to experience favorable outcomes in the Human Vehicle. Then he taught us the path to advance in the five Vehicles of Buddhism: the Human Vehicle, Heavenly Vehicle, Sravaka Vehicle, Pratyekabuddha Vehicle, and Bodhisattva Vehicle. The ultimate goal of following these vehicles is to break free from the cycle of birth and death and attain liberation.

The monastics in Buddhism are considered the spiritual heirs of the Tathagata, and as such, they have the responsibility to follow in the footsteps of the Buddha. Their role is to illuminate the Dharma for Buddhists and teach them the teachings of the Buddha as found in the sutras. Buddhist monks are not intermediaries between gods and believers, like priests of some other religions, and cannot claim to have the ability to request grace or disaster from gods. We need to employ wisdom in order to gain a clear understanding of the Buddhist path to liberation.

In the early Buddhist suttas (**DN 2: Sāmaññaphala sutta**), the Buddha advised Bhikkhus, who had received offerings from Buddhist believers, not to engage in the following **unethical practices**: "*This includes making predictions that there will be an eclipse of the moon, or sun, or stars; that the sun, moon, and stars will be in conjunction or in opposition; that there will be a meteor shower, a fiery sky, an earthquake, thunder; that there will be a rising, a setting, a darkening, a brightening of the moon, sun, and stars... This includes making arrangements for giving and taking in marriage; for engagement and divorce; and for scattering rice inwards or outwards at the wedding ceremony. It also includes casting spells for good or bad luck, treating impacted fetuses, binding the tongue, or locking the jaws; charms for the hands and ears; questioning a mirror, a girl, or a god as an oracle...*" (Translated by Bhikkhu Sujato)

In addition, the early Buddhist sutras (Sutta of Liberation) contain teachings by the Buddha about the teachings of the Buddhas. "*Those who practice the Dharma make offerings to the Buddha in the most noble way.*"

The Dharma that the Buddha taught can be summarized in three principles, which have become familiar to all Buddhists: "*Abstain from doing evil deeds, diligently engage in good deeds, and purify your mind.*"

Thus, if all Buddhists practice the aforementioned three teachings of the Buddha, then every hour, every day, every month, and every year will be filled with goodness. At that time, Buddhists will no longer need to rely on anyone to make offerings in order to ward off bad luck. Practicing in such a manner is the most noble way of offering to the Buddha.

(Excerpted from the book **Live The Buddhist Teachings**, Hồng Đức Publishing House, 2014)

6

CẦU NGUYỆN VÀ TỤNG KINH
Tâm Diệu

Đạo Phật trên ý nghĩa thiết yếu là **"biện chứng giải thoát"** hay là con đường giải thoát. Giải thoát khỏi khổ đau, sinh tử luân hồi. Tuy cùng đi trên một con đường, nhưng vì con người có nhiều tâm tính, trình độ, khả năng và căn cơ khác nhau, lại vì tùy hoàn cảnh, tùy phong tục, tập quán, luật lệ thay đổi theo từng địa phương và tùy thời điểm, cho nên Đức Phật đã đưa ra vô số phương tiện khác nhau, thường được tiêu biểu bằng con số 84 nghìn pháp môn, để hướng dẫn mọi người đạt đến cứu cánh giác ngộ, giải thoát. Cầu nguyện và tụng kinh, tuy không phải là cứu cánh, nhưng cũng là một trong 84 nghìn pháp môn.

CẦU NGUYỆN

Thời Đức Phật tại thế, có chàng trai trẻ đến xin Phật làm lễ cầu siêu cho người cha vừa quá vãng. Biết rằng chàng trai trẻ tràn ngập nỗi đau khổ chắc khó có thể hiểu được những lý lẽ trong lúc này, nên Đức Phật đã phải dùng phương tiện bằng hình ảnh cụ thể với những đặc tính đối lập, một hòn đá và một lon dầu, cả hai được ném xuống hồ, đá nặng chìm xuống và dầu nhẹ nổi lên. Đức Phật trả lời, như một hòn đá nặng được thả chìm xuống đáy hồ, cho dù với sức cầu nguyện của số đông, hòn đá vẫn không thể nổi lên mặt nước. Qua đó, Đức Phật khẳng định nếu con người tạo nghiệp xấu thì chịu quả báo xấu và tạo nghiệp tốt thì được hưởng quả báo tốt, cầu nguyện không thể làm thay đổi được nghiệp lực, nhất là khi nghiệp đã chín muồi. Rõ ràng, cầu nguyện để mong giải tội, xóa sạch ác nghiệp đã tạo, phó thác hoàn toàn vào tha lực như các Bà la môn hằng tin tưởng là một việc làm vô ích. [01]

Tuy nhiên, trong một vài trường hợp khác, cũng trong kinh Pali, Đức Phật cho thấy sự cầu nguyện có ảnh hưởng đến người khác và môi trường sống chung quanh. Điển hình là trường hợp Tỳ kheo Angulimāla (*Vô Não*), ông vốn là một tay cướp giết người nổi tiếng, nhưng Angulimāla được Phật hoá độ, trở thành Tỳ kheo. Một hôm, Angulimāla đi khất thực, gặp một người đàn bà sắp lâm bồn đang rên siết đau đớn bên đường. Không biết làm thế nào, Angulimāla trở về hỏi Đức Phật. Đức Phật khuyên Angulimāla đem lời sau đây nói với người đàn bà: *"Này cô, từ ngày được sanh vào Thánh tộc (nghĩa là từ ngày tôi xuất gia), tôi chưa hề có ý tiêu diệt đời sống của một sinh vật nào. Do lời chân thật này, ước mong cô được vuông tròn và con của cô được bình an vô sự."*[02] Angulimāla học thuộc lòng bài kinh, rồi đi đến nơi, ngồi cách người phụ nữ một bức màn che, đọc lại với lòng chân thật. Người mẹ đau đớn liền sanh được dễ dàng.

Đến nay bài kinh Angulimāla Paritta [03] này vẫn còn được lưu hành ở một số quốc gia Phật giáo Nam Truyền. Điều này cho thấy năng lực nội tại (**qua tâm từ và giữ giới**) của hành giả có thể có tác dụng đến ngoại giới, đến môi trường chung quanh và ảnh hưởng ấy lại được chuyển tải bởi ngôn ngữ (lời kinh). Sức mạnh của tâm từ và năng lực trì giới của Tôn giả Angulimāla đã chuyển hoá tai họa của sản phụ, khiến cho mẹ con được an lành.

Cũng vào thời Phật, có một số tỳ kheo sống trong rừng sâu bị rắn độc cắn bị thương nhiều có khi gây tổn hại đến sinh mệnh, nên Phật đã dạy các tỳ kheo ấy hãy rải tâm từ đến các loài rắn độc thì sẽ tránh khỏi. Phật dạy bài kệ. Nội dung bài kệ không phải là những câu thần chú bí hiểm, mà chỉ là những lời ước nguyện, mong cho tâm từ của hành giả lan toả đến chúa tể các loài rắn độc, các sinh vật không chân, hai chân và bốn chân; ước nguyện chúng sinh các loại đều được an lành, không làm hại đến tỳ kheo. Văn ước nguyện này được gọi là "hộ chú" (parittam). [04]

Trong thời cận đại, một vị bác sĩ người Pháp qua Việt Nam làm các việc từ thiện ở những năm đầu thập niên thế kỷ 20 cũng xác nhận rằng nhờ "tâm từ" mà ông đã thoát được nạn rắn độc. Đó là trường hợp bác sĩ Yersin: "Năm 1894 bác sĩ Yersin đi từ cao nguyên Lang Bian đến Darlac rồi từ Darlac đến Attopeu, một bữa nọ bác sĩ đang đi trong rừng, mắt chăm chú nhìn lên các ngọn cây cao, thì bỗng nghe sau lưng có tiếng động. Quay lại thì ngó thấy một con rắn hổ mang to lớn đứng thẳng lên trên đuôi, phùng mang le nọc độc. Bác sĩ Yersin đứng yên, thái độ hoàn toàn bình thản. Rắn lắc lư chiếc đầu dẹp muốn nhảy đến chụp, nhưng lại trù trừ. Hồi lâu hạ mình xuống vụt phóng vào bụi rậm rồi đi mất. Nghe được câu chuyện, có người đến hỏi bác sĩ có phải nhờ thuật thôi miên mà thoát nạn chăng? Bác sĩ cười đáp: *"Rắn độc cũng như thú dữ, cắn người chỉ để tự vệ. Chúng đều có linh tính. Một khi nhận biết rằng mình không có ác tâm, ác ý đối với chúng thì không bao giờ chúng làm hại mình"*[05] .

Trên đây là một số trường hợp cầu an cứu hộ có tính cách cá nhân cho mình hoặc cho người, nương nhờ vào **năng lực từ tâm và trì giới**. Trong trường hợp số đông chúng sinh như các vùng bị thiên tai, bão lụt làm mất tích và chết nhiều người, dẫn đến các bệnh dịch tàn phá khác. Phật giáo, ngoài những nỗ lực cứu giúp bằng các phương tiện vật chất còn có biện pháp cứu hộ khác bằng năng lực cầu nguyện của số đông với tâm từ bi, với chánh tín và chánh kiến qua việc đọc tụng kinh Châu Báu [06] như tại các quốc gia theo truyền thống Phật giáo Nam truyền thường áp dụng.

Như thế có thể nói rằng ngoài tự lực, trong Phật giáo còn có tha lực và cầu nguyện. Sự cầu nguyện có thể được giải thích như là một ý lực mạnh mẽ muốn chuyển hóa nghiệp lực đối với tự thân đồng thời hỗ trợ cho tha nhân chuyển hóa nghiệp lực của họ, mà chủ yếu là sức mạnh của **tâm từ bi** và **giữ giới luật**. Tuy nhiên, điều chánh yếu là việc cầu nguyện phải **phù hợp với lý và pháp**. Hòa thượng

Tịnh Không, trong một bài giảng có nói rằng việc cầu nguyện sẽ được hiệu nghiệm nhưng phải là **"Như lý như pháp mà cầu"**. Như lý như pháp là phải vì mục đích hạnh phúc của số đông, của tất cả chúng sinh, không chỉ riêng cho mình.

TỤNG KINH

Tụng kinh là cách hành trì rất phổ biến của cả hai trường phái Phật giáo Nam Truyền và Bắc Truyền.

Kinh có nghĩa là những lời Phật dạy, bao gồm những bài thuyết pháp của Đức Phật từ buổi thuyết pháp đầu tiên tại Ba La Nại cho đến lúc Phật nhập Niết Bàn.

Tụng kinh là để ôn lại những lời Phật dạy và để tự nhắc nhở mình ứng dụng lời của Phật dạy vào cuộc sống hằng ngày là không làm các việc ác, làm các việc lành và tự thanh lọc tâm ý. Khi tụng kinh, do chú tâm vào lời kinh nên cả ba nghiệp là thân, khẩu và ý không có cơ hội tạo tác. Do đó xa lìa được các gốc rễ của khổ đau như tham lam, sân hận, si mê, đem lại lợi lạc cho mình và người.

Nhiều bài kinh quan trọng từ giáo lý căn bản của Đức Phật được chọn ra từ các bộ kinh. Tên những bộ kinh nguyên thủy bằng chữ Pali được chọn ra là: Trường Bộ Kinh (Digha Nikaya), Trung Bộ Kinh (Majjiima Nikaya), Tương Ưng Bộ Kinh (Samyutta Nikaya), Tăng Chi Bộ Kinh, (Anguttara Nikaya) và Tiểu Bộ Kinh (Khuđaka Nikaya). Các Kinh nguyên thủy bằng chữ Sanskrit gồm có các bộ A Hàm (Agamas) như Trường A Hàm, Trung A Hàm, Tăng Nhất A Hàm, và Tạp A Hàm (tương đương với các bộ Trường Bộ Kinh, Trung Bộ Kinh, Tương Ưng Bộ Kinh, Tăng Chi Bộ Kinh, và Tiểu Bộ Kinh thuộc văn hệ Pali). Ngoài ra còn có các kinh thuộc Phật giáo Bắc Truyền như: Kinh Diệu Pháp Liên Hoa, Kinh Hoa Nghiêm, Kinh Kim Cang, Kinh Đại Bát Nhã, Kinh Đại Bát Niết Bàn, Kinh Đại Bảo Tích, Kinh Lăng Nghiêm, Kinh Viên Giác, Bát Nhã Ba La Mật Đa Tâm Kinh, Kinh Duy Ma Cật, Kinh A Di Đà, và còn rất nhiều nữa.

Những kinh mà người Phật tử tụng trong truyền thống Phật giáo Nam Truyền để cầu an là Kinh Châu Báu và Kinh Phật Lực. Cầu siêu là Kinh Vô Ngã Tướng và Kinh Hồi Hướng Vong Linh. Đối với Phật giáo Bắc truyền kinh Cầu an là Kinh Phổ Môn, Knh Dược Sư và cầu siêu là Kinh A Di Đà và Kinh Địa Tạng.

"Cầu An" có nghĩa là ước nguyện cho chính chúng ta hay cho người khác tránh khỏi các hình thái của ma quỷ, bất hạnh, đau ốm, và ảnh hưởng xấu của những sự thay đổi môi trường sống trong hệ thống hành tinh cũng như để đặt tin tưởng nơi tự tâm băng chính tâm từ bi, chánh tín, chánh kiến và năng lực giữ giới hạnh của chúng ta. Còn "Cầu Siêu" là nguyện cầu cho những người thân quá cố hoặc bạn bè quen hay không quen của chúng ta, nhưng vì tâm từ, vì họ mà làm những việc từ thiện để hồi hướng cho họ được nương vào phước lành đó mà vượt thoát khỏi ba đường ác.

Việc tránh ác, làm thiện và giữ giới của mỗi cá nhân và của số đông, hợp với sức mạnh gia hộ của thanh tịnh đại hải chúng Bồ Tát, của chư Phật và các vị thiện thần có thể đem lại kết quả, đạt được mục đích cầu an như ý lực mong muốn. Sự gia hộ mà trong kinh sách thường nói đến như là một tha lực, là điều rất khó giải thích, chỉ có thể cảm nhận được bằng kinh nghiệm bản thân.

Chú Thích:

[01] HT. Thích Minh Châu, Kinh Tương Ưng Bộ Tập IV Thiên 6 xứ Ch.8 Đoạn 6:
[02] HT. Narada Maha Thera, Phạm Kim Khánh dịch Việt, 1998, Đức Phật và Phật Pháp
[03] HT. Thích Minh Châu, Kinh Trung Bộ, Angulimala Sutta, kinh thứ 86.
[04] Suzuki - TT. Thích Tuệ Sỹ, Thiền và Bát Nhã, Viện CĐPH Hải Đức, 2004.
[05] Quách Tấn, Xứ Trầm hương. Hội Văn học nghệ thuật Khánh Hòa tái bản 2003.
[06] HT. Thích Minh Châu, Kinh Tiểu Bộ Tập I Kinh Tập, (I) Kinh Châu Báu (Ratana Sutta) (Sn 39)
(Trích từ sách **Phật Pháp Trong Đời Sống**, Nhà xuất bản Hồng Đức 2014)

PRAYING AND CHANTING SUTRAS
Author: Tâm Diệu
Translated by Nguyên Giác

At its core, Buddhism is a **path to liberation**. Buddhists who follow this path strive to distance themselves from suffering and break free from the cycle of birth and death. Although the path to liberation in Buddhism is universal, practitioners have diverse temperaments, abilities, and conditions. This is because the approach to enlightenment depends on various factors such as circumstances, customs, regional laws, and the era in which one lives. The Buddha, recognizing this diversity, offered numerous methods, symbolized by the number 84,000, to guide individuals towards the ultimate goal of enlightenment and liberation. Praying and chanting sutras, although not the ultimate method, is also one of the 84,000 methods.

PRAYING

During Buddha's time, a young man came to ask Buddha to perform a prayer ceremony for his father, who had just passed away. Knowing that the young man was filled with suffering and could hardly understand the arguments at this time, the Buddha had to use a concrete image with contrasting characteristics: a stone and a jar of oil. After both were thrown into the lake, the heavy rock sank while the light oil floated to the surface. Buddha replied that, just like a heavy stone dropped to the bottom of a lake, even with the prayers of many people, the stone could not float to the surface. The Buddha affirmed that if people engage in bad deeds, they will receive bad karma, while if they engage in good deeds, they will enjoy good karma. Prayers cannot change the karmic outcomes, especially when the karma has already matured. Obviously, praying to absolve sins and erase the negative karma you have accumulated, while completely entrusting yourself to the power of others, as the Brahmins always believe, is a futile endeavor.

However, in a few other cases, as mentioned in the Pali scriptures, the Buddha demonstrated that prayer can have an influence on both individuals and the surrounding environment. Like the case of Bhikkhu Angulimāla, in the past, he was a notorious murderer before being converted by the Buddha and becoming a monk. One day, Angulimala went to beg for alms and encountered a pregnant woman in distress, moaning in pain on the side of the road. Not knowing what to do, Angulimāla returned to ask the Buddha. The Buddha advised Angulimāla to say the following to the woman: "*Dear lady, since the day I was born into the Holy Clan (that is, since the day I became a monk), I have never had any intention to harm or take the life of any living being. May you find peace and may your newborn baby be safe and sound, as these words hold true.*" Angulimāla memorized the saying, then went to the place, sat a few feet away from the pregnant woman, and read it again with sincerity. The mother immediately felt less pain and gave birth easily.

The Angulimāla Paritta Sutta is still circulated in some Theravada Buddhist countries to this day. This demonstrates that the inner capacity of the practitioner (through **compassion and adherence to precepts**) can impact the external world and the surrounding environment. This influence is communicated through the language used in the sutta. The power of Venerable Angulimāla's compassion and his ability to uphold precepts transformed the misfortune of the pregnant woman, ensuring the safety of both her and her newborn baby.

Also, during the time of the Buddha, there were monks who lived in remote forests and were occasionally bitten by venomous snakes, resulting in injuries that posed a threat to their lives. Therefore, the Buddha taught the monks to cultivate compassion towards poisonous snakes, ensuring their safety. Buddha taught the monks a verse. The content of the verse is not a mysterious mantra, but rather a simple wish. It expresses the hope that the practitioner's compassion will extend to all beings, including poisonous snakes, creatures without legs, those with two legs, and those with four legs. The verse wishes for the safety and well-being of all living beings and for no harm to come to monks. This written wish is called a "protective mantra" (parittam).

In modern times, a French doctor who came to Vietnam to do charity work in the early 20th century also confirmed that he was able to escape from poisonous snakes thanks to his "compassion." That was the case with Dr. Yersin. In 1894, Dr. Yersin traveled from the Lang Bian plateau to Darlac, and then from Darlac to Attopeu. One day, the doctor was walking in the forest, gazing up at the towering trees, when he suddenly heard a noise behind him. Turning around, he saw a large cobra standing upright on its tail, releasing venom. Doctor Yersin stood still, maintaining a completely calm demeanor. The snake shook its flat head and attempted to lunge at the doctor, but hesitated. After a while, the snake lowered itself, jumped into the bushes, and disappeared. After hearing the story, someone approached the doctor to inquire whether he had used hypnosis to escape the danger. The doctor smiled and replied, "*Poisonous snakes are similar to wild animals; they only bite people in self-defense. They all have premonitions. Once you realize that you harbor no malice or hostility towards them, they will never harm you.*"

Above are some personal instances of praying for safety for oneself or others, relying on the power of **compassion, and adhering to precepts.** In situations involving a significant number of living beings, such as areas impacted by natural disasters, storms, and floods, numerous individuals go missing and perish, resulting in additional catastrophic outbreaks. Buddhism, in addition to providing material assistance, also offers other forms of support through the collective power of prayer, rooted in compassion, right faith, and right view. One such practice is the recitation and chanting of the Ratana Sutta, which is commonly observed in Theravada Buddhist countries.

So, it can be said that in addition to relying on one's own strength, Buddhism also emphasizes reliance on the strength of others and the power of prayer. The practice of prayer can be understood as a sincere intention to change one's own karma while also assisting others in transforming their karma. It is primarily driven **by compassion and the commitment to uphold moral principles**. However, the main thing is that prayer must be **in accordance with reason and dharma**. In a sermon, Venerable Tinh Khong said that prayer can be effective, but it must be "**practiced in accordance with reason and with the dharma**." Practice in accordance with reason and dharma must be for the sake of the happiness of the majority of all sentient beings, not just for oneself.

CHANTING SUTRAS

Chanting sutras is a widely practiced tradition in both Southern and Northern Buddhism.

Sutras are the teachings of the Buddha, encompassing his sermons from the first sermon at Ba La Nai until his entry into Nirvana.

Chanting sutras is a way to study the teachings of the Buddha and to remind the chanter to apply those teachings in their everyday life. This involves refraining from engaging in harmful actions, actively engaging in virtuous actions, and cultivating a pure mind. When chanting, due to focusing on the words of the sutra, there is no opportunity for the three karmic actions of body, speech, and mind to arise. Therefore, by avoiding the causes of suffering, such as greed, anger, and ignorance, you can bring benefits to both yourself and others.

Many important suttas from the Buddha's fundamental teachings were selected from the sutras. The selected names of the early Pali scriptures are: Digha Nikaya, Majjhima Nikaya, Samyutta Nikaya, Anguttara Nikaya, and Khuddaka Nikaya. Early Buddhist Sutras in Sanskrit include Agamas such as Dīrgha Āgama, Madhyama Āgama, Saṃyukta Āgama, and Ekottara Āgama (equivalent to Digha Nikaya, Majjhima Nikaya, Samyutta Nikaya, and Anguttara Nikaya in the Pali Canon).

There are also sutras in Northern Buddhism, such as the Lotus Sutra of Wonderful Dharma, the Avatamsaka Sutra, the Diamond

Sutra, the Maha Prajnaparamita Sutra, the Mahaparinirvana Sutra, the Great Treasure Sutra, the Shurangama Sutra, the Perfect Enlightenment Sutra, the Heart Sutra, the Vimalakirti Sutra, the Amitabha Sutra, and many more.

The sutras recited by Buddhists in the Southern Buddhist tradition to pray for peace are the Ratana Sutta and the Buddhajayamaṅgalagāṭhā (the Power of Buddha Sutta). For praying for the deceased, they recite the Anattalakkhaṇa Sutta (the No-Self Sutta) and the Sutta Dedicated to the Dead. For Northern Buddhism, the sutras used to pray for peace include the Universal Gateway Sutra and the Medicine Buddha Sutra. On the other hand, the Amitabha Sutra and the Ksitigarbha Sutra are recited to pray for the deceased.

Praying for Peace means wishing for ourselves and others to be free from all forms of evil, misfortune, illness, and the negative effects of environmental changes in the planetary system. It also means having trust in our own minds, cultivating compassion, having right faith, right view, and the ability to maintain morality. The Requiem Prayer is a prayer offered for our deceased relatives, friends, or even unfamiliar individuals. It is an act of compassion where we perform charitable deeds on their behalf, dedicating the merits of these actions to help them escape the three evil paths and find blessings.

Avoiding evil, doing good, and adhering to the precepts, both individually and collectively, along with the benevolent influence of numerous Bodhisattvas, Buddhas, and divine beings, can yield fruitful outcomes, enabling the fulfillment of prayers in accordance with one's desires. The blessing, often referred to as a force of others in the scriptures, is very difficult to explain and can only be felt through personal experience.

(Excerpted from the book **Live The Buddhist Teachings**, Hồng Đức Publishing House, 2014)

7

VẤN ĐỀ CÚNG LỄ NGƯỜI QUÁ VÃNG
Tâm Diệu

Về nghi thức cúng kiếng, cầu nguyện cho người qua đời thì tôn giáo nào cũng có. Không những thế, ngay cả từ thời kỳ mông muội, chưa có tôn giáo, cũng đã có những sự cầu nguyện các đấng mà họ nghĩ là linh thiêng, nhiều quyền phép nào đó, để che chở, cứu vớt người thân đã chết của họ. Họ làm vậy vì trước những tai họa xảy đến, con người cảm thấy quá bé nhỏ trước thiên nhiên, nên nảy sinh nỗi sợ hãi mênh mông đối với bóng tối, sấm chớp, núi cao, sông sâu, dịch bệnh, vân vân, họ tưởng tượng ra nhiều loại thần, nhiều loại ma, và khi người thân chết đi, họ thương xót, thấy là từ nay không còn giúp đỡ, bảo vệ được người thân nữa, họ bèn nghĩ tới các Thánh Thần, đến những nhân vật được tưởng tượng ra từ biết bao nhiêu đời trước mà cho đến nay thì đã được tô đậm thành những hình ảnh huyền bí, đầy quyền năng nơi cõi u linh nào đó chưa ai biết tới, nhưng là nơi mà thân nhân họ có lẽ đang bơ vơ lạc lõng trong đó.

Từ niềm thương xót người thân mà nay mình đã đành chịu bất lực, họ cầu cứu đến các đấng được gọi là khuất mày khuất mặt đầy bí mật, các đấng đã được những kẻ lợi dụng hình ảnh linh thiêng để hù dọa thân nhân người đã chết, khiến cho họ phải biện lễ hậu hĩnh đến xin xỏ Thần Thánh này.

Đạo Phật khi tới các vùng đất mới, thường uyển chuyển hội nhập, gọi là tùy duyên phương tiện, dùng bình của địa phương đựng nước Cam Lồ của nhà Phật, cho nên bên cạnh những nguyên tắc sống Từ Bi Hỉ Xả, tham thiền, nhập định, hành trì tu tập trong khuôn khổ của đạo Giác Ngộ, vẫn tham dự các nghi lễ vốn có từ ngàn xưa của địa phương, chỉ chuyển hóa từ từ. Cho nên, trên con đường Bắc truyền, một số hình thức lễ nghi của những vùng mà đạo Phật đi qua vẫn cùng với đạo Phật chung vai sát cánh ôn hòa.

Một số quốc gia trong trường hợp này vốn sẵn có những nền đạo học rất uyên áo, sâu sắc, thí dụ Khổng giáo, Lão giáo, vân vân. Cúng kiếng là một lễ nghi quan trọng của Khổng giáo, coi như là một nguyên tắc sống của con người. Cúng giỗ là một hình thức báo hiếu. Không có con trai nối dõi tông đường để thờ cúng tổ tiên bị coi như là tội đại bất hiếu. Trong niềm tin ấy, đạo Phật muốn sống hài hòa với đời, tất nhiên là cũng tùy duyên mà áp dụng các nghi thức cúng bái, miễn sao không trở nên quá mê tín, vi phạm vào quy luật nhân quả là niềm tin cốt tủy của Phật tử trong thế giới hiện tượng tương đối mà thôi.

Vậy đạo Phật quan niệm thế nào về sự cúng kiếng cho người chết?

Trước hết, chúng ta cần tìm hiểu xem đạo Phật quan niệm thế nào về sự Sinh và Tử, và theo đạo Phật thì có một linh hồn trường tồn sống mãi trong một cõi giới u linh nào đó để hằng năm trở về nhà con cháu ăn một bữa cơm không?

Để trả lời câu hỏi này chúng tôi xin trích dẫn một bài pháp từ cuốn *Đức Phật và Phật Pháp* do Hòa Thượng Narada biên soạn theo kinh sách nhà Phật và do cư sĩ Phạm Kim Khánh dịch:

(bắt đầu trích)

"Theo triết học Phật Giáo (Vi Diệu Pháp), ba hiện tượng có

thể xuất hiện cho con người thấy trong giai đoạn hấp hối là: Nghiệp, Hiện Tượng Của Nghiệp, và Biểu Hiện Lâm Chung.

Nghiệp là vài hành động tốt hay xấu trong đời sống hoặc ngay trước phút lâm chung. Nếu người hấp hối đã phạm một trong năm tội nặng là các tội giết cha, giết mẹ, giết một vị A La Hán, làm tổn thương Đức Phật và chia rẽ Tăng chúng, hoặc người ấy có một thiện nghiệp lớn như đã đắc một trong các tầng Thiền, thì sẽ chứng nghiệm Hiện Tượng của Nghiệp trước khi chết. Những hành động thiện hay bất thiện đặc biệt ấy có năng lực thật mạnh, chen vào, áp đảo tất cả các hành động khác và biểu hiện thật rõ rệt trước mắt người hấp hối.

Nếu không có Nghiệp xấu hoặc tốt mạnh mẽ như vậy thì có thể tiến trình tư tưởng cuối cùng của người ấy sẽ tùy theo cái Nghiệp vừa tạo liền trước khi chết, gọi là Cận Tử Nghiệp. Cận Tử Nghiệp là hành vi cuối cùng hoặc hành vi nào mà luồng tư tưởng cuối cùng bất chợt nhớ ra ngay lúc lâm chung.

Nếu không phải Cận Tử Nghiệp thì có thể là Thường Nghiệp là những việc mà đương sự thường làm hằng ngày, hoặc thường nhớ đến và ưa thích hơn hết. Trong trường hợp này, nếu người hấp hối là một bác sĩ thì thấy đang săn sóc bệnh nhân, một nhà tu thì thấy đang thuyết pháp, một tên trộm thì thấy đang cạy cửa, khoét vách v.v...

Nếu ba trường hợp trên không xảy ra thì Nghiệp Tích Trữ xuất hiện. Nghiệp Tích Trữ gồm tất cả những trường hợp không kể trong ba loại Nghiệp trên, mà là những hành động tốt hoặc xấu thông thường.

Hiện Tượng của Nghiệp là những biểu tượng xuất hiện trong tâm thức của người hấp hối dưới hình thức sắc, thanh, hương, vị, xúc hay pháp, tức là những hình sắc, âm thanh, mùi, vị hay tư tưởng mạnh mẽ, quen thuộc trong nếp sinh hoạt hằng ngày, thí dụ người đồ tể thì thấy con dao hay con thú chết, bác sĩ thì thấy bệnh nhân, người mộ đạo thì thấy các món lễ vật vân vân...

Biểu Hiện Lâm Chung là vài dấu hiệu có liên quan đến cảnh giới mà người hấp hối sắp được tái sanh vào mà do đó, mặt người sắp lâm chung lộ vẻ vui sướng hoặc đau khổ. Khi triệu chứng phát sinh, nếu là xấu thì ta có thể sửa chữa kịp thời bằng cách giảng kinh hay nói pháp để tạo đối tượng tốt đẹp trong tư tưởng người sắp chết. Những Biểu Hiện Lâm Chung thường là lửa, rừng, vùng sơn cước, bào thai người mẹ, thiên cung v.v...

Dầu trong trường hợp bất đắc kỳ tử, tiến trình tư tưởng của người sắp chết vẫn diễn tiến và đối tượng của chập tư tưởng cuối cùng ấy là một trong ba hiện tượng: Nghiệp, Hiện Tượng của Nghiệp và Biểu Hiện Lâm Chung.

Thí dụ một người sắp lâm chung và sẽ tái sanh vào cảnh người thì đối tượng của chập tư tưởng cuối cùng là một vài nghiệp tốt.

Cái chết thật sự đến lúc Tử Tâm tức luồng tâm thức cuối cùng chấm dứt. Kể từ đó tâm và vật thực không còn tạo năng lực vật chất nữa. Chỉ còn một loại năng lực vật chất phát sanh do hơi nóng tiếp tục tồn tại đến khi cơ thể vật chất tan rã.

Sự diệt tắt của tâm trong kiếp vừa qua là cơ hội để cho một tâm mới phát sanh trong kiếp sống kế. Tuy nhiên, không có cái gì vĩnh cửu, nguyên vẹn đơn thuần, không biến đổi, được chuyển từ quá khứ sang hiện tại. Cũng như bánh xe lăn tròn trên đường, mỗi một lúc chỉ có một điểm của bánh xe chạm với đường. Nói một cánh chính xác, chúng ta chỉ sống trong từng chập tư tưởng. Ta chỉ sống trong hiện tại và hiện tại nhất định phải trôi vào dĩ vãng.

Trong tiến trình luôn luôn biến đổi của đời sống, trong một khoảnh khắc, mỗi chập tư tưởng đều trải qua sanh, trụ, rồi diệt, và trong khi diệt, nó chuyển tất cả năng lực và cảm giác đã ghi nhận cho chập tư tưởng kế. Vậy mỗi chập tư tưởng mới gồm những năng lực tiềm tàng của chập trước và thêm vào đó chút gì khác. Đến lúc chết, chập tư tưởng cuối cùng chấm dứt, để nhường chỗ cho chập tư tưởng kế phát sanh trong kiếp sống mới. Vậy, cái Thức mới gồm chứa tất cả những kinh nghiệm trong quá khứ, vì tất cả những cảm giác trong quá khứ đều được ghi nhận trong cái tâm biến đổi, và tất cả tiềm năng đều được chuyển từ kiếp nầy sang kiếp khác, mặc dầu phần vật chất tan rã. Vì lẽ ấy, đôi khi có người còn nhớ được kiếp quá khứ của mình. Nếu trí nhớ chỉ tùy thuộc vào bộ não, tức nhiên không thể có người nhớ được tiền kiếp.

"Chúng sanh mới" là sự biểu hiện của luồng nghiệp trong hiện tại, không giống hệt, không phải là một, nhưng cũng không hoàn toàn khác với chúng sanh trước kế đó.

"Những thành phần (ngũ uẩn) tạo nên chúng sanh ấy không giống hệt, không phải là một với thành phần (ngũ uẩn) đã tạo nên chúng sanh trước. Tuy nhiên, cũng không phải hoàn toàn là khác vì cả hai cùng nằm chung trong một luồng nghiệp, mặc dầu biểu hiện dưới hình thức mới, trong thế gian mà ngũ quan ta có thể thâu nhận, và ta cho là có một "chúng sanh mới."

Theo Phật giáo, cái chết là sự chấm dứt của đời sống tâm-vật-lý của cá nhân. Chết là sự diệt tắt của sinh lực, tức là đời sống tâm linh và vật lý, cùng với hơi nóng và thức.

Chết không phải là sự tiêu diệt hoàn toàn của một chúng sanh, mặc dầu kiếp sống chấm dứt. Cái tiềm lực làm sống chúng sanh không bị tiêu diệt.

Cũng như ánh sáng đèn điện là biểu hiện bề ngoài mà ta có thể thấy của luồng điện vô hình, chúng ta là biểu hiện bề ngoài của luồng nghiệp vô hình. Bóng đèn có thể vỡ và ánh sáng có thể tắt, nhưng luồng điện vẫn tồn tại, và ánh sáng có thể phát hiện trở lại nếu ta đặt vào đấy một bóng đèn khác. Cũng như thế, sự tan rã của thể xác không làm xáo trộn luồng nghiệp lực, và sự chấm dứt của thức hiện tại dẫn đến sự phát sanh mới. Tuy nhiên, không có gì trường tồn bất biến, như một thực thể đơn thuần, "chuyển" từ hiện tại sang tương lai.

Trong trường hợp nêu trên, nếu người chết tái sanh trở lại vào cảnh người, chập tư tưởng cuối cùng tất nhiên là một loại tâm thiện. Thức-tái-sanh là từ tâm thiện ấy phát sanh, tự nhiên chuyển đến cái trứng và tinh trùng tương xứng trong cảnh người.

Như thế có nghĩa là cho đến lúc chết, luồng nghiệp lực vẫn luôn

luôn trôi chảy, không có một điểm thời gian gián đoạn. Ngay lúc chết những chập tư tưởng vẫn liên tục kế tiếp như trong đời sống.

Hiện tượng chết và tái sanh diễn ra tức khắc, dầu ở bất cứ nơi nào, cũng như làn sóng điện phát ra trong không gian được thâu nhận tức khắc vào bộ máy thâu thanh. Luồng nghiệp lực trực tiếp chuyển từ cái chết ngay đến tái sanh, không trải qua một trạng thái chuyển tiếp nào. *Phật giáo thuần túy không chủ trương có linh hồn người chết tạm trú ở một nơi nào, chờ đến khi tìm được một nơi thích hợp để đầu thai.*" (hết trích)

Trên đây là quan điểm của Phật giáo Nguyên Thủy, hay còn gọi là Phật giáo Nam Tông Theravada.

Về phía Phật giáo Bắc Tông, hay còn gọi là Phật giáo Đại Thừa, thì quan niệm rằng *không hẳn là tất cả mọi người sau khi chết đều tái sinh ngay lập tức.* Trường phái này quan niệm rằng những người có nghiệp cực thiện thì ngay sau khi chết sẽ sanh vào các cõi Tịnh, thí dụ cõi Tây Phương Tịnh Độ, Đông Phương Tịnh Độ, vân vân, và những người có nghiệp cực ác thì sau khi chết sẽ sanh ngay vào các cảnh giới ác, như Địa Ngục, Ngạ Quỷ hoặc tái sinh thành các loài súc sinh. Trường hợp đó gọi là chết đây sinh kia. Ngoài hai trường hợp đó, sau khi chết, người ta có thể còn lưu tâm thức lại một thời gian trong trạng thái gọi là Thân Trung Ấm, và mơ màng trong cảnh giới này từ 1 lần 7 ngày, cho tới 7 lần 7 ngày, là 49 ngày. Trong thời gian đó, nhất là 21 ngày đầu, người đã qua đời vẫn còn có ấn tượng mạnh mẽ về kiếp sống vừa qua. Và chính từ niềm tin này, người ta coi trọng sự cầu nguyện để giúp chuyển hóa tâm trạng người chết khiến cho thần thức của họ hòa nhập được vào các cõi an lành.

Như vậy thì cả hai truyền thống Phật giáo, Bắc Tông và Nam Tông đều *không nói đến những hình thức cúng kiếng cho người đã chết từ lâu*, hàng năm trời, mà chỉ có thể giúp cho người mới chết qua những lời kinh tiếng kệ, qua lòng chí thành thanh tịnh của chư vị chân tu và thân nhân, hy vọng họ chuyển hóa các tâm niệm xấu mà thôi.

Tuy nhiên, theo truyền thống của người Việt Nam, việc cúng giỗ là điều rất tốt, nhưng nên được xem như là **ngày tưởng niệm**, ngày nhớ tưởng đến người đã khuất, trước là nói lên lòng thành kính tưởng nhớ, sau là nhắc nhở con cháu nên tiếp nối mỹ tục biết cảm ơn các bậc sinh thành, cũng như mỗi quốc gia đều có những ngày kỷ niệm Chiến Sĩ Trận Vong, để nói lên lòng nhớ ơn các anh hùng liệt sĩ có công với đất nước vậy.

Chúng ta có thể tổ chức cúng giỗ tại nhà, hoặc tại chùa với **mục đích tưởng niệm**, không thiết lễ cầu siêu dâng sớ và đốt vàng mã theo văn hóa Trung Hoa (*vì tin chắc là ông bà hoặc đã lên các cõi Tịnh hay đã tái sanh làm người ngay từ lúc nhắm mắt lìa đời*). Nếu đủ phương tiện có thể tổ chức cúng giỗ tại chùa thì tốt hơn. Trước nhất, đây là một duyên lành giữa thân nhân người chết đối với nhà Phật, có dịp cho con cháu, họ hàng tiếp cận với các vị Sư, nhân đó, họ có thể tìm hiểu để học hỏi thêm về Phật pháp. Thứ nữa là thân nhân người chết có thể tạo chút phước qua việc cúng dường Tam Bảo, để nhà chùa có thêm khả năng ấn tống kinh sách, phổ biến Phật pháp rộng rãi, thêm phương tiện để hoàn thành các Phật sự vì chúng sinh và cho chúng sinh. Các vị Sư là những Trưởng Tử Như Lai, là những Đạo Sư, có nhiệm vụ thiêng liêng là hoằng dương Chánh Pháp song song với việc tu tập bản thân để giải thoát luân hồi. Phật tử tại gia cũng vậy, ngoài việc lo cho gia đình, xã hội cũng cần phải tu tập bản thân và giúp phương tiện cho các vị Đạo Sư trong công cuộc hoằng truyền và bảo vệ sự trong sáng của đạo Phật.

(Trích từ sách **Phật Pháp Trong Đời Sống**, Nhà xuất bản Hồng Đức 2014)

PRAYING FOR THE DECEASED

Author: Tâm Diệu

Translated by Nguyên Giác

Every religion has its own ritual of worshiping and praying for the deceased. Not only that, even in primitive, pre-religious times, many people prayed to beings they believed were sacred and possessed supernatural powers to protect and save their deceased loved ones. They do this because, in the face of disasters, people feel insignificant in the presence of nature, leading to an overwhelming fear of darkness, lightning, towering mountains, deep rivers, epidemics, and more. They have imagined many types of gods and ghosts. When their loved ones die, they feel sorry for them and realize that they can no longer provide help and protection. As a result, they turn to the concept of holy unseen beings. The ancient human beings, who existed long ago, have now become enigmatic and powerful figures in a realm of ghosts that remains unknown to everyone. It is believed that their departed relatives may be lost and vulnerable in this realm.

Out of compassion for their beloved ones, whom they could no longer bear to see suffer, they sought assistance from the enigmatic beings known as the hidden ones. These individuals were employed by those who exploited sacred symbols to frighten the deceased's relatives, compelling them to make substantial donations in exchange for blessings from the sacred, yet unseen, spirits.

When Buddhism spreads to new regions, it often adapts and integrates itself flexibly, depending on the prevailing circumstances, by utilizing local vessels to contain Buddhist nectar. So, in addition to embodying the principles of living the Dharma, such as compassion, kindness, joy, equanimity, meditation, and practice within the framework of the Enlightenment religion, Buddhists also engage in local rituals that have been practiced for thousands of years. These rituals gradually transformed the local cultures into Dharmic cultures. Therefore, on the Northern Path, some ritual forms from the regions where Buddhism has passed through still peacefully coexist alongside Buddhism.

Some countries in this case already have very profound religious traditions, such as Confucianism and Taoism. Worship is an important ritual in Confucianism and is considered a fundamental principle of human life. Worshiping ancestors is a form of filial piety. Not having a son to continue the family line and worship ancestors is considered a grave violation of filial piety. In order to live in harmony with local communities, Buddhism must adapt to local rituals, as long as it does not become overly superstitious and violate the law of cause and effect, which is a fundamental belief of Buddhism in the realm of relative phenomena.

So, how does Buddhism view the rituals of praying for the dead?

First of all, we need to explore Buddhism's perspective on birth and death, as well as its stance on the questionable existence of an eternal soul that continues to exist in a ghostly realm and returns to its descendants annually to have a meal.

To address this question, we would like to cite a sermon from the book "The Buddha and His Teachings," compiled by Venerable Narada Mahathera based on Buddhist scriptures. The Vietnamese version was translated by Pham Kim Khanh, a layperson. The following paragraphs are from the original English version.

(starting quote)

"To the dying man at this critical stage, according to Abhidhamma philosophy, is presented a Kamma, Kamma Nimitta, or Gati Nimitta.

By **Kamma** is here meant some good or bad act done during his lifetime or immediately before his dying moment. It is a good or bad thought. If the dying person had committed one of the five heinous crimes (Garuka Kamma) such as parricide etc. or developed the Jhānas (Ecstasies), he would experience such a Kamma before his death. These are so powerful that they totally eclipse all other actions and appear very vividly before the mind's eye. If he had done no such weighty action, he may take for his object of the dying thought-process a Kamma done immediately before death (Āsanna Kamma); which may be called a "Death Proximate Kamma."

In the absence of a "Death-Proximate Kamma" a habitual good or bad act (Ācinna Kamma) is presented, such as the healing of the sick in the case of a good physician, or the teaching of the Dhamma in the case of a pious Bhikkhu, or stealing in the case of a thief. Failing all these, some casual trivial good or bad act (Katattā Kamma) becomes the object of the dying thought-process.

Kamma Nimitta or "symbol," means a mental reproduction of any sight, sound, smell, taste, touch or idea which was predominant at the time of some important activity, good or bad, such as a vision of knives or dying animals in the case of a butcher, of patients in the case of a physician, and of the object of worship in the case of a devotee, etc...

By Gati Nimitta, or "symbol of destiny" is meant some symbol of the place of future birth. This frequently presents itself to dying persons and stamps its gladness or gloom upon their features. When these indications of the future birth occur, if they are bad, they can at times be remedied. This is done by influencing the thoughts of the dying man. Such premonitory visions of destiny may be fire, forests, mountainous regions, a mother's womb, celestial mansions, and the like.

Taking for the object a Kamma, or a Kamma symbol, or a symbol of destiny, a thought-process runs its course even if the death be an instantaneous one.

For the sake of convenience let us imagine that the dying person is to be reborn in the human kingdom and that the object is some good Kamma.

His Bhavanga consciousness is interrupted, vibrates for a thought-moment and passes away; after which the mind-door consciousness (manodvāravajjana) arises and passes away. Then comes the psychologically important stage --Javana process -- which here runs only for five thought moments by reason of its weakness, instead of the normal seven. It lacks all reproductive power, its main function being the mere regulation of the new existence (abhinavakarana).

The object here being desirable, the consciousness he experiences is a moral one. The Tadālambana-consciousness which has for its function a registering or identifying for two moments of the object so perceived, may or may not follow. After this occurs the death-consciousness (cuticitta), the last thought moment to be experienced in this present life.

There is a misconception amongst some that the subsequent birth is conditioned by this last death-consciousness (cuticitta) which in itself has no special function to perform. What actually conditions rebirth is that which is experienced during the Javana process.

With the cessation of the decease-consciousness death actually occurs. Then no material qualities born of mind and food (cittaja and āhāraja) are produced. Only a series of material qualities born of heat (utuja) goes on till the corpse is reduced to dust.

Simultaneous with the arising of the rebirth consciousness there spring up the 'body-decad,' 'sex-decad,' and 'base-decad' (Kāya-bhāva-vatthu-dasaka).

According to Buddhism, therefore, sex is determined at the moment of conception and is conditioned by Kamma not by any fortuitous combination of sperm and ovum-cells.

The passing away of the consciousness of the past birth is the occasion for the arising of the new consciousness in the subsequent birth. However, nothing unchangeable or permanent is transmitted from the past to the present.

Just as the wheel rests on the ground only at one point, so, strictly speaking, we live only for one thought-moment. We are always in the present, and that present is ever slipping into the irrevocable past. Each momentary consciousness of this ever-changing life-process, on passing away, transmits its whole energy, all the indelibly recorded impressions on it, to its successor. Every fresh consciousness, therefore, consists of the potentialities of its predecessors together with something more. At death, the consciousness perishes, as in truth it perishes every moment, only to give birth to another in a rebirth. This renewed consciousness inherits all past experiences. As all impressions are indelibly recorded in the ever-changing palimpsest-like mind, and all potentialities are transmitted from life to life, irrespective of temporary disintegration, thus there may be reminiscence of past births or past incidents. Whereas if memory depended solely on brain cells, such reminiscence would be impossible.

"This new being which is the present manifestation of the stream of Kamma-energy is not the same as, and has no identity with, the previous one in its line -- the aggregates that make up its composition being different from, having no identity with, those that make up the being of its predecessor. And yet it is not an entirely different being since it has the same stream of Kamma-energy, though modified perchance just by having shown itself in that manifestation, which is now making its presence known in the sense-perceptible world as the new being.

Death, according to Buddhism, is the cessation of the psycho-physical life of any one individual existence. It is the passing away of vitality (āyu), i.e., psychic and physical life (jīvitindriya), heat (usma) and consciousness (vi?āna).

Death is not the complete annihilation of a being, for though a particular life-span ends, the force which hitherto actuated it is not destroyed.

Just as an electric light is the outward visible manifestation of invisible electric energy, so we are the outward manifestations of invisible Kammic energy. The bulb may break, and the light may be extinguished, but the current remains and the light may be reproduced in another bulb. In the same way, the Kammic force remains undisturbed by the disintegration of the physical body, and the passing away of the present consciousness leads to the arising of a fresh one in another birth. But nothing unchangeable or permanent "passes" from the present to the future.

In the foregoing case, the thought experienced before death being a moral one, the resultant rebirth-consciousness takes for its material an appropriate sperm and ovum cell of human parents. The rebirth-consciousness (patisandhi vi?āna) then lapses into the Bhavanga state.

The continuity of the flux, at death, is unbroken in point of time, and there is no breach in the stream of consciousness.

Rebirth takes place immediately, irrespective of the place of birth, just as an electromagnetic wave, projected into space, is immediately reproduced in a receiving radio set. Rebirth of the mental flux is also instantaneous and leaves no room whatever for any intermediate state (antarabhava). **Pure Buddhism does not support the belief that a spirit of the deceased person takes lodgement in some temporary state until it finds a suitable place for its "reincarnation."..."**

(Excerpt from chapter 28 of the book "The Buddha and His Teachings" written by Venerable Narada Mahathera: http://www.buddhism.org/Sutras/BuddhaTeachings/page_28.html)

The section just mentioned is from the perspective of Theravada Buddhism, also known as Southern Buddhism or The Way of the Elders.

As for Northern Buddhism, also known as Mahayana Buddhism, the concept is that not everyone is reborn immediately after death. This school of thought posits that individuals with exceptionally good karma will be reborn in pure lands immediately after death, such as the Western Pure Land or the Eastern Pure Land. Conversely, those with extremely negative karma will be born into evil realms after death, such as Hell, Hungry Ghosts, or animals. That phenomenon is referred to as dying here and being born there.

In addition to those two cases, after death, the consciousness of the deceased will remain for a while in a state called the bardo of becoming. During this time, they will experience dream-like states, alternating between 1 time in 7 days and up to 7 times in 7 days, for a total of 49 days. During that time, especially within the first 21 days, the deceased still retained strong impressions of their past lives. It is based on this belief that people value prayer to help transform the state of the deceased, enabling their consciousness to merge with the realms of peace.

Thus, both Buddhist traditions, Northern and Southern Buddhism, do not mention forms of praying for people who have died long ago, for years. Instead, they focus on helping the newly deceased through chanting sutras and Dhammic verses, relying on the pure sincerity of true practitioners and relatives. The intention is to encourage the deceased to transform their negative thoughts.

According to Vietnamese tradition, the ritual of praying for the deceased is considered a significant event. However, it should be viewed as a day of remembrance, a time to honor and remember the departed. The primary purpose is to show respect and pay tribute, while also serving as a reminder to future generations to carry on the practice of expressing gratitude to their ancestors. Just like every country has Memorial Day to express gratitude to the heroic martyrs who have contributed to the country.

We can hold a death anniversary ceremony at home or in a temple for memorial purposes. Please disregard the Chinese cultural practice of praying for the deceased over multiple generations and burning joss paper for them. Just believe that your deceased grandparents have either attained enlightenment in the Pure Lands or been reborn as humans immediately after they passed away from this world. If you have sufficient resources, it is preferable to arrange death anniversary offerings at a temple. First of all, this relationship between the deceased's relatives and the Buddhists is beneficial, as it allows children, grandchildren, and other relatives to interact with the monastics and gain a deeper understanding of Buddhism. Second, the relatives of the deceased can offer blessings to the Three Jewels through offerings. This will enhance the pagoda's ability to distribute scriptures, spread Buddhism extensively, and provide more resources to carry out Buddhist activities for the benefit of all sentient beings.

Monks are the first sons of Tathagata, the Dharma Masters, with the sacred mission of propagating the Dharma while simultaneously cultivating themselves to attain liberation from the cycle of samsara. The same goes for lay Buddhists. In addition to taking care of their families and society, they also need to practice Buddhism themselves and assist the Dharma Masters in propagating and safeguarding the purity of the religion.

(Excerpted from the book **Live The Buddhist Teachings,** Hồng Đức Publishing House, 2014)

8

XÉT LẠI CÂU TỤC NGỮ
"ĐỜI CHA ĂN MẶN ĐỜI CON KHÁT NƯỚC"
QUA LĂNG KÍNH ĐẠO PHẬT

Tâm Diệu

Nếu toàn thể nhân loại kể từ đời thượng cổ cho đến ngày nay đều có cùng một thói quen sống **"ai sao tôi vậy"** hoặc **"xưa sao nay vậy"** thì giờ này chúng ta vẫn còn phải vác rìu bằng đá để đi săn thú đem về ăn sống nuốt tươi, chứ không thể có được nền văn minh điện toán như ngày nay.

Nền văn minh mà chúng ta đang thừa hưởng này không phải bỗng nhiên từ trên trời rơi xuống, hoặc là từ những bộ óc ù lì, nghị gật "ai sao tôi vậy" mà xây dựng nên. Đó là nhờ công lao của những khối óc quả cảm, đầy sáng kiến, dám thí nghiệm những sáng kiến của mình, dám tranh đấu để những sáng kiến thành hiện thực dù cho đôi khi phải hy sinh tính mạng.

Sự tiến hóa cả về vật chất lẫn tinh thần có được là nhờ ở những con người biết suy nghĩ độc lập, can đảm nhận lãnh trách nhiệm, dám có ý kiến khác đương thời, **"ai sao tôi không vậy"** mới vùng lên lật đổ được ngoại xâm, không chịu cam tâm làm nô lệ.

Cho nên, là phần tử của đạo Giác Ngộ, chúng ta nên xét lại một số thói quen xấu, như thói quen ỷ lại vào người khác **"ai sao tôi vậy"**.

Những "ai sao tôi vậy" nào mà hợp lý, có lợi cho mọi người thì theo. Cái nào có hại thì nên bỏ và nói người khác bỏ. Không nên mang nỗi sợ truyền kiếp với tiền nhân mà cứ cắm đầu tuân theo những thói quen lạc hậu như sợ "ra ngõ gặp gái thì xui xẻo", "có con mèo lạc vào nhà thì sẽ nghèo", "vợ chồng khắc tuổi thì sẽ sớm bỏ nhau", vân vân và vân vân.

Trong tinh thần đó, chúng ta nên xét lại một số châm ngôn tục ngữ qua lăng kính của đạo Phật, thí dụ như câu **"đời cha ăn mặn đời con khát nước"**.

Quan niệm về cái gọi là "đời cha ăn mặn đời con khát nước" cho rằng có một cái gì vô hình lưu truyền cái nhân xấu do đời cha tạo ra và chuyển giao cái quả xấu do nhân xấu mang lại cho con cái trong dòng họ huyết thống tổ tiên.

Có người cho rằng, đó là do ảnh hưởng huyết thống, mà khoa học ngày nay đã khám phá ra các "gene" di truyền và cũng có người cho rằng quan niệm này bắt nguồn từ thuyết nhân quả luân hồi của đạo Phật, điều này mới nghe ra thì tưởng như đúng vì cũng gieo nhân và cũng hái quả, nhưng hoàn toàn không đúng.

Thời đức Phật còn tại thế, có người hỏi Ngài:

"Bạch Đức Thế Tôn, vì lý do nào mà trong đời người có người chết yểu và có người sống lâu; có người bệnh hoạn và có người khỏe mạnh; có người xấu và có người đẹp; có người làm gì cũng không có ai làm theo, nói gì cũng không ai nghe theo; có người nghèo khổ và người giầu sang, có người sanh trong gia đình bần tiện và có người sanh trong gia đình cao sang, có người ngu dốt và có người trí tuệ thông minh ?

Đức Phật trả lời như sau:

"Tất cả chúng sinh đều mang theo cái **Nghiệp** (Karma) của chính mình như một di sản, như vật di truyền, như người chí thân, như chỗ nương tựa. Chính vì cái Nghiệp riêng của mỗi người mỗi khác nên mới có cảnh dị đồng giữa chúng sanh".1

Nghiệp (kamma, hay tiếng Sanscrit là karma) là qui luật nhân quả trên bình diện đạo đức. Nói một cách chính xác hơn, Nghiệp là tác ý hay ý muốn. Vì có ý muốn nên mới phát sinh hành động qua thân, khẩu, và ý. Tác ý có thể là thiện hay không thiện, tức lành hay dữ, cũng có thể không lành không dữ. Vì thế hành động là gieo nhân, mà nhân lành sẽ ra quả lành và nhân ác sẽ ra quả ác. Tiến trình hành động và phản hành động, tức tiến trình gieo nhân và gặt quả nối tiếp vô cùng tận. Nhân tạo quả, quả trở thành nhân mới.

Tiến trình của nhân và quả này là qui luật thiên nhiên, luôn luôn biến dịch, không có ai tạo ra nó và hủy diệt nó. Một năng lực ngoại tại hay một đấng thần linh nào đó có quyền ban phước cho những ai ăn hiền ở lành hay trừng phạt những ai làm điều ác, hay có quyền chuyển giao phước báu hoặc hình phạt từ người này qua người khác, **hoàn toàn không có chỗ đứng trong Phật giáo**. Người cha, dù có thương con cách mấy cũng không thể nào thay thế cho con ở tù khi đứa con phạm trọng tội giết người.

Trong lịch sử Phật Giáo có rất nhiều điển tích nói lên cái nhân quả do mình làm mình chịu, không ai có thể gánh thay cho mình được, như sự tích bà Mục Liên Thanh Đề, thân mẫu ngài Mục Kiền Liên. Bà Thanh Đề khi còn sống đã làm nhiều điều độc ác, tham lam và ích kỷ, không bao giờ làm phước, bố thí hay giúp đỡ người nghèo khổ, nên khi mệnh chung bà phải đọa vào địa ngục A-Tỳ, làm thân ngạ quỷ, đói khát cực khổ.
Ngài Mục Kiền Liên, một vị đại đệ tử thần thông bậc nhất của Phật, sau khi chứng được đạo quả, liền dùng huệ nhãn quan sát sáu nẻo luân hồi, thấy cha đang ở cõi trời hưởng phước báu an vui, còn mẹ là bà Thanh Đề đang sống trong cảnh giới địa ngục thân hình tiều tụy, đói khát khổ sở.

Quá thương xót mẹ, ngài dùng thần thông đem bát cơm dâng mẹ. Bà Thanh Đề, vì đói lâu ngày nên khi thấy bát cơm, thì lòng tham nổi lên sợ các quỷ đói khác dành ăn nên bà lấy tay trái che bát cơm, tay mặt bốc ăn, cơm liền biến thành than hồng. Ngài xót xa rơi lệ, biết mẹ mình nghiệp chướng quá nặng, sức mình không cứu nổi, bèn đi cầu cứu với Phật.

Vâng theo lời Phật dậy, ngài nhờ sức tâm của chư vị A La Hán, là những bậc tu hành đạt đạo, đã thanh lọc tất cả mọi tư tưởng ô nhiễm tham sân si, đã tháo gỡ mọi sự vướng mắc của tâm ý thức, chấm dứt được dòng luân hồi nghiệp báo, tâm thanh tịnh mênh mông như hư không, nên mới chuyển hóa được tâm bủn xỉn của bà Thanh Đề. Chỉ cần một niệm tâm chuyển hóa, ngục tù tâm tạo của bà đã tự tan rã. Cho nên Lục Tổ nói: "Tự tánh khởi một niệm ác, liền diệt vạn kiếp thiện nhân, tự tánh khởi một niệm thiện, liền dứt hằng sa ác nghiệp" (Pháp Bảo Đàn Kinh).

Bao nhiêu đó chứng tỏ rằng người con đắc đạo, thần thông bậc nhất là do tu chứng của chính cá nhân mình không do nơi cha mẹ và bà mẹ cũng vậy, phải gánh chịu cái quả do việc làm của chính mình, ngay cả con bà đến cứu bà cũng không được. Thật là rõ ràng quan niệm phúc ấm truyền đời hay cái gọi là **"đời cha ăn mặn đời con khát nước"** không có mặt trong đạo Phật.

Theo luật nhân quả, thì quả vui hay quả khổ của người đang thụ hưởng đều do những nhân tốt hay xấu do chính người ấy, chứ **không phải do người khác đã gieo trồng**, trong kiếp hiện tại hay trong những kiếp quá khứ. Với cái nhận thức và tầm nhìn giới hạn của chúng ta nên chúng ta chỉ thấy trước mặt cái quả đang trổ mà không thấy được tất cả các nguyên nhân vi tế đã sanh quả ấy, vì các nhân ấy không phải chỉ là những nhân đã gieo trồng trong kiếp này mà có thể là đã được gieo trải từ nhiều kiếp trong quá khứ. Nhà Phật gọi là nhân quả ba đời, (có nghĩa là bao gồm nhiều kiếp trong quá khứ, kiếp hiện tại và nhiều kiếp trong tương lai).

Sở dĩ chúng ta phải đem ánh sáng của đạo Giác Ngộ rọi vào những câu châm ngôn tục ngữ như câu "Đời cha ăn mặn đời con khát nước" vì câu này không đúng với luật nhân quả. "Người này ăn mặn mà người khác lại khát nước" !!! Chuyện đời nay rõ ràng, ai cố gắng học hành thì được ghi tên nơi bằng cấp, không có việc chuyển nhượng.

Quan niệm "Đời cha ăn mặn đời con khát nước" cũng có thể là một lời hăm dọa phát nguồn từ thế lực cầm quyền trong xã hội cũ tại Việt Nam. Chế độ phong kiến thời xưa, vì quyền lợi, thường có thói quen tàn ác kéo cả gia đình phạm nhân vào một sự trừng phạt, thí dụ như án "tru di tam tộc", giết cả ba họ kẻ có tội với triều đình, với mục đích khủng bố tinh thần dân chúng, để họ vì nghĩ đến thân nhân, thương xót không muốn thân nhân mắc họa, mà không giám chống đối lại triều đình.

Ở đây thì vì nghĩ đến con mà không giám làm điều gì mang họa cho con. Dọa dẫm mà có kết quả thì cũng có thể bỏ qua được. Nhưng không có nghĩa là lời dọa đó đúng với chánh pháp. Cũng như giết ba họ của phạm nhân để người khác không giám phạm pháp thì chỉ là một sự trả thù tàn nhẫn và vô lý mà thôi.

Cái lợi của sự dọa dẫm này quá nhỏ so với cái hại: (1) Quan niệm "đời cha ăn mặn đời con khát nước" chỉ gây cho con cái, cái tinh thần ỷ lại vào phúc ấm tổ tiên. (2) Đời sống đen tối thì oán trách, đổ thừa cho cha mẹ mà không tự nhận rằng vì cái nhân xấu mình đã gây ra trong quá khứ. (3) Con cái khá giả thì cha mẹ giành công, khoe khoang rằng phúc đức do mình tạo. Nếu trong đám lại có những đứa nghèo khổ thì chúng lại oán hận cha mẹ bất công, chia phúc cho con này không cho con khác. Cha mẹ nhận công như vậy đã gián tiếp không khuyến khích chính con cái làm điều thiện để tạo nhân tốt cho nghiệp quả của bản thân họ. (4) Không giải thích được những trường hợp một gia đình có nhiều anh chị em, trong đó có người giầu sang, kẻ nghèo khó nghiện ngập. Như vậy thì phước đức của tổ tiên cha mẹ đã được chia cho con cái theo công thức nào? (5) Không giải thích được trường hợp cha mẹ hiền đức như vua Ba Tư Nặc và Mạt Lợi phu nhân mà lại sinh ra người con độc ác là vua Lưu Ly, đang tay giết cả dòng họ Thích.

Là Phật tử của đạo Giác Ngộ, chúng ta không tin về cái gọi là **"phúc ấm truyền thừa"** hay **"đời cha ăn mặn đời con khát nước"**. Bà Mục Liên Thanh Đề ăn mặn nhưng con của bà đâu có khát nước. Chúng ta phải tin sâu và hiểu thấu định luật nhân quả, phải tin tưởng mãnh liệt nơi chính mình, chính mình tạo nhân cũng chính mình gặt quả, phải tin vào khả năng và sự cố gắng của chính mình trong việc hóa giải những nhân xấu bằng những nhân tốt để cải thiện đời mình và không ngừng làm việc tốt để tạo an lạc cho chúng sinh, làm tốt cho cộng đồng.

----

1 Majjhima Nikaya, Cullakammavibhanga Sutta no.35. Warren, Buddhism in Translation, p. 214

(Trích từ sách Phật Pháp Trong Đời Sống, Nhà xuất bản Hồng Đức 2014)

EXAMINE THE PROVERB
"CHILDREN WILL BE THIRSTY BECAUSE THEIR FATHER EATS SALTY FOOD" FROM A BUDDHIST PERSPECTIVE.

Author: Tâm Diệu

Translated by Nguyên Giác

If humanity had maintained the same living habits from ancient times until today, such as "**I will live like everyone else**" or "**I will do like people in the past**," we would still be using stone axes to hunt animals, eating them raw, and would not have the advanced computer civilization we have today.

The civilization we live in now is built on new discoveries, not suddenly dropped from the sky or from dull minds content with conforming to the status quo of "I will live like everyone else." That is thanks to the efforts of courageous individuals, brimming with fresh ideas, willing to experiment with their innovations, and determined to fight for their realization, even if it means sacrificing their lives.

Evolution, both materially and spiritually, is made possible by individuals who think independently, possess the courage to take responsibility, and dare to hold opinions that differ from those of their peers. The individuals who dare to believe that "**I will not

blindly follow others" will rise up to overthrow the foreign invaders, refusing to be willing to be slaves.

Therefore, as followers of the Enlightenment religion, we should scrutinize certain detrimental habits, such as the inclination to rely on others, as in the mindset of "**I will live like everyone else.**"

We should adhere to social norms that are reasonable and beneficial to all. We should abandon and encourage others to abandon any harmful old customs. We should not let the fears of our ancestors dictate our actions to the extent of adhering to outdated beliefs such as the superstitions that "meeting a girl in an alley will bring bad luck," "having a stray cat enter your house will result in poverty," or "conflicting horoscopes between husband and wife will lead to separation," and so on.

In that spirit, let us examine some proverbs from the perspective of Buddhism, like the saying "**the children will be thirsty because their father ate salty food.**"

Those who claim that "your generation will be thirsty because the father eats salty food" believe in an invisible effect that suggests the negative factor is caused by the father, and that these bad results will be transmitted to the children and grandchildren within the family bloodline.

Some people believe that the discovery of genetic "genes" in modern science is influenced by bloodlines, while others argue that this concept has its roots in the Buddhist theory of cause and effect. When you first hear this, it seems plausible because there are causes that are sown and then there are results that follow from them, but it's completely untrue.

When the Buddha was still alive, someone asked him, "World-Honored One, for what reason do some people die young while others live long? Why are some people sick while others are healthy? Why are some people ugly while others are beautiful? Why do some people perform multiple tasks but fail to attract any followers? Why do some people talk, but nobody listens to them?

Why are there poor people and rich people? Why are some people born into poor families while others are born into noble families? And why are there stupid people and intelligent people?"

The Buddha replied, "All sentient beings carry their own **karma** as an inheritance, a genetic lineage, a close relative, a dependent. Because each person's karma is unique, there are varying situations among living beings."

Karma is the law of cause and effect in the moral sense. Karma, to be more precise, is the intention or will. Because there is a will, actions arise through the body, speech, and mind. The intention can be good or bad, wholesome or unwholesome; it can also be neither good nor bad. Therefore, action is sowing seeds of causes, and good causes will produce positive results, while evil causes will yield negative results. The process of action and reaction, that is, the process of sowing causes and reaping results, continues endlessly. The cause creates the outcome, and then the outcome becomes the new cause.

This process of cause and effect is a natural law that cannot be created, changed, or destroyed by anyone. **Buddhism teaches that** there is no external force or god who has the authority to bestow blessings upon the kind-hearted or punish the wicked. There is also no one who has the right to transfer merit or punishment from one person to another. A father, no matter how much he loves his child, cannot take the place of his child in prison when the child commits a serious murder.

In the history of Buddhism, there are many stories that teach us about the law of cause and effect, emphasizing that no one can bear the consequences for us. One such story is that of Mrs. Muc Lien Thanh De, the mother of Maudgalyayana. When she was alive, Thanh De engaged in many cruel, greedy, and selfish actions. She never practiced charity, gave alms, or helped the poor. As a result, after her death, she was condemned to the Avici hell as a hungry ghost, where she would suffer from extreme hunger and thirst. Maudgalyayana, a prominent disciple of the Buddha known for his extraordinary powers, attained enlightenment and promptly utilized his wisdom eye to survey the six realms of reincarnation. He discovered that his father resided in heaven, experiencing abundant blessings and happiness, while his mother, Mrs. Muc Lien Thanh De, dwelled in hell, enduring physical emaciation, hunger, and immense suffering.

Feeling sorry for his mother, he used his magical powers to conjure a bowl of rice for her. Mrs. Thanh De, who had been hungry for a long time, noticed a bowl of rice, and her greed took over. She was afraid that other hungry ghosts would steal the food, so she covered the bowl of rice with her left hand and picked up the food with her right hand. The rice immediately turned into embers. He shed tears, knowing that his mother's karma was too burdensome and that he could not save her. Therefore, he sought help from Buddha.

Following the Buddha's advice, he sought the mental fortitude of the Arhats, who had achieved enlightenment. These individuals had purified their minds of all impure thoughts of greed, anger, and ignorance. They had also untangled themselves from all mental complexities, broken free from the cycle of reincarnation, and possessed a mind as expansive as space. By doing so, they were able to transform Mrs. Thanh De's stingy mindset. With just one thought of transformation, her self-created prison dissolved on its own. That's why the Sixth Patriarch said, "If one's own nature gives rise to one evil thought, it immediately destroys ten thousand good lifetimes. If one's own nature gives rise to a good thought, it immediately destroys the bad karma accumulated over countless evil lifetimes." (The Dharma Jewel Platform Sutra)

That story proves that the child's enlightenment and extraordinary abilities are a result of his own personal practice, not inherited from his parents. The mother, who is responsible for her own bad actions, suffers the consequences in hell, and even her children cannot save her. It is clear that the concept of merit being passed down from generation to generation, or the so-called "**if the father eats salty food, the children will be thirsty**," is not present in Buddhism.

According to the law of cause and effect, the happiness or suffering that a person experiences is a result of their own actions, **not influenced by others**, in their current life or in past lives. With our limited knowledge and vision, we only see the result that is appearing in front of us and cannot see all the subtle causes that have produced that result. These causes are not solely planted in this life but may have been planted in many past lives. Buddhists refer to this phenomenon as the cause and effect of three lives, which encompasses multiple lives from the past, present, and future.

We need to shed light on proverbs such as "The father who eats salty food makes his children thirsty" using the lamp of Enlightenment. This sentence does not adhere to the principle of cause and effect. Whoever eats salty food will become thirsty, and they cannot make others thirsty. Today's stories clearly show that those who study diligently will earn a degree, and diplomas cannot be transferred.

The concept "The father who eats salty food will make his children thirsty" could also be seen as a form of control used by the ruling power in the old society in Vietnam. The ancient feudal regime, for its own sake, often had a cruel practice of punishing the entire family of a prisoner collectively. For instance, criminals whom the royal court convicted would receive a sentence such as "the prisoner and his three clans (the clans of his father, his mother, and his wife) must all be executed, including three generations of their clans." This instills fear in the subjects, discouraging them from opposing the court out of concern for the well-being of their relatives and a desire to protect them from harm.

In this case, the father thinks of his child, so he does not dare to do anything that would bring harm to his child. Threats that yield results are also acceptable. But that doesn't mean those threats are true to the Dharma. Just like killing the three clans of a criminal to prevent others from breaking the law, it is simply cruel and unjustifiable revenge.

The benefits of this belief are too insignificant compared to the harms. (1) The idea that "a father who consumes salty food will make his children thirsty" only fosters dependence and reliance on the fortunes of their forefathers. (2) When your child's life takes a turn for the worse, they may blame their parents without acknowledging the negative actions they have committed in the past. (3) When a child is successful or lucky, parents often take credit for it, proudly boasting about the blessings they have bestowed upon their children. If there are impoverished children among your offspring, they may harbor resentment towards their unjust parents and distribute their blessings unevenly among their siblings. Parents who accept such credit indirectly discourage their children from performing good deeds and creating positive karma for themselves. (4) That proverb cannot explain cases where a family has many children, including wealthy individuals, impoverished individuals, and individuals struggling with drug addiction. So, according to which formula are the blessings of the ancestors and parents divided among the children? (5) It is impossible to explain the case where virtuous parents like King Ba Tu Nac and his wife Mat Loi gave birth to an evil son, King Luu Ly, who killed the entire Shakya clan.

As Buddhists walking on the path of Enlightenment, we cannot believe in the notion of "**merit that can be passed on to children**" or the idea that "**when the father eats salty food, the children will be thirsty**." Mrs. Muc Lien Thanh De ate salty food, but her child was not thirsty. We must have a profound belief in and understanding of the law of cause and effect. Additionally, we must have strong self-belief that if we take action and create the necessary causes, we will achieve the desired results. We must believe in our own abilities and efforts to counteract negative influences by consistently taking positive actions to enhance our lives, promote peace for all living beings, and improve our communities.

(Excerpted from the book **Live The Buddhist Teachings**, Hồng Đức Publishing House, 2014)

9

HÁI LỘC ĐẦU XUÂN
Tâm Diệu

Cũng như người Việt trong nước, cứ vào mỗi dịp tết Nguyên Đán, người Việt hải ngoại, Phật tử cũng như không phải Phật tử thường hay đi chùa lễ Phật và hái lộc vào đêm giao thừa và những ngày đầu năm, để cầu phúc, cầu may, xin Trời Phật, Bồ Tát phù hộ cho bản thân và gia đình năm mới được mọi điều tốt lành, tai qua nạn khỏi, mọi sự hạnh thông như ý muốn.

Vì hoàn cảnh nên đa số các chùa tại hải ngoại không có vườn rộng để trồng hoa mầu và các cây ăn trái mà chỉ trồng một số cây cảnh, đủ để làm đẹp cảnh chùa. Do đó, những năm vừa qua, các chùa ở những nơi đông người Việt cư ngụ đã mua hàng nghìn trái cam quít trước tết để làm quà phát lộc đầu năm cho Phật tử đến chùa lễ Phật, nhằm tránh cho những cây cảnh quanh chùa khỏi bị hư hại.

Nhiều người đi chùa hái lộc đầu năm cứ nghĩ tưởng hễ đầu năm, hái được nhiều lộc thì quanh năm sẽ được hưởng nhiều lợi lộc, được lên lương, thăng quan tiến chức, buôn may bán đắt và trúng số vài chục triệu…. Thế nên vào đêm giao thừa người người đến chùa hái lộc bẻ cành, có người còn mang cả chậu hoa kiểng của chùa về nhà. Thật đáng thương thay!

Đầu năm đi chùa lễ Phật là một tập tục dễ thương của người Việt, là một nét văn hoá truyền thống tốt đẹp của dân tộc, nhưng chỉ đi chùa lễ Phật thôi, xin đừng hái lộc, bẻ cành, ngắt hoa, và cầu xin đủ thứ, mà thay vào đó là tích cực gieo nhân trồng phước.

Hễ muốn có lộc thì phải gieo nhân. Một khi nhân đã gieo trồng thì tương lai cảm quả sẽ không sai khác, trồng dưa được dưa, trồng đậu được đậu. Nhà Phật tin rằng tất cả mọi chuyện chúng ta đang thọ hưởng bây giờ, đều chỉ là hoa trái của những hành động của ta trong quá khứ, và hiện tại ta đang làm gì thì kết quả tương ứng sẽ xảy đến cho ta trong tương lai. Nếu muốn có cuộc sống an lạc hạnh phúc hay muốn được hưởng lộc nhiều, phước nhiều, cần phải gieo nhiều nhân lành. Thay vì hái lộc, thay vì cầu xin Trời Phật, chúng ta nên gieo nhân lành bằng cách nghĩ đến các điều thiện, nói các điều thiện và làm các việc thiện. Thế nào là việc thiện? Chính là những việc tốt, việc lành, những việc làm mang lại an lạc hạnh phúc cho mình, cho người và không làm tổn hại đến những chúng sinh khác. Một vài thí dụ cụ thể là ăn chay, không sát sinh, phóng sinh, giúp nuôi trẻ mồ côi, săn sóc người già, kẻ bệnh hoạn tật nguyền. Nói chung là làm những công tác từ thiện xã hội.

Gieo nhân lành, nhân thiện, không những sẽ được nhiều lộc trong tương lai mà còn được cả phước và thọ, tức là hưởng được nhiều điều may mắn tốt lành và có được mạng sống dài lâu, không bệnh tật.

Con người ta trên thế gian, ai ai cũng mong muốn giầu sang phú quý, mạnh khoẻ sống lâu và may mắn; mà hầu như ít ai để ý đến các loại nhân đã và đang gieo trồng: quả giàu sang phú quý là nhân bố thí, quả mạnh khoẻ sống lâu và may mắn là nhân không sát sanh, nhân phóng sinh và nhân giúp đỡ người khác. Trong kho tàng truyện cổ Phật Giáo có hai câu chuyện ngắn liên quan đến vấn đề gieo nhân hái quả này.

Câu chuyện thứ nhất lên quan đến nhân bố thí và giúp đỡ người khác. Chuyện kể rằng: công chúa Nhật Quang, con của vua Ba Tư Nặc nước Xá Vệ, có vẻ đẹp thuỳ mị, tính tình đoan trang, thông minh và đức hạnh. Tuy sanh trong hoàng tộc, sống cao sang , nhưng lúc nào vẫn giữ thái độ nhã nhặn khiêm tốn, nhất là đối với những kẻ nghèo khổ, tật nguyền, cô luôn luôn tìm cách giúp đỡ. Không những vua cha và hoàng hậu yêu quý mà các quan lớn nhỏ trong triều và dân chúng cũng quý mến công chúa không kém.

Một hôm, trong lúc vui, vua cha nói với công chúa rằng: "cả nước không ai đẹp, dễ thương và hạnh phúc bằng con, đời con được như thế là nhờ sức của cha mẹ vậy…" Công chúa Nhật Quang trả lời vua: "Tâu phụ vương, công ơn sinh thành và dưỡng dục của phụ vương và mẫu hậu con không bao giờ dám quên. Nhưng đời con được hạnh phúc như thế này, con nghĩ cũng bởi ảnh hưởng của cha mẹ một phần nào, nhưng phần lớn là nhờ kiếp trước con đã tu nhân tích đức."

Vua Ba Tư Nặc bị chạm tự ái và muốn bảo thủ ý của mình là đúng nên nhờ một viên cận thần tìm một người con trai bằng tuổi thật nghèo để gả công chúa cho. Vua nói với công chúa : "hôm kia con đã nói: "hạnh phúc của con hiện tại là phần lớn do con đã tu nhân tích đức ngày trước. Nay ta muốn xem lời ấy ra sao, nên ta đã quyết định gả con cho một chàng thanh niên hành khất, nếu thật như lời con nói con cũng sẽ trở nên giầu có sung sướng. Con hãy sửa soạn ngày mai lên đường với chồng con…"

Sáng ngày hôm sau, công chúa vào lạy tạ cha mẹ và từ biệt mọi người rồi bình tĩnh ra đi với chàng hành khất. Cả nhà và các quan cận thần đều khóc lóc thương xót, nhưng không ai dám cản ngăn ý định của vua.

Rời hoàng cung, hướng về miền quê, không biết đi về phương nào lập nghiệp, công chúa hỏi chàng hành khất quê quán ở đâu và vì sao mà phải đi hành khất. Chàng hành khất nói gia đình ngày xưa cũng khá giả, nhưng vì ham chơi nên khi cha mẹ qua đời phải bán hết cả ruộng vườn nhà cửa, nay chỉ còn một sở vườn hoang, nên phải đi hành khất. Một hôm đi lang thang thì gặp một vị quan hỏi gia thế rồi dẫn vào cung gặp vua. Tôi không biết vì sao vua lại đem công chúa gả cho một kẻ nghèo hèn như tôi.

Nghe xong câu chuyện hai người quyết định về sở vườn hoang còn lại để tạm trú. Họ tìm cách dựng một cái chòi nhỏ nơi đây sinh sống. Không ngờ, đến khi đào đất dựng cột nhà thì bắt gặp ba cái chum lớn niêm khằn cẩn thận. Hai người mở ra thấy toàn là vàng bạc châu báu. Công chúa vui mừng đem bán một số vàng bạc rồi mướn nhân công tạo lập lâu đài vườn tược, trồng tỉa hoa quả. Vốn sẵn có lòng từ, công chúa tiếp tục bố thí tiền cho những người nghèo và giúp đỡ những người khác, nên kẻ ăn người ở trong nhà và dân làng đều yêu mến hai người và chẳng bao lâu sở vườn hoang biến thành lâu đài tráng lệ, mọi người vô ra tấp nập.

Tin đồn công chúa về tới hoàng cung. Vua Ba Tư Nặc nhất mực không tin liền đến tận nơi dò xét thì quả đúng như vậy, nhưng vẫn thắc mắc không biết tiền kiếp công chúa đã gieo những nhân lành gì mà ngày nay lại gặt được nhiều phước báo như vậy. Vua nghĩ ngợi không ra bèn tìm đến đức Phật xin Ngài khai thị.

Sau khi nghe câu chuyện công chúa do vua tường trình, đức Phật bèn kể cho vua nghe câu chuyện từ thời đức Phật Ca Diếp, có cặp vợ chồng thương buôn giầu có, người vợ hay làm các việc bố thí cúng dường, qui y Tam Bảo, luôn giúp đỡ người, nhất là với kẻ tật nguyền, nghèo khó; Nàng cũng luôn luôn khuyên mọi người bỏ ác làm lành, quy y Tam Bảo. Trong khi đó người chồng thì nghịch lại, mỗi khi thấy vợ bố thí thì tỏ ý không vừa lòng, tìm cách can ngăn…Một hôm nhân ngày lễ Tết, người vợ đi chùa lễ Phật cúng dường Tam Bảo và bố thí kẻ nghèo trong ba ngày liên tiếp, người chồng không bằng lòng mà muốn dùng số tiền đó sắm sửa thêm nhà, thêm cửa. Người vợ khuyên chồng nên dùng một số tiền làm các việc phước thiện, giúp các người nghèo bởi vì theo kinh Phật dạy những người nghèo khổ hiện tại đều do đời trước tham lam ích kỷ, không bố thí giúp người…Nghe vợ giải thích, người chồng tỉnh ngộ, từ đó không ngăn cản vợ mà còn rất hăng hái làm việc phước thiện.

Này đại vương, Phật nói -- Người vợ đó chính là công chúa Nhật Quang ngày nay và người chồng công chúa hiện tại cũng chính là người chồng thương buôn giầu có ngày trước. Ngày trước lúc chưa tỉnh ngộ, anh ta bỏn xẻn, ngăn cản việc làm phước thiện của vợ, nên ngày nay phải chịu đói rách một thời. Còn công chúa Nhật Quang, vì đời trước sốt sắng bố thí nên được quả báo giầu sang sung sướng, nhiều người mến phục và thường khuyên mọi người bỏ ác làm lành, quy y Tam Bảo nên ngày nay được quả báo thông minh…

Vua Ba Tư nặc nghe câu chuyện tiền kiếp của công chúa Nhật Quang bèn tỉnh ngộ và hiểu rõ lý nhân quả. Vua lạy tạ Phật và vui vẻ ra về.

Câu chuyện thứ hai liên quan đến nhân không sát sanh và phóng sanh. Chuyện kể rằng tại một ngôi chùa nọ có một chú Sa di được sư phụ cho phép trở về thăm cha mẹ, vì Sư có thần thông nên được biết trong vòng một tháng nữa là thọ mạng của chú sa di sẽ chấm dứt. Trên đường đi về quê, chú Sa di thấy một ổ kiến lớn đang sắp sửa bị trôi theo dòng nước lũ, chú vội vàng tìm cách cứu để ổ kiến khỏi bị chết. Chú về thăm nhà và sau đó trở lại chùa. Nhiều tháng trời trôi qua, chú vẫn tiếp tục tu hành niệm Phật ăn chay bên sư phụ. Sư phụ của chú rất thắc mắc, một hôm hỏi chú chuyện gì đã xảy ra khi chú về thăm cha mẹ. Chú kể rõ tự sự chuyến về thăm quê, kể cả chuyện chú cứu vớt một ổ kiến to. Sư phụ mới hiểu việc kéo dài thọ mạng chính là nhân cứu giúp chúng sinh và nhân không sát sinh. Trong kinh Phật cũng dạy nhân sát sinh có thể đưa đến địa ngục, làm loài bàng sinh, quả báo nhẹ là làm người với tuổi thọ ngắn và hay bệnh hoạn.

Qua hai câu chuyện trên, chúng ta thấy rằng công chúa Nhật Quang được quả báo giầu sang sung sướng là do nhân bố thí đời trước, được quả báo thông minh là do nhân khuyên người khác làm lành tránh ác, quả báo tướng mạo đoan trang đẹp đẽ là do nhân đời trước giúp đỡ kẻ tật nguyền. Còn chú Sa di trong câu chuyện thứ hai, do nhân cứu mạng sống của một ổ kiến to, nhân ăn chay không giết hại chúng sinh nên mạng sống được kéo dài, không bệnh tật.

Hòa thượng Tịnh Không trong thời giảng Kinh Lăng Nghiêm tại Úc Châu cũng giảng rõ "tận tâm tận lực bố thí pháp, bố thí tiền, làm các việc lành là công đức vô lượng". Ngài khuyên chúng ta nên tu hạnh bố thí, bố thí tài thì được giầu có, không bao giờ thiếu thốn, bố thí pháp được thông minh trí tuệ, trong bất cứ hoàn cảnh nào không thể bị mê hoặc điên đảo, bố thí vô uý, cứu sinh, cứu mạng được mạnh khoẻ sống lâu…

Nhân quả rõ ràng, khi chúng ta làm lợi ích cho tha nhân, chắc chắn về sau chúng ta sẽ thọ hưởng một hay nhiều niềm an lạc hạnh phúc. Một nhân thiện sắp sẵn một quả lành ở tương lai. Càng gieo nhiều nhân thiện thì phước báo càng sâu dày. Phước được ví như tấm ngân phiếu bank check. Tiền deposit ngân hàng càng nhiều thì ngân phiếu càng có giá trị lớn. Do đó đầu năm đi lễ chùa không phải để hái lộc, hái hoa, bẻ cành và cầu xin đủ thứ mà là để gieo nhân tích luỹ phước đức.

(Trích trong sách Phật Pháp Trong Đời Sống, nxb Nhà xuất bản Hồng Đức 2014)

PICKING BUDS ON THE FIRST DAYS OF THE LUNAR YEAR

Author: Tâm Diệu
Translated by Nguyên Giác

Like Vietnamese people in Vietnam, every Lunar New Year, overseas Vietnamese, both Buddhists and non-Buddhists, often visit pagodas to worship Buddha and pick buds on New Year's Eve and the first days of the year. They pray for good luck and blessings from the Buddha, Bodhisattvas, and heavenly beings for themselves and their families. They hope for a year filled with prosperity, free from disasters, and abundant happiness.

Because of various circumstances, most pagodas overseas do not have extensive gardens for growing flowers and fruit trees. Instead, they typically have a limited number of ornamental trees, which are sufficient to enhance the beauty of the pagoda surroundings. Therefore, in recent years, pagodas in areas with a large Vietnamese population have been purchasing thousands of citrus fruits before Tet as auspicious gifts for Buddhists who visit the pagoda to worship Buddha at the start of the year. This is done to prevent any harm to the decorative trees surrounding the pagoda.

Many people visit the pagoda at the beginning of the year to pluck buds, which are considered symbols of wealth. They believe that by collecting a large number of buds, they will experience numerous benefits throughout the year, such as receiving a salary increase, getting promoted, achieving successful trades, and even winning millions in the lottery. On New Year's Eve, people visit the pagoda to pluck flower buds and snap branches. Some individuals even take home decorative flower pots from the pagoda. How pitiful!

Going to the temple to worship Buddha at the beginning of the year is a cherished custom among Vietnamese people and a significant traditional cultural practice of the nation. However, when visiting the temple, it is important to only worship Buddha. It is not appropriate to pick buds, break branches, pluck flowers, or ask for various things. Visiting temples is a great opportunity to sow the seeds of good karma and actively cultivate blessings.

If you want to have good fortune, you must sow seeds. Once the seed has been planted, the future will yield corresponding outcomes. Just as planting melons results in melons, planting beans results in beans. Buddhists believe that everything we are currently experiencing is the result of our past actions and that our present actions will determine our future outcomes. If you want to lead a peaceful and happy life and enjoy abundant fortune and blessings, you need to sow many good deeds. Instead of seeking blessings or favors from the Buddha by plucking flowers or making requests, we should focus on cultivating positive actions by thinking good thoughts, speaking kind words, and performing virtuous deeds. What is goodness? These are words and actions that bring peace and happiness to ourselves and others and that do not harm other sentient beings. Some specific examples are being vegetarian, not killing or releasing animals, helping to raise orphans, and taking care of the elderly and the sick. In general, they are activities carried out for social charity work.

Those who sow good deeds will receive many blessings in the future. They will live happily, enjoy wealth, and have a long, healthy life.

Everyone in the world desires to attain wealth, achieve a high social status, lead a long and healthy life, and experience good fortune. However, few people pay attention to the types of seeds that have been planted. People have wealth and high social positions thanks to living almsgiving in the past. People are healthy, live long, and have good luck because, in the past, they lived without killing, frequently releasing animals, and assisting others. In the treasury of ancient Buddhist stories, there are two short stories related to this issue of sowing causes and reaping fruit.

The first story concerns giving and helping others. The story goes: Princess Nhật Quang, the daughter of King Ba Tư Nặc of Xá Vệ, possessed charming beauty, a dignified personality, intelligence, and virtue. Although she was born into a royal family and lived a luxurious life, she always maintained a courteous and humble attitude, especially towards the poor and disabled. She consistently sought to provide assistance to those in need. Not only did the king and queen love her, but the high-ranking and low-ranking mandarins in the court, as well as the common people, also loved the princess equally.

One day, while feeling joyful, the king said to the princess, "No one in the entire kingdom is as beautiful, adorable, and content as you. Your life is like this, thanks to the strength and fortune of your parents."

Princess Nhật Quang replied to the king, "Dear father, I will never forget the kindness of my parents in giving birth to me and raising me. But my life has been as happy as this, I believe partly due to my parents' influence, but mostly because I have nurtured positive qualities and accumulated virtue in my past lives."

King Ba Tư Nặc was consumed by his pride and was determined to prove that his opinion was correct. In order to do so, he instructed a courtier to locate a man of the same age who was extremely impoverished to marry the princess. The king said to the princess, "The other day, you mentioned that your present happiness is mainly a result of the virtues you have cultivated in the past. Now, I want to understand the significance of those words, so I have decided to connect them to a young beggar through marriage. If what you say is true, you will also become rich and happy. Please prepare to leave tomorrow with your husband."

The next morning, the princess went in to thank her parents and say goodbye to everyone, then calmly left with the beggar. Both the royal family and the courtiers wept in pity, but no one dared to stop the king's intentions.

Leaving the palace and venturing into the countryside, unsure of which path to take in pursuit of a career, the princess asked the beggar and inquired about his origins and the reasons behind his need to beg. The beggar said that his family used to be quite wealthy. However, due to his love for playing, when his parents passed away, he had to sell all the fields and houses they owned. Now there is only one deserted garden left, so he had to become a beggar. One day, while wandering around, he encountered a Mandarin who inquired about his family background. The Mandarin then guided him to the palace to meet the king. He said he didn't know why the king had married the princess to a poor man like him.

The two decided to return to the remaining wilderness garden to stay temporarily. They tried to build a small hut here to live in. Unexpectedly, while excavating the ground to construct the foundation for the house's pillars, he stumbled upon three sizable, meticulously sealed jars. The two opened it and saw that it was full of gold, silver, and jewels. The princess happily sold some gold and silver and then hired workers to build a castle garden and grow fruit. Being inherently benevolent, the princess continued to give alms to the poor and help others. As a result, the people in the house and the villagers grew to love her. Soon, the wild garden transformed into a castle. Magnificent, with people bustling in and out.

Rumors about the princess building a castle spread throughout the palace. King Ba Tư Nặc did not believe it, so he immediately went to the place to investigate and found out that it was true. However, he still wondered what kind of good deeds the princess had done in her past life to receive so many blessings today. The king couldn't figure it out, so he went to the Buddha and asked for his advice.

After hearing the story of the princess as told by the king, the Buddha shared a story from the time of Buddha Kasyapa. It was about a wealthy merchant couple, where the wife frequently made alms and offerings, and sought refuge in the Three Jewels. She dedicated herself to helping others, particularly those who were disabled or impoverished. She always advised people to abandon evil, do good, and take refuge in the Three Jewels. Meanwhile, the husband was the opposite. Every time he saw his wife giving alms, he expressed his displeasure and tried to dissuade her. One day during the Tet holiday, the wife went to the temple to worship Buddha, make offerings to the Three Jewels, and give alms to the poor for three consecutive days. The husband was not satisfied and wanted to use that money to buy additional houses. The wife advised her husband to use some of the money to perform charitable acts and assist the less fortunate. According to Buddhist scriptures, it is believed that those who are currently impoverished were once selfish and greedy in their past lives, neglecting to offer alms to those in need. Hearing his wife's explanation, the husband came to his senses and, from then on, not only refrained from stopping his wife but also became very enthusiastic about doing good deeds.

Buddha replied to the king that in their past life, the wife was Princess Nhật Quang, and the husband of the current princess was also a wealthy merchant from their previous life. In the past, before he had awakened, he was stingy and prevented his wife from doing good deeds. As a result, today he has to endure hunger and poverty for a while. Princess Nhật Quang, due to her previous life's generosity in giving alms, is now experiencing the retribution of wealth and happiness. Many people admired her and often advised others to abandon evil and do good, seeking refuge in the Three Jewels. As a result, she is now reaping the rewards of her intelligence.

When King Ba Tư Nặc heard the story of Princess Nhật Quang's past life, he awakened and comprehended the principle of cause and effect. The king bowed to Buddha and left happily.

The second story concerns the benefits of refraining from killing and releasing animals. The story goes that at a certain temple, there was a novice monk who was granted permission by his master to visit his parents. Because the abbot monk possessed supernatural powers, he foresaw that the novice monk's life would come to an end within a month. On his way back to his hometown, the novice monk noticed a sizable anthill on the verge of being washed away by the floodwaters. He quickly found a way to save the anthill from destruction. He returned home to visit and then went back to the temple. Many months passed, and he continued to practice, recite the Buddha's name, and eat vegetarian meals with his master. His master was very curious. One day, he asked him what happened when he returned to visit his parents. He vividly recounted his journey back to his hometown, which included the tale of how he rescued a massive anthill. Master then understood that prolonging one's life is both the means to help sentient beings and the means to refrain from killing. In Buddhist scriptures, it is also taught that those who kill are likely to face severe consequences such as falling into hell or being reborn as an animal. Even if they face milder consequences, they may be reborn as a human with a short lifespan and frequent illnesses.

Through the two stories above, we can observe that Princess Nhật Quang's wealth, luxury, and happiness are attributed to her act of giving alms in her previous life. Her intelligence is a result of her advising others to do good and avoid evil. Furthermore, her dignified beauty is a consequence of her kindness and assistance to the disabled in her previous life. As for the novice monk in the second story, his life was prolonged and he remained disease-free. This was attributed to his act of saving the life of a large ant hill and his commitment to a vegetarian diet, which prevented him from killing sentient beings.

Venerable Tịnh Không, while teaching the Shurangama Sutra in Australia, also clearly explained that "devotedly and diligently sharing the Dharma, giving monetary donations to others, and performing good deeds result in immeasurable merits." He advised us to practice giving. Because if you give material things to others, in the future you will become wealthy and never be in need. Because if you share Dharma with others, you will become more intelligent in the future and will never be deluded under any circumstances. Because if you instill fearlessness in others and save the lives of sentient beings, you will be rewarded with good health and longevity in the future.

If there is a cause, there will be an effect. When you benefit others, you will certainly experience peace and happiness in the future. A good deed now will yield positive results in the future. The more goodness you sow, the greater your blessings will be. Blessings are like a bank check. The more money deposited in the bank, the higher the value of the check. Therefore, going to the pagoda at the beginning of the year is not about picking buds, plucking flowers, breaking branches, and praying for various things, but rather an opportunity to sow good deeds and accumulate merit.

(Excerpted from the book **Live The Buddhist Teachings**, Hồng Đức Publishing House, 2014)

10

BƠ VÀ NHỮNG VIÊN ĐÁ CUỘI
Tâm Diệu

Một ngày nọ có chàng trai trẻ vừa buồn vừa khóc, tìm đến Đức Phật. Đức Phật hỏi, "Cái gì sai trái đã làm nhà ngươi khóc?"

"Thưa ngài, cha con chết ngày hôm qua."

"Thì nhà ngươi làm gì được? Ông ấy đã chết rồi, buồn khóc chẳng thể làm ông ấy sống lại."

"Vâng, thưa ngài, con hiểu điều đó; buồn khóc chẳng thể làm cho cha con trở về với con. Nhưng con đến đây cầu xin ngài một điều: xin ngài hoan hỷ làm một điều gì đó cho người cha quá vãng của con!"

"Vậy ta có thể làm gì giúp cho cha con?"

"Thưa ngài, xin ngài làm một cái gì đó. Ngài là bậc A-la-hán, Chánh Đẳng Chánh Giác, là đấng toàn năng, chắc chắn ngài có thể làm được. Ngài hãy xem, các vị Bà La Môn cúng tế, các thầy ấy phát giấy xá tội, đã cử hành những nghi thức cúng lễ cầu siêu giúp người quá cố. Và nghi thức cúng tế cầu siêu nếu được tổ chức sớm ở đây, thì cánh cửa trên thiên giới sẽ được mở ra sớm và người quá cố sẽ được siêu thăng về nơi đó. Họ sẽ nhận được giấy nhập cảnh.

Thưa ngài, ngài là đấng toàn năng, ngài có đầy đủ quyền lực! Nếu ngài chủ tế nghi thức cầu siêu cho cha con, cha con không những nhận được giấy nhập cảnh nơi thiên quốc mà ông ấy sẽ được ở thường trú luôn. Thưa ngài, xin ngài hoan hỷ giúp cha con!"

Biết rằng chàng trai trẻ tràn ngập nỗi đau khổ chắc khó có thể hiểu được những lý lẽ phải trái trong lúc này, nên Đức Phật đã phải dùng một phương tiện khác giúp cho chàng ta hiểu. Vì thế Phật nói: "Nhà ngươi hãy ra chợ mua hai cái chậu làm bằng đất nung." Chàng trẻ tuổi lấy làm sung sướng, nghĩ rằng Đức Phật đã nhận lời làm lễ cầu siêu cho cha hắn và đã tức tốc đi chợ mua hai cái chậu bằng đất nung.

"Được rồi," Phật nói, "đổ vào chậu thứ nhất đầy đá cuội, chậu thứ hai đầy bơ." Chàng trẻ tuổi làm y như lời Phật dạy.

"Bây giờ bịt miệng cả hai chậu lại, xong bỏ xuống hồ nước. Chàng trai trẻ làm xong, hai chậu chìm xuống dưới đáy hồ. "Bây giờ" Phật nói, "đem cái gậy ra đây, chọc bể cả hai chậu." Chàng trai trẻ rất lấy làm sung sướng, nghĩ rằng đức Phật đã cử hành nghi lễ cầu siêu cho cha hắn.

Theo tập quán cổ truyền cổ Ấn Độ, khi người cha chết, người con làm lễ hỏa táng. Vào khoảng giữa thời gian thiêu, người con dùng cây gậy thọc và làm vỡ sọ đầu. Cũng theo niềm tin cổ truyền của họ, cho đến khi sọ đầu được mở ra nơi trần gian này thì cánh cửa thiên giới cũng được mở ra. Vì thế chàng trẻ tuổi tự nghĩ là, "Cha ta đã được thiêu đốt ngày hôm qua. Như là một biểu tượng, đức Phật muốn mình làm vỡ các chậu ngày hôm nay!" Chàng cảm thấy sung sướng nhiều với nghi thức này của Đức Phật.

Chàng trai trẻ đã dùng cây gậy làm bể hai chậu. Lập tức, chậu đựng bơ bị vỡ, bơ nổi lênh láng trên mặt hồ nước. Chậu kia đựng những hòn đá cuội vẫn nằm yên dưới đáy hồ. Rồi Đức Phật nói, "Chàng trai trẻ, đó là những gì ta đã làm. Bây giờ hãy mời các thầy cúng tế và nói với họ hãy tụng kinh và cầu nguyện: "Hỡi các viên đá cuội, hãy nổi lên, hãy nổi lên! Hỡi bơ ơi, hãy chìm xuống, chìm xuống!" Hãy cho chúng ta xem sự kiện xảy ra."

"Thưa ngài, ngài nói đùa với con! Không thể nào như thế được, những viên đá cuội nặng hơn nước, chúng chìm xuống đáy. Chúng chẳng thể bao giờ nổi lên được. Đây là định luật tự nhiên! Và thưa ngài, bơ nhẹ hơn nước, chúng nổi lên mặt nước, chẳng bao giờ có thể chìm xuống được. Đây là định luật tự nhiên."

"Chàng trai trẻ, nhà ngươi biết nhiều về định luật tự nhiên, nhưng nhà ngươi đã không hiểu về định luật tự nhiên này. Nếu trong suốt cuộc đời của cha nhà ngươi mà ông ấy đã làm những điều nặng như những viên đá cuội, [2] cha nhà ngươi sẽ bị đọa, ai có thể giúp cha nhà ngươi siêu thoát lên trên được? Và nếu tất cả việc làm của cha người nhẹ như bơ, [3] ông ấy sẽ được siêu thoát; ai có thể đè ông ta xuống được?"

Nếu chúng ta hiểu định luật tự nhiên [4] và sống theo luật tự nhiên này, chúng ta sẽ vượt thoát khỏi những khổ đau và bất hạnh của cuộc đời.

Lời Người dịch: Đức Phật trả lời, như những viên đá cuội nặng được thả chìm xuống đáy hồ, cho dù với sức cầu nguyện của số đông, những viên đá đó vẫn không thể nổi lên mặt nước. Qua đó, Đức Phật dạy rằng nếu con người tạo nghiệp xấu thì chịu quả báo xấu và tạo nghiệp tốt thì được hưởng quả báo tốt, cầu nguyện không thể làm thay đổi được nghiệp lực, nhất là khi nghiệp đã chín muồi. Rõ ràng, cầu nguyện để mong giải tội, xóa sạch ác nghiệp đã tạo, phó thác hoàn toàn vào tha lực như các Bà la môn hằng tin tưởng là một việc làm vô ích.

(Bản tiếng Việt của bài trên do Tâm Diệu dịch và tổng hợp từ nhiều nguồn, chủ yếu dựa vào Kinh SN 42.6: Asibandhakaputtasutta, với các bình luận từ Bhikkhu Bodhi, William Hart, Narada Thera, và Phạm Kim Khánh.)

(Trích từ sách Phật Pháp Trong Đời Sống, Nhà xuất bản Hồng Đức, 2014)

BUTTER AND PEBBLES

Author: Tâm Diệu
Translated by Nguyên Giác

One day, a young man who was sad and crying came to Buddha. Buddha asked, "What is wrong that is making you cry?"
"Dear Buddha, my father passed away yesterday."
"So, what can you do? He is already dead; crying cannot bring him back to life."
"Yes, sir, I understand that crying cannot bring my father back to life with me. But I came here to ask you for one thing: please, please do something for my deceased father!"

"So, what can I do for your deceased father?"
"Sir, please take action. You are an Arahant, a Perfectly Enlightened One, an omnipotent being. Surely, you can do it. The Brahmins offered rituals, gave out papers of pardon, and performed rituals to pray for the deceased. And if the requiem ritual is held here early, the door to heaven will be opened soon, and the deceased will ascend to that place. My late father will receive entry into heaven. Sir, you are almighty; you have full power! If you preside over the requiem rite for my father, he will undoubtedly receive an entry permit to heaven and remain there for eternity. Sir, please help my father!"

Knowing that the young man was filled with suffering and could hardly comprehend the arguments between right and wrong at this time, the Buddha had to employ another method to assist him in understanding. So Buddha said, "Go to the market and buy two terracotta pots." The young man was happy, thinking that the Buddha had agreed to perform a prayer for his late father. He immediately went to the market to buy two terracotta pots.

"All right," said Buddha, "fill the first pot with pebbles and the second pot with butter." The young man did exactly as Buddha had taught.

"Now, cover both pots and place them in the lake." When the young man finished, the two pots sank to the bottom of the lake. "Now," said the Buddha, "bring the stick here and break both pots." The young man was very happy, thinking that Buddha had performed a prayer ceremony for his father.

According to ancient Indian custom, when the father dies, the son performs the cremation ceremony for him. In the midst of the fire, the son used a stick to prod and fracture his skull. According to their traditional belief, the door to heaven will only be opened when the skull is opened on this earth. So the young man thought to himself, "My father was cremated yesterday." As a symbol, Buddha wants me to break the pots today."He felt very happy with this Buddha ritual."

The young man used a stick to break two pots. Immediately, the butter pot broke, and the butter floated on the surface of the lake. The other pot contains pebbles that are still lying at the bottom of the lake. Then Buddha said, "Young man, that is what I have done. Now, invite the priests and instruct them to chant and pray: 'O pebbles, arise, arise. Oh butter, sink down, sink down!' Let's see what happened."

"Sir, you are joking with me! Pebbles are heavier than water and sink to the bottom, so it can't be like that. They can never emerge. This is the law of nature! And, sir, butter is lighter than water; it floats to the surface and can never sink. This is a natural law."

"Young man, you know a lot about the laws of nature, but you have not understood this particular law of nature. If your father did things as heavy as pebbles during his life, he would fall. Who could help your father reach the top? And if all your father's deeds were as light as butter, he would be saved. Who can push him down?"

If we understand the principles of natural law and live in accordance with them, we can avoid the suffering and misfortune that life often brings.

Note from the writer of the Vietnamese version: The Buddha's reply indicated that when heavy pebbles are dropped, they will sink to the bottom of the lake. Regardless of the majority's prayers, those stones still cannot float to the surface. The Buddha taught that if someone creates bad karma, they will experience negative consequences, while those who create good karma will enjoy positive outcomes. Prayer cannot change karma, especially when karma is already ripe. Obviously, praying to absolve sins or erase the negative karma you have accumulated while completely entrusting yourself to the power of others, as the Brahmins always believe, is a futile endeavor.

---- *The Vietnamese version of the above article was translated and compiled by Tâm Diệu from various sources, primarily based on* **SN 42.6 Sutta: Asibandhakaputtasutta**, *with additional insights from Bhikkhu Bodhi, William Hart, Narada Thera, and Phạm Kim Khánh.*

(Excerpted from the book **Phật Pháp Trong Đời Sống**, *Hồng Đức Publishing House, 2014)*

11

HÔN NHÂN ĐỒNG TÍNH
Tâm Diệu

Đa số tiểu bang của Hoa Kỳ, hôn nhân vẫn được định nghĩa theo hiến pháp qui định là sự kết hợp giữa một người nam và một người nữ. Tính cho đến tháng 5 năm 2012, chỉ có sáu tiểu bang (Connecticut, Iowa, Massachusetts, Vermont, New York và New Hampshire), và thủ đô Washington DC, đã chấp thuận hôn nhân đồng tính (giữa một người nam với một người nam hoặc giữa một người nữ với một người nữ).

Bao nhiêu năm nay, hôn nhân giữa hai người đồng tính vẫn là một trong những vấn đề chính trị nhạy cảm ở Hoa Kỳ, nhưng nay Tổng Thống Barack Obama đã công khai ủng hộ việc hai người nữ hay hai người nam có thể kết hôn với nhau. Ông là vị Tổng Thống Hoa Kỳ đầu tiên ủng hộ việc hôn nhân đồng tính. Để giải thích việc này, ông cho rằng tư duy của ông đã "tiến hóa" và quan điểm (của ông) đã mở rộng theo thời gian.

Trước sự kiện quan trọng này, Đức Hồng y Timothy Dolan, chủ tịch Hội Đồng Giám Mục Hoa Kỳ, đã ra tuyên bố chỉ trích lập trường của Tổng thống Barack Obama về hôn nhân đồng tính.

Tuy nhiên, theo Catholic World News, ba nhà thần học hàng đầu của nước Mỹ, Paul Lakeland của trường đại học Fairfield University, Daniel Maguire của trường đại học Marquette

155

University tại, và Frank Parella của Đại học Santa Clara - đã lên án quan điểm về "hôn nhân đồng tính" của Đức Hồng Y Dolan và Hội Đồng Giám Mục Hoa Kỳ (tức đồng thuận với quan điểm của Tổng Thống Obama). [1]

Daniel Maguire, một cựu linh mục Dòng Tên, đã xuất tu để lập gia đình nói: "Hầu hết các nhà thần học Công giáo chấp nhận hôn nhân đồng tính và người Công giáo nói chung không có quan điểm khác biệt với những người khác về vấn đề này". Trong khi đó, nhà thần học Parella cho biết ông thấy "không tìm thấy gì trong các sách Tin Mừng" là cơ sở hướng dẫn Giáo Hội phản đối "hôn nhân đồng tính". Và nhà thần học Lakeland nói rằng "chẳng có cơ sở thần học nào biện minh cho lập trường của các giám mục Hoa Kỳ phản đối hôn nhân đồng tính".

Tưởng cũng nên biết, theo các tài liệu chính thức của Hội Đồng Giám Mục Hoa Kỳ thì hôn nhân không xuất phát từ Giáo Hội hay nhà nước, nhưng từ Thiên Chúa. Do đó, cả Giáo Hội lẫn nhà nước đều không có quyền thay đổi ý nghĩa và cấu trúc cơ bản của hôn nhân, "Hôn nhân đã được thiết lập bởi Thiên Chúa, là một sự kết hiệp trung tín, độc quyền và suốt đời giữa một người nam và một người nữ được kết hiệp trong một cộng đoàn mật thiết của đời sống và tình yêu." [2] Trong Cựu ước, Thượng đế nhấn mạnh đến một ước muốn sáng tạo của Ngài rằng: "Hãy sinh sôi nảy nở thật nhiều…" [3] Theo Thánh kinh Cựu ước, việc truyền giống tạo ra kẻ nối dõi là việc làm có giá trị, cần được đề cao. Duy trì tình trạng không vợ chồng là điều đáng xấu hổ.

Như thế, đối với đạo Thiên Chúa giáo La Mã, giới thẩm quyền giáo hội Hoa Kỳ đã chính thức lên án hôn nhân đồng tính. Riêng ba nhà thần học nổi tiếng đều cho rằng, "chẳng có cơ sở thần học nào biện minh cho lập trường của các giám mục Hoa Kỳ phản đối 'hôn nhân đồng tính".

Vậy còn Phật giáo đối với vấn đề này như thế nào? Phật giáo lên án hôn nhân đồng tính? Hoàn toàn không. Đối với Phật Giáo, đạo Phật là đạo từ bi cứu khổ, bình đẳng và không phân biệt chủng tộc, tôn giáo, mầu da và giới tính. Với nguyên tắc thương yêu tất cả mọi loài chúng sinh, Phật giáo không chủ trương xét xử, không chống đối hay chỉ trích (lên án) người khác, đơn thuần chỉ dựa trên tính chất của người đó, vì điều này được xem như là một sự phê phán thiên vị và không công bằng. Thật hết sức bất công khi thấy trường hợp những người đồng tính luyến ái bị xã hội loại trừ, hoặc bị trừng phạt, hoặc bị đuổi khỏi sở làm hay bị kỳ thị đối xử. Vì thế, xuyên qua những lời giảng dạy của Đức Phật, chúng ta không thấy Ngài phê phán hay lên án những người đồng tính về phương diện đạo đức.

Trong đạo Phật, có hai giới Phật Tử, Phật tử tại gia và Phật tử xuất gia.

Đối với hàng Phật Tử tại gia, hôn nhân và sinh con được xem là tích cực, nhằm xây dựng một đời sống hạnh phúc gia đình của đời này và đời sau, nhưng không có nghĩa là bắt buộc. Trong giới luật áp dụng cho hàng cư sĩ tại gia, không có điều luật hay lời khuyên nhủ nào về vấn đề kết hôn giữa những người cùng giới tính.

Đối với hàng Phật tử xuất gia, những người đã từ bỏ nếp sống gia đình, phát nguyện sống đời sống độc thân, quyết chí tu hành giải thoát khỏi sinh tử luân hồi, nên bị ràng buộc trong tổ chức Tăng đoàn qua bộ luật Tỳ Kheo. Theo bộ luật này, Dâm Dục là giới cấm đầu tiên trong bốn giới "Ba La Di" mà bất cứ vị Tỳ kheo hay Tỳ kheo ni nào phạm phải giới này đều bị trục xuất hay bị khai trừ vĩnh viễn ra khỏi cộng đồng Tăng đoàn. Dâm Dục được định nghĩa là bất cứ loại hoạt động tình dục nào, cho dù đó là cùng giới tính hay khác giới tính, kể cả với loài vật.

Có thể do nguy cơ gây xáo trộn đời sống thanh tịnh của Tăng đoàn, làm cản trở tiến trình tu tập của các thành viên, nên những người đồng tính luyến ái, trong đó bao gồm cả người ái nam ái nữ và cả loại người mà kinh điển Pali gọi là Pandakas, không được thọ giới Tỳ Kheo hay Tỳ Kheo Ni, tức là không cho vào hàng ngũ Tăng đoàn.

Tuy nhiên, Đức Dalai Lama chỉ ra rằng, những giới cấm của Phật ứng dụng tùy vào thời gian, nền văn hóa và xã hội mà con người ở đó tuân hành. Chẳng hạn, các vị Tỳ kheo mặc áo hoại sắc bởi vì vào thời điểm đó, nó phù hợp với người nghèo Ấn Độ.

Về vấn đề này Ngài kiến nghị: "Nếu đồng tính luyến ái là một phần trong các tiêu chuẩn được cộng đồng thừa nhận, thì điều đó cũng có thể được chấp nhận. Thế nhưng, không một cá nhân hay vị thầy nào có thể tự thay đổi giới luật. Tôi cũng không đủ thẩm quyền tái định nghĩa những giới điều đó bởi vì không ai có thể quyết định hay ban hành sắc lệnh".

Ngài kết luận: "Việc xác định lại như thế chỉ được quyết định trong một hội nghị Tăng già với sự có mặt của tất cả các trường phái Phật giáo. Điều này không phải chưa từng có trong lịch sử Phật giáo khi muốn xác định lại một vấn đề, nhưng nó phải được thực hiện ở cấp độ tập thể". Ngài nói thêm, điều đó thật hữu ích để nghiên cứu sâu hơn nguồn gốc của giới luật về đề tài tính dục. [4]

LỜI GHI THÊM

Đối với quần chúng Hoa Kỳ, lần đầu tiên trong các cuộc thăm dò dư luận của viện Gallup [5] về vấn đề hôn nhân đồng tính cho biết đa số người Mỹ (53%) vào tháng 5 năm 2011 tin rằng hôn nhân đồng tính được luật pháp công nhận là hợp lệ, với các quyền giống như cuộc hôn nhân truyền thống. Hai phần ba người Mỹ đã phản đối hợp pháp hóa hôn nhân đồng tính vào năm 1996, với 27% ủng hộ. Điều này cho thấy quan điểm của người dân Hoa Kỳ đã mở rộng theo thời gian.

Riêng đối với Phật Giáo, những người tu theo đạo Phật tin rằng, mọi sự mọi vật trên thế gian là vô thường, cuộc sống nhân sinh cũng chuyển dịch biến hoá không ngừng và tuỳ theo nghiệp của mỗi chúng sinh, giới tính có thể thay đổi từ giới này sang giới khác như người nam trở thành người nữ hay ngược lại và chuyển dịch từ đời này sang đời khác.[6] Ngay cả hiện tại cũng đã có nhiều người hoặc tự mình thay đổi với sự trợ giúp của y khoa hay tự nhiên thay đổi giới tính. Dù thế nào cũng không ra ngoài nhân quả. Mỗi người đều mang trong mình cái nghiệp, nghiệp lành nghiệp dữ mình làm mình chịu, có gieo nhân tất có quả. Theo lý này, nếu một người thương yêu một người nào đó, dù cùng giới tính hay khác giới tính đều là có nhân duyên nợ nần với người đó ở quá khứ. Chính nhân duyên và nợ nần quá khứ thúc đẩy người ta tìm đến nhau và thương yêu trong hiện tại. Đó là quan hệ nhân quả bình thường. Nếu chúng ta tin tưởng vào nhân quả nghiệp báo thì chúng ta có thể chuyển đổi được nghiệp quả của mình từ xấu thành tốt, kể cả từ giới tính này sang giới tính khác bằng cách tu tập những điều mà giáo lý nhà Phật chỉ bảo, như "Làm tất cả việc lành, không làm các điều ác và tự thanh tịnh hoá tâm".

Chú Thích:

[1] http://www.catholicculture.org/news/headlines/index.cfm?storyid=14278
[2] Sách Giáo Lý Công Giáo – số 1602-1605
[3] Sáng thế ký 1.22
[4] Damien Keown - Gia Quốc dịch
[5] http://www.gallup.com/poll/147662/first-time-majority-americans-favor-legal-gay-marriage.aspx
[6] Trong kinh Phật có kể lại mẩu chuyện ông Soreyya từ nam biến thành nữ và từ nữ biến thành nam, mỗi lần như vậy đều có gia đình và có con, sau đó xuất gia chứng đắc đạo quả. http://old.thuvienhoasen.org/u-noitam-04.htm hay http://www.thuvienhoasen.org/D_1-2_2-119_4-16158_5-50_6-1_17-27_14-1_15-1/#nl_detail_bookmark

(Trích từ sách Phật Pháp Trong Đời Sống, NXB Hồng Đức, 2014)

SAME-SEX MARRIAGE

Author: Tâm Diệu
Translated by Nguyên Giác

In most US states, the Constitution still defines marriage as a union between a man and a woman. As of May 2012, only six states (Connecticut, Iowa, Massachusetts, Vermont, New York, and New Hampshire) and Washington, DC, had approved same-sex marriage (between two men or between two women).

For many years, gay marriage has remained one of the most contentious political issues in the United States. Currently, President Barack Obama has publicly supported the possibility of same-sex marriage. He is the first U.S. president to support same-sex marriage. To explain this, he argued that his thinking had "evolved" and that his views had broadened over time.

Regarding this important event, Cardinal Timothy Dolan, President of the United States Conference of Catholic Bishops, issued a statement criticizing President Barack Obama's stance on gay marriage.

According to Catholic World News, three prominent American theologians - Paul Lakeland of Fairfield University, Daniel Maguire of Marquette University, and Frank Parella of Santa Clara University - have criticized Cardinal Dolan and the United States Conference of Catholic Bishops for their stance on "gay marriage." That means that these three theologians agreed with President Obama's views.

Daniel Maguire, a former Jesuit priest who left the order to get married, stated, "The majority of Catholic theologians support same-sex marriage, and Catholics, in general, hold similar views to those who accept same-sex marriage."

Meanwhile, theologian Parella said he sees "nothing in the Gospels" that provides a basis for guiding the Church's opposition to same-sex marriage.

The theologian Lakeland stated that "there is no theological basis that justifies the opposition of the U.S. bishops to same-sex marriage."

It should also be known that, according to official documents of the United States Conference of Catholic Bishops, marriage is not derived from the church or the state, but from God. Therefore, neither the Church nor the state has the right to change the meaning and basic structure of marriage because "marriage has been established by God as a faithful, exclusive, and lifelong relationship between a man and a woman united in an intimate community of life and love."

In the Old Testament, God emphasized His desire for creation: "Be fruitful and multiply." According to the Old Testament, propagating and creating descendants is considered a valuable endeavor that should be emphasized. Maintaining a state of being unmarried is shameful.

Thus, in Roman Catholicism, the authorities of the US church have officially condemned same-sex marriage. Separately, three prominent theologians all stated, "There is no theological basis for the US bishops to oppose same-sex marriage."

So, how does Buddhism approach this problem? Does Buddhism condemn same-sex marriage? Absolutely not. Buddhism is a religion that promotes compassion, seeks to alleviate suffering, and advocates for equality. It does not discriminate based on race, religion, skin color, or gender. With the principle of loving all living beings, Buddhism does not advocate judging, opposing, or criticizing others simply based on their nature, as this is considered biased and unfair judgment. It is extremely unfair to witness exclusion, punishment, workplace termination, or discrimination against homosexual individuals by society. Therefore, according to Buddhist teachings, we do not see the Buddha criticizing or condemning homosexuals in terms of morality.

In Buddhism, there are two types of practitioners: lay Buddhists and monastic Buddhists.

For lay Buddhists, marriage and having children are considered positive, as they aim to establish a joyful family life in both this life and the afterlife. However, it is important to note that marriage is not mandatory. In the precepts applicable to lay people, there are no rules or advice regarding same-sex marriage.

Monastic Buddhists, who have renounced family life, take a vow of celibacy, and are committed to practicing and attaining liberation from the cycle of birth and death, it is essential to be affiliated with the Sangha organization through the Pāṭimokkha code of conduct. According to this code, sexual intercourse is the first of the four parajikas precepts. Any Bhikkhu or Bhikkhuni who violates this precept will be expelled from the Sangha community. Sexual violation is defined as any form of sexual activity, regardless of the gender or species involved.

Perhaps due to concerns about disrupting the pure lifestyle of the Sangha and impeding the progress of its members' practice, individuals who identify as homosexuals, including both androgynous individuals and those referred to as Pandakas in the Pali scriptures, are not eligible for ordination as Bhikkhu or Bhikkhuni. Consequently, they are not permitted to join the Sangha.

However, His Holiness the Dalai Lama has pointed out that the application of the Buddha's precepts depends on the time, culture, and society in which people adhere to them. For example, Bhikkhus wore colorless robes because, at that time, they were suitable for impoverished Indians.

Regarding this new issue, the Dalai Lama suggested, "If homosexuality is part of the accepted norms of the community, then it can also be accepted. However, no individual or teacher can change the precepts on their own. I also do not have the authority to redefine those precepts because no one can decide or issue decrees."

He concluded, "The redefinition of that issue can only be decided in a Sangha conference with the presence of all schools of Buddhism. This is not unprecedented in the history of Buddhism when it comes to redefining an issue, but it must be done at a collective level." It is useful, he added, to delve deeper into the origins of the precepts regarding sexuality.

ADDITIONAL NOTES

As for the American public, a majority of Americans (53%) believed, for the first time in Gallup polls on same-sex marriage in May 2011, that same-sex marriage should be allowed and recognized by law as valid, with the same rights as a traditional marriage. Two-thirds of Americans opposed the legalization of same-sex marriage in 1996, while only 27% were in favor. This demonstrates that the perspectives of the American people have progressively become more liberal over time.

As for Buddhism, practitioners believe that everything in the world is impermanent. Therefore, human life is constantly being transformed. Because gender is a component of each sentient being's karma, it is possible for gender to undergo changes, such as a man becoming a woman or vice versa, and for it to transition from one lifetime to another. Even today, there are many people who either undergo medical procedures to change their gender or experience a natural transition.

No matter how things change, everything follows the law of cause and effect. Each person carries karma within themselves. The good karma and bad karma that you have accumulated will be experienced by you, as the actions you sow will determine the outcomes you reap. According to this theory, if a person loves someone, regardless of their gender, they are believed to have a predestined relationship and a debt to that person from the past. It is circumstances and previous obligations that motivate people to connect and find love in the present. That is a normal cause-and-effect relationship. If we believe in the law of cause and effect, we can transform our karma from bad to good, and even change our circumstances, by following the teachings of Buddhism. One such teaching is to "Do all good deeds, refrain from doing evil deeds, and purify your mind."

*(Excerpted from the book **Live The Buddhist Teachings**, Hồng Đức Publishing House, 2014)*

---- The end notes in the Vietnamese version have been removed in the English version for simplicity.

12

THẦY TU, THẦY CHÙA, HAY THẦY CÚNG
Tâm Diệu

*Thuở còn nhỏ ở làng quê đất Bắc, chúng tôi không biết rõ là thầy ăn chay hay ăn mặn, có vợ, có con hay sống một mình. Chỉ biết thầy trông nom ngôi chùa và thỉnh thoảng chúng tôi thấy thầy đến nhà người dân cúng kiếng, tụng kinh gõ mõ. Lũ trẻ trong làng thường gọi thầy là Thầy Chùa vì thấy thầy ở trong chùa và trông coi ngôi chùa của làng, thấy thầy thỉnh thoảng đi cúng đám, nên có đứa gọi thầy là Thầy Cúng. Cho đến nay nhiều người vẫn lẫn lộn ba vị, **Thầy Tu, Thầy Chùa** và **Thầy Cúng** như chúng tôi hồi còn nhỏ không biết phân biệt, cứ nghĩ ba người cũng như một. Nay được biết thêm các từ Đại Đức, Thượng Tọa, Hòa Thượng, Đạo Sư và Thiền Sư nữa. Vậy những chức danh này có gì khác nhau? Nếu muốn nói đến các vị sư ở chùa thì nên dùng từ nào cho chính xác?*

1. **Thầy tu** có nghĩa là một người sống nghiêm túc theo những giáo lý và luật lệ quy định của một tôn giáo (nào đó) như đạo Phật chẳng hạn. Họ sống và tu hành ở chùa hay trong tu viện hoặc thiền viện, chuyên tâm vào việc học và hành để đạt mục đích giác ngộ giải thoát, ra khỏi sinh tử luân hồi. Còn từ ngữ "**thầy chùa**" thì đó là tiếng gọi của giới bình dân. Từ ngữ này đã không chính xác lại thiếu tính cách tôn trọng bậc tu hành. Người Phật Tử không nên

dùng từ ngữ này. Người chuyên dạy các pháp môn tu luyện tâm gọi là **Thiền Sư**, còn người chuyên dạy giáo lý Phật gọi là **Sư** (*Phật tử Nam Tông*) hay là **Thầy** (*Phật tử Bắc tông*).

2. Riêng từ "**Thầy Cúng**" *Tự Điển Việt Nam* của soạn giả Lê Ngọc Trụ giải thích là "*tiếng gọi một cách mỉa mai những thầy chùa chuyên làm đám ăn tiền chứ không thiết gì đến kinh kệ, giáo lý nhà Phật*". Trong Phật giáo không hề có danh từ "**Thầy Cúng**", nhưng do trong quá trình du nhập vào một vùng mới, vì tính từ bi, dung hoà, giản dị và nhất là vì "tùy duyên phương tiện độ chúng sinh", và dù đạo Phật **không** chủ trương cúng bái, cầu xin; Phật giáo đã dễ dàng chấp nhận những hình thức cúng bái hình tượng và phong tục thờ cúng địa phương, vì thế những loại hình cúng bái do nhu cầu xã hội bắt đầu bén rễ.

Từ đó thầy cúng đội lốt hình thức một tín ngưỡng bản địa, hay của một tôn giáo khác, trong đó có Phật giáo. Các thầy cúng này từ xưa đến nay làm ăn khấm khá do nhu cầu của quần chúng, do đầu óc mê tín của người dân và càng ngày càng phát triển gây tác hại cho xã hội và làm mất uy tín cho đạo Phật. Không riêng gì Việt Nam mà ngay cả các nước khác như Trung Hoa, Hàn Quốc, Hồng Kông hay Singapore cũng có thầy cúng. Trong số thầy cúng ở nước ngoài này có người mặc những trang phục đắt tiền như lụa là gấm vóc, trụ trì chùa to, sở hữu chủ động sản và bất động sản nhiều triệu Mỹ Kim. Không khéo Việt Nam mai sau này cũng có một bộ phận trá hình Phật Giáo chuyên làm thầy cúng tạo nên giới tư bản riêng, có cơ sở, có sức mạnh về tiền bạc và dĩ nhiên biết đâu có quyền lực trong xã hội.

Theo báo chí cho biết sự lạm dụng hình thức cũng như các hoạt động của thầy cúng hiện đã lên cao. Việc đi cúng được họ gọi là làm Phật sự hay Pháp sự và họ cho đó là một pháp hành trong muôn pháp của đạo Phật. Họ lợi dụng kinh điển của Phật giáo là "Phật sự siêu độ người chết". Tuy nhiên họ không biết những việc siêu độ vong linh này không phải của Phật Giáo mà được du nhập từ Trung Quốc. Hòa thượng **Tịnh Không**, một vị cao tăng nổi tiếng đương thời, trong một buổi thuyết giảng tại Đài Bắc đã nói rõ Phật sự không phải là đi độ đám mà là giúp đỡ dậy dỗ tất cả chúng sinh **phá mê khai ngộ, lìa khổ được vui**. Ngài cũng cho biết những việc siêu độ vong linh người chết ở trong Phật giáo xuất hiện rất trễ. Thời xưa (Phật Giáo) ở Ấn Độ không có. Khi Phật giáo được truyền đến Trung quốc, lúc ban đầu cũng chẳng có.

3. Còn các danh từ **Đại đức, Thượng tọa và Hòa thượng** đều là những từ tôn xưng, do người khác nêu lên để tỏ sự kính trọng đối với một vị tu sĩ Phật giáo, chứ không phải là những từ dùng để tự xưng. Ngày nay, theo hiến chương giáo hội: (1) Đại đức: có tuổi đạo 4 năm và tuổi đời trên 20 tuổi, (2) Thượng tọa: Vị Đại đức có tuổi đạo ít nhất là 25 năm và tuổi đời trên 45 tuổi. (3) Hòa thượng: vị Thượng tọa có tuổi đạo ít nhất là 40 năm và tuổi đời trên 60 tuổi.

4. Đối với danh xưng **Đạo Sư** trong Phật Giáo thường ám chỉ vị trí của đức Phật. Ngài là một vị 'Đạo sư' hay là một vị 'Lương y'. Trách nhiệm của bậc Đạo sư chỉ cho chúng ta con đường nào là con đường đi đến giác ngộ giải thoát và con đường nào là con đường dẫn đến khổ đau. Ngày nay danh từ Đạo Sư bị lạm dụng, có tình trạng nhiều vị tự xưng là đạo sư hay vô thượng sư, tự xưng là người đã chứng ngộ này nọ. Thời Phật còn tại thế, Ngài cấm đệ tử tuyên bố cho công chúng biết những gì mà mình đã chứng ngộ được. Đức Phật muốn đệ tử của Ngài khiêm tốn và chân thành.

Nói tóm lại danh từ thầy tu là để chỉ chung những vị tu hành chân chính. Trong đạo Phật chúng ta có thể gọi những vị này là Thầy hay Sư, nếu là Thầy hay Sư chuyên dạy pháp hành Thiền thì gọi là Thiền Sư. Không nên gọi là thầy chùa. Nếu như biết rõ phẩm vị của vị Thầy trong tổ chức giáo hội thì nên gọi bằng chính phẩm vị của vị thầy đó, như Hòa Thượng, Thượng Tọa, Đại Đức…Còn danh từ Đạo Sư, thiết tưởng không nên dùng vì cao to quá. Người viết được biết hiện nay Phật Giáo Việt Nam chưa có ai được tôn là Đạo Sư và Phật Giáo thế giới cũng vậy, kể cả Đức Đạt Lai Lạt Ma thứ 14 cũng chưa có ai tôn ngài là Đạo Sư và chính ngài cũng không tự nhận mình là Đạo Sư. Ngài khiêm tốn và chân thành chỉ nói ngài là một **thầy tu** đơn giản.

(Trích từ sách Phật Pháp Trong Đời Sống, Nhà xuất bản Hồng Đức 2014)

A MONASTIC, A TEMPLE PRIEST, OR A RITUAL MASTER

Author: Tâm Diệu
Translated by Nguyên Giác

*When I was young and living in a northern village, I didn't know if the temple keeper was vegetarian or non-vegetarian, if he had a wife and children, or if he was single. At that time, I only knew that he was the temple custodian who occasionally visited people's houses to perform rituals, chant sutras, and strike the gong. The children in the village often referred to him as the Temple Priest because they frequently saw him at the temple and observed him taking care of it. They also observed him occasionally performing religious rituals, so some refer to him as the Ritual Master. Many people nowadays, just as others did decades ago, still confuse the three following roles: **monastic, temple priest, or ritual master**. They don't know how to differentiate between those positions, thinking the three are the same. Now we have a better understanding of the terms Reverend, Venerable, Most Venerable, Buddhist Master, and Zen Master. So, what is the difference between these titles? If you want to talk about the priests at the temple, what word should you use?*

1. A **monastic** is an individual who earnestly lives according to the teachings and rules of a specific religion, such as Buddhism. They reside and train in temples, monasteries, or meditation centers, dedicated to learning and practicing in pursuit of enlightenment and liberation, seeking to break free from the cycle of birth and death. The term "**temple priest**" is the title used by the common people. This term is inaccurate and disrespectful to religious practitioners. Buddhists should refrain from using this word. A person who specializes in teaching methods to cultivate the mind

should be called a **meditation master**, and a person who specializes in teaching Buddhist scriptures should be called a **Sư** (in *Southern Buddhism*) or **Thầy** (in *Northern Buddhism*).

2. The term "**Ritual Master**" is explained in the book *Tự Điển Việt Nam* (Vietnamese Dictionary) by author Le Ngoc Tru as "*an ironic designation for temple priests who specialize in performing rituals for financial gain, without regard for Buddhist scriptures or teachings.*" In Buddhism, the term "**Ritual Master**" does not exist. However, as Buddhism spread to new regions, rituals were conducted to promote compassion, harmony, and simplicity, and to gradually impart the Dharma to others, despite Buddhism's **non-advocacy** of worship or prayer. Therefore, Buddhism readily embraced local forms of image worship and rituals, which gradually took root to meet social needs.

From then on, the ritual master adopted the appearance of indigenous beliefs or other religions, including Buddhism. These ritual masters have thrived since ancient times due to the needs of the masses and people's superstitious beliefs. However, their increasing influence is causing harm to society and tarnishing the reputation of Buddhism. Not only Vietnam, but also other countries such as China, Korea, Hong Kong, and Singapore, have ritual masters. Among these foreign ritual masters, many wear expensive clothing such as silk and brocade, serve as abbots of large temples, and possess millions of dollars in real estate and property. In the future, Vietnam may see a rise in covert Buddhists who specialize in rituals, contributing to the development of a capitalist society and wielding both economic and social influence.

Newspapers are reporting an increasing number of abusive activities by ritual masters. Performing worship rituals is considered a Buddhist or Dharma activity and is regarded as one of many Buddhist practices. They exploit the Buddhist scriptures, which state that "Buddhism can help elevate the deceased to a peaceful realm." However, they do not know that these ritual acts of saving are not Buddhist but were imported from China. During a lecture in Taipei, the renowned monk Venerable **Tinh Khong** emphasized that Buddhism is not solely about worship, but rather about assisting and instructing all sentient beings in **overcoming their delusions, achieving enlightenment**, and **embracing a joyful life free from suffering**. He also mentioned that the ritual work to aid the spirits of the deceased in Buddhism emerged very late. In ancient times, Buddhism in India did not have many rituals. When Buddhism was first introduced to China, it was not widely practiced.

3. The titles **Reverend, Venerable, and Most Venerable** are all expressions of respect bestowed upon a Buddhist monastic by others, rather than words used for self-promotion. According to the charter of the Buddhist Sangha of Vietnam, **a reverend** is defined as a person with a religious age of 4 years and over 20 years old. A **venerable** is a reverend with a religious age of at least 25 years and over 45 years old, while a **most venerable** is a venerable with a religious age of at least 40 years and over 60 years old.

4. The title "**Master of the Path**" in Buddhism often refers to the position of Buddha. He is a "Master of the Path" or a "compassionate physician." The responsibility of the Master of the Path is to guide us toward enlightenment and liberation, and to illuminate the courses that lead to suffering. Nowadays, the term "guru" (Master of the Path) is often misused. There are numerous individuals who label themselves as gurus or supreme masters, asserting to be enlightened in various aspects. When Buddha was still alive, he forbade his disciples from announcing to the public what they had realized. The Buddha desired his disciples to be humble and sincere.

In short, the term "**monastic**" generally refers to dedicated practitioners. In Buddhism, these individuals can be referred to as Thầy or Sư, and as meditation masters if they specialize in teaching meditation. You should not refer to them as temple priests. If you are familiar with the hierarchy of monastics in the sangha organization, you should address them by their respective titles, such as Most Venerable, Venerable, or Reverend. It is inappropriate to refer to anyone as a Master of the Path, as this title signifies a very elevated position. Currently, Vietnamese Buddhism does not have anyone respected as a Master of the Path

(Guru), and this is also the case for Buddhism worldwide. Even though he is the most respected monk in the world, His Holiness the Dalai Lama is not referred to as the Master of the Path by any Buddhist, and he himself does not claim to be a Master of the Path. He humbly and sincerely said that he was only a **simple monk**.

*(Excerpted from the book **Live The Buddhist Teachings**, Hồng Đức Publishing House, 2014)*

13

BÀI PHÁP RẤT NGẮN CỦA ĐỨC ĐẠT LAI LẠT MA DÀNH CHO PHẬT TỬ VIỆT NAM TRÊN ĐỈNH DHARAMSALA

Tâm Diệu

Thật là một hạnh phúc lớn lao và một duyên lành đặc biệt cho đoàn hành hương chiêm bái các thánh tích Phật Giáo được vinh dự gặp đức Đạt Lai Lạt Ma và được ngài ban cho một bài pháp vô cùng tuyệt diệu. Hạnh phúc vì được nghe những lời pháp nhũ và có được duyên lành vì đoàn không hẹn trước mà lại được gặp ngài trong lúc ngài vô cùng bận rộn Phật sự lẫn chính sự.

Đức Đạt Lai Lạt Ma, ngoài cương vị lãnh đạo tinh thần nhân dân Tây Tạng, ngài còn là quốc trưởng của một nước, nên muốn được vào tư dinh gặp ngài, khách phải trải qua thủ tục khám xét an ninh rất gắt gao của cảnh sát liên bang Cộng Hòa Ấn Độ và mất rất nhiều thời giờ chờ đợi. Mặc dầu vậy, quý thầy cô áo vàng và cư sĩ Phật tử áo lam chúng tôi cũng rất hoan hỷ sắp hàng một để từng người bước qua các thủ tục an ninh, khám xét thân thể và các vật dụng tùy thân như khi vào dinh nguyên thủ các quốc gia khác hay như đi qua các phi trường quốc tế ở Hoa Kỳ.

Khoảng 12 giờ trưa, ngài ra trước dinh đón gặp và tự tay trao tặng cho từng người, mỗi người một bức hình tôn tượng đức Phật thờ tại Đại tháp Bồ Đề Đạo Tràng. Sau đó chụp hình chung lưu niệm với từng nhóm trong đoàn do đoàn quá đông, và cuối cùng ngài nói một bài pháp ngắn khoảng năm phút.

Sau lời chào mừng ngắn gọn với đoàn Phật tử Việt Nam, ngài nói ngay rằng:

"Đức Phật không phải là đấng tạo hóa (Creator). Ngài là một con người bình thường, đã tu hành và đã giác ngộ viên mãn, và đối với đạo Phật, mọi sự mọi vật đều do nhân duyên sinh khởi, do tác động của định luật nhân quả: "Law of Cause and Effect.""

Sau đó ngài nói tiếp "muốn đạt được hạnh phúc chân thật thì cần phải có một tinh thần an lạc, và muốn có tinh thần an lạc, cần phải có tình thương và lòng từ bi (love and compassion).

Ngài ngừng một lát và hỏi các Phật tử: "làm sao để chúng ta phát triển được tình thương và lòng từ?

Chỉ nghĩ đến cũng chưa đủ, chúng ta cần phải làm sao để chuyển hóa tâm niệm và hành động của mình trong đời sống hàng ngày. Chúng ta phải gieo hạt giống từ bi bằng thân khẩu ý. Chìa khóa cho một thế giới hòa bình, hạnh phúc và an lạc bản thân chính là phát triển tình thương và lòng từ bi."

Ngài cũng nhắc nhở "mỗi người chúng ta đều có Phật tánh và cần nỗ lực thực hành để trở thành vị giác ngộ như Phật đã thành". Ngài cũng không quên nhắc nhở Phật tử Việt Nam "nên đọc và thực hành kinh Đại Bát Nhã, nhất là những phẩm nói về Từ Bi, Trí Tuệ, Ba La Mật Đa (paramitas) và Tánh Không (emptiness)…"

Người viết đã nhiều lần được nghe trực tiếp các buổi thuyết giảng dành cho Phật tử Việt Nam tại Hoa Kỳ, bao giờ ngài cũng mở đầu bằng cách khuyên nhủ Phật tử Việt Nam hãy giữ truyền thống tu tập sẵn có của mình mà không nên chạy theo một truyền thống khác, nhưng đặc biệt lần này ngài không nói như vậy mà ngài đã lập lại đến hai lần trong một bài pháp ngắn rằng: "Đức Phật không phải là một đấng tạo hóa (đấng thần linh, thần quyền)". Có lẽ đây là một thông điệp quan trọng và ngài chỉ muốn nhắc nhở Phật tử Việt Nam đừng xem ông Phật như một đấng thần quyền đầy quyền năng sáng tạo, có quyền ban phước giá họa cho muôn loài. Đừng cầu xin van lạy Ngài (Đức Phật) mà phải nỗ lực tinh tấn tự thân tu tập.

Không biết Đức Đạt Lai Lạt Ma có tha tâm thông không mà hình như ngài biết rõ tâm tư của người Phật tử Việt Nam, đa số đều đặt nặng lòng tin, sùng kính lễ lạy và bái sám cầu nguyện. Trong một bài pháp ngắn không soạn trước mà ngài đã lập lại ít nhất là hai lần về mỗi từ "Tạo Hóa", từ "Nhân Quả", từ "Thực Hành" và nhiều lần về từ "Từ Bi", lại nhắc nhở Phật tử Việt Nam nên đọc và thực hành hạnh từ bi, trí tuệ, ba la mật đa và Tánh Không trong kinh Đại Bát Nhã.

Đức Đạt Lai Lạt Ma không nói chi tiết nhưng qua nội dung bài pháp, dường như ngài muốn nhắc nhở người Phật tử Việt Nam ba điều: (1) Đừng xem Đức Phật như là một đấng tạo hóa, có quyền năng ban phước giá họa. (2) Hãy tin sâu, tin bền và tin chắc về Phật tính, về mỗi người đều có giác tính, đều có khả năng thành Phật và về nhân quả. Chỉ có tinh tấn tu tập tự thân mới có thể chuyển hóa được nghiệp quả. (3) Nỗ lực thực hành Phật Pháp trong đời sống hàng ngày qua việc phát triển tình thương và lòng từ bi, qua việc thực hành Ba La Mật.

Chỉ với năm phút ngắn mà ngài đã phác họa một lộ đồ tu tập (road map) cho người Phật tử, nhất là cho người Phật tử Việt Nam vốn đặt nặng lòng tin, sùng kính lễ bái và cầu nguyện.

Sau khi dứt lời, ngài bắt tay từ giã một số Phật tử đứng gần ngài. Các cận vệ của ngài đưa ngài vào tư dinh, để lại cho đoàn một nuối tiếc. Chúng tôi, những người cuối cùng đi sau đoàn, lững thững bước từng bước trên con đường dốc soai soải ra cổng. Đồng hồ tay tôi chỉ 12 giờ 30 phút rưa ngày 11-3-2011. Đi một đoạn dường dài 500 cây số từ Delhi đến đây và mất hơn 4 tiếng đồng hồ chờ đợi chỉ để gặp ngài và nghe ngài nói trong năm phút quả là đặc biệt, khó có thể tưởng tượng nổi với một người bình thường. Nếu không thực hành hàng ngày những lời dạy của Ngài mà xem như cơn gió thoảng thì tiếc lắm thay.

Hai bên dốc, hoa vàng, hoa đỏ đang đua sắc báo hiệu mùa Xuân đang trở về trên đỉnh Dharamsala. Mùa Xuân lặng lẽ trở về cùng với lễ hội Losar đón mừng năm mới của người Tây Tạng, trở về cùng với ngày kỷ niệm 52 năm xa xứ. Happy Losar những người bà con, những người anh em đang sống tha hương, đang mong chờ một ngày quy cố hương.

Tâm Diệu (viết từ Dharamsala 12-3-2011)
(Trích từ sách Phật Pháp Trong Đời Sống, nxb Hồng Đức, 2014)

A VERY SHORT SERMON BY HIS HOLINESS THE DALAI LAMA FOR VIETNAMESE BUDDHISTS ON TOP OF THE HILLS OF DHARAMSALA.

Author: Tâm Diệu
Translated by Nguyên Giác

It was a great joy and a special blessing for the group of pilgrims who were visiting the Buddhist pilgrimage sites to have the opportunity to meet His Holiness the Dalai Lama and listen to his incredibly inspiring sermon. We were delighted to hear Dharma's words and grateful for the opportunity, as the group met him without an appointment while he was preoccupied with Buddhist and political affairs.

In addition to serving as the spiritual leader of the Tibetan people, the Dalai Lama also held the position of head of state. Therefore, anyone wishing to visit his private residence had to undergo a rigorous security search conducted by the Federal Police of the

Republic of India. This process often resulted in significant waiting times. Even so, the yellow-robed monks and nuns, as well as the blue-robed lay Buddhists in my group, were very content to form a line and undergo security procedures. They willingly allowed their bodies and belongings to be searched, as if they were entering a palace of foreign dignitaries or passing through international airports in the United States.

At around noon, His Holiness the Dalai Lama went to the front of the palace to meet and personally give each person a picture of the Buddha statue worshipped at the Bodh Gaya Tower. Then, he took souvenir photos with each group in the pilgrimage because the whole group was too large. Finally, he delivered a short sermon that lasted about five minutes.

After a brief welcome to the Vietnamese Buddhist group, he immediately said, "Buddha was not the creator. He was an ordinary individual who practiced and achieved full enlightenment. According to Buddhism, everything in the world arises due to causes and conditions, as a result of the law of cause and effect."

He then continued, "To achieve true happiness, one must possess a peaceful spirit, and to possess a peaceful spirit, one must cultivate love and compassion."

He paused for a moment and asked the Buddhists, "How do we develop love and compassion? Just thinking about it is not enough; we need to transform our thoughts and actions in daily life. We must sow the seeds of compassion with our body, speech, and mind. The key to achieving a world of peace, happiness, and personal well-being is to cultivate love and compassion."

He also reminded us that "each of us has Buddha nature and needs to make efforts to practice in order to become enlightened, just as the Buddha did." He also made sure to remind Vietnamese Buddhists "to read and practice the Maha Prajnaparamita Sutra, particularly the chapters on Compassion, Wisdom, Paramitas, and Emptiness."

The writer has had the opportunity to directly listen to the Dalai Lama's lectures for Vietnamese Buddhists in the United States many times. He almost always opened by advising Vietnamese Buddhists to maintain their existing practice traditions and not to adopt other traditions. However, this time he did not say so, but he repeated twice in a short sermon that "Buddha was not the creator (a sacred divine, or a powerful god)." Perhaps this is an important message, and he just wants to remind Vietnamese Buddhists not to see Buddha as a deity with the ability to create and bless all living beings. Don't beg the Buddha, but make an effort to practice the Dharma diligently on your own.

I did not know if the Dalai Lama could read the thoughts of other people, but it appeared that he had a deep understanding of the thoughts of Vietnamese Buddhists. Many of them highly value belief, devotion, worship, repentance, and prayers. In a short, unprepared sermon, he repeated the terms of Creation, the law of Cause and Effect, Practice, and the word Compassion multiple times. He urged Vietnamese Buddhists to read and practice compassion, wisdom, paramitas, and Emptiness as described in the Maha Prajnaparamita Sutra.

The Dalai Lama did not elaborate, but based on the content of the sermon, it seemed that he wanted to remind Vietnamese Buddhists of the following three things: (1) Do not consider Buddha as the creator god with the power to bless and punish. (2) Believe deeply and firmly in the concept of Buddha nature; everyone possesses the inherent nature of awareness and has the potential to become a Buddha. Also, believe deeply and firmly in the law of cause and effect. Only by diligently cultivating oneself can one transform karma. (3) Make an effort to practice Buddha Dharma in daily life by cultivating love and compassion through the Paramitas.

In just five short minutes, His Holiness the Dalai Lama outlined a path of practice for Buddhists, particularly for Vietnamese Buddhists who placed significant importance on faith, devotion, prostration, and prayers.

After finishing his speech, the Dalai Lama shook hands and bid farewell to several Buddhists who were standing nearby. His guards escorted him to his private residence, leaving the group feeling regretful that the time was too short. We, the last people in the group, slowly walked step by step along the sloping path towards the gate. My watch showed 12:30 PM on March 11, 2011. Traveling a distance of 500 kilometers from Delhi to here and spending more than 4 hours waiting just to meet him and listen to him speak for five minutes is truly extraordinary and difficult to fathom for an average person. If we don't practice His teachings every day and instead treat them as fleeting gusts of wind, it would be a pity.

On both sides of the slope, yellow and red flowers bloomed, signaling that spring was arriving at the top of the Dharamsala hills. Spring quietly returned with the Losar festival, which celebrated the Tibetan New Year and marked the 52nd anniversary of expatriation. We would like to send Happy Losar wishes to our relatives and brothers who are living in exile, hoping that one day they will be able to return to their homeland.

Written by **Tâm Diệu** from Dharamsala on March 12, 2011.

*(Excerpted from the book **Phật Pháp Trong Đời Sống**, Hồng Đức Publishing House, 2014.)*

14

QUAN NIỆM GIẢI THOÁT TRONG PHẬT GIÁO VÀ BÀ LA MÔN GIÁO
Tâm Diệu

Có một số Phật tử cho rằng khi con người đạt tới giải thoát là lúc họ trở về với bản thể chân tâm tuyệt đối, hoà đồng vào bản thể của vũ trụ vô biên trong một trạng thái hằng hữu vĩnh cửu.

Nhận định trên đã được dẫn xuất từ nguồn tư tưởng Bà La Môn và từ những nhận xét sai lầm về Phật giáo. Cho nên, để có một cái nhìn rõ ràng hơn về đạo giải thoát của đức Phật, chúng tôi viết bài tiểu luận này nhằm nêu lên sự khác biệt giữa quan niệm giải thoát của Phật giáo và của Bà La Môn giáo. Bài viết được dựa phần lớn vào những tư liệu hiện có, vào kinh điển của Phật giáo và Bà La Môn giáo đang lưu truyền.

Chúng tôi cũng xin minh xác là bài tiểu luận này không nhằm mục tiêu so sánh giáo lý nhà Phật và tư tưởng Bà La Môn để phân định đúng, sai, hay, dở. Chúng ta không thể nào so sánh, hay nói khác đi, lấy một nền giáo lý làm chuẩn để phê bình một giáo lý khác, vì từ nội dung giáo lý cho tới đường lối tu tập, tức các phương pháp thực hành, mỗi tôn giáo đều có những điểm cá biệt. Chúng tôi chỉ nêu ra sự khác nhau căn bản về mục tiêu của hai nền đạo học, Phật giáo và Bà La Môn giáo mà thôi.

Nhìn chung, cả hai nguồn tư tưởng đều cho rằng cuộc đời này là giả tạm và chúng sinh cứ phải sống trong đau khổ vì lòng tham dục vô bờ bến. Dục có nghĩa là thèm khát, ham muốn và đam mê, bắt nguồn từ vô minh, khiến con người tự mình trói buộc với những xung đột và khổ đau do không bao giờ thoả mãn, nên phải luân hồi triền miên trong vòng sinh tử. Nếu muốn, con người có thể tu tập để đi đến chỗ giải thoát khỏi vòng luân hồi nghiệp báo, mà vào một nơi nào đó không sinh không diệt, đời đời không có đau khổ mà chỉ có an lạc. Nơi đó, Bà La Môn giáo gọi là Brahman tức là Đại Ngã. Phật giáo tạm gọi là Niết Bàn, Chân Như.

Trước khi bàn về quan niệm giải thoát của Bà La Môn giáo và của Phật Giáo, thiết tưởng chúng ta cũng nên tìm hiểu sơ qua về Bà La Môn giáo.

Tư tưởng Bà La Môn bắt nguồn từ kinh Vedas (Vệ Đà) và Upanishad (Áo Nghĩa Thư), mà chủ yếu là sự đồng nhất giữa linh hồn cá nhân Atman với linh hồn tối cao vũ trụ Brahman, tức quan niệm **"vạn vật đồng nhất thể"** hay còn gọi là Bất Nhị, tức là không có hai, có nghĩa là Tiểu Ngã (Atman) hay **linh hồn của mỗi chúng sinh đều cùng chung một bản thể đồng nhất với linh hồn Đại Ngã** (Brahman) hay linh hồn vũ trụ.

Brahman là linh hồn vũ trụ, là Bản Ngã tối cao, là thực thể tuyệt đối, duy nhất, đầu tiên và bất diệt, sáng tạo và chi phối vạn vật, tức là "cái bản chất sâu xa của mọi sự tồn tại, là nguồn gốc sinh ra mọi cái và mọi cái nhập vào, hoà vào khi chấm dứt sự tồn tại ở thế giới này." [1]

Còn Atman (Tiểu Ngã hay Tự Ngã) là một thực thể nội tại, là linh hồn trong mỗi cá nhân. Hơi thở con người là nguồn sống vật chất thì Atman là linh hồn, là nguồn sống tâm linh. Atman là thực thể làm cho con người vượt lên trên vạn vật. Có thể nói Atman là thành phần của Brahman trong con người. Brahman là cái ngã vũ trụ đại đồng, còn Atman là cái ngã cá nhân.

Để giải thoát cho linh hồn, khiến nó khỏi phải chịu sự đầu thai hết kiếp này đến kiếp khác ở thế giới này, con người, theo tư tưởng Bà La Môn, cần phải dốc lòng tu luyện, suy tư, thiền định Yoga và thực hành tế lễ để đưa linh hồn trở về với bản thể vũ trụ tuyệt đối, hoà nhập với "Linh hồn vũ trụ tối cao" Brahman.

Đối với Phật Giáo, con người có thể giải thoát khỏi khổ đau, sinh tử luân hồi bằng các nỗ lực tu tập tự thân: **làm lành, tránh ác và tự thanh tịnh hoá tâm ý.** Bốn chân lý nền tảng của Phật giáo cho rằng mọi khổ đau (Khổ đế) của chúng sinh đều có một hay nhiều nguyên nhân (Tập đế) gây nên, chúng có thể bị giải trừ (Diệt đế) và có con đường để giải trừ khổ đau đó (Đạo đế). Con đường đó chính là con đường giải thoát, tức là Bát Chánh Đạo trong giáo lý căn bản của nhà Phật. Giáo lý này được qui thành ba bộ môn: Giới, Định và Tuệ. Thực hành Giới và Định là đưa tới trí Tuệ, là giải thoát khỏi sự mê muội, lòng ích kỷ và khổ đau, là đạt tới cảnh giới Niết Bàn.

Vậy Niết Bàn là gì?

Trong giáo pháp nguyên thủy, thì ý nghĩa của giải thoát là diệt trừ tham, sân, si; đoạn tận phiền não, để chấm dứt khổ đau như trong kinh SN 38.1 nói rằng: *"Sự tận diệt tánh tham, sự tận diệt tánh sân và sự tận diệt tánh si là Niết Bàn."*

Tận diệt Tham, tận diệt Sân, tận diệt Si là hoàn tất chu kỳ tu hành để thực chứng Vô Ngã. Như thế, theo quan điểm của Phật giáo Nguyên Thủy Theravada, "Vô ngã là Niết Bàn".

Bước qua Phật Giáo Bắc Tông hay còn gọi là Phật Giáo Đại Thừa, giáo pháp ấy không hoàn toàn bị phủ nhận. Nhưng theo lập trường của hệ tư tưởng Bát Nhã, thì khi hành giả thức tỉnh khỏi cơn mê vọng, sẽ thực chứng Tánh Không, là cảnh giới hoàn toàn giải thoát, linh động, cảnh giới của Chân Không Diệu Hữu. Cảnh giới này không thể dùng ngôn từ để xác định, chỉ có thể dùng lối phủ định, không nằm trong bốn phạm trù "Có, Không, Cũng Có Cũng Không, Chẳng Có Chẳng Không", vượt ra ngoài mọi giới hạn của tư tưởng, ngôn ngữ trong thế giới hiện tượng tương đối này, không lệ thuộc vào bất cứ một hình thức, quan điểm nào, bất kể là Đại Ngã hay Tiểu Ngã.

Đây là điểm hệ trọng hoàn toàn khác biệt giữa Phật giáo và giáo lý Bà La Môn, đó là Phật giáo phủ nhận cả Tiểu Ngã (cái tôi của mỗi người) và Đại Ngã. Sự phủ nhận đó được thể hiện trong chính câu nói của đức Thích Ca nói với các đệ tử của Ngài nhằm phản bác niềm tin về Ngã và Đại Ngã trong tư tưởng Bà La Môn:

- *"Hỡi các Tỳ Kheo, khi mà Ngã hay bất cứ cái gì thuộc về Ngã không có, thì quan điểm tư duy này: Vũ trụ là linh hồn, ta sẽ là linh hồn sau khi chết, sẽ trường cửu, tồn tại, vĩnh viễn bất biến, và ta sẽ hiện hữu như thế cho đến vô tận thời gian – quan điểm ấy có phải là hoàn toàn điên rồ chăng?"* [02].

Ngoài ra, trong kinh Pháp Cú (Dhammapada) có ba câu vô cùng quan trọng và cốt yếu trong giáo lý Đức Phật, đấy là những câu kệ số 277, 278, 279. Hai câu kệ đầu nói:

- *"Hết thảy các hành là vô thường và khổ đau"*.

Câu thứ ba là:

"Hết thảy các Pháp là vô ngã", [03]

Tất các Pháp là vô ngã, nghĩa là không có pháp nào là có bản thể độc lập, không đứng riêng lẻ một mình, mà là do nhân và duyên hợp lại. Chúng không có tự thể, mà cũng không do một đấng sáng tạo nào muốn tạo là có, muốn hủy là diệt. Cuộc đối thoại giữa Tỳ kheo Na Tiên và vua Milinda trong Kinh Na Tiên Tỳ Kheo [04] đã minh chứng điều này. Cái ta (ngã) là gì? Chỉ ra không được. Cái ta không phải năm căn, sáu thức, không phải đầu tóc, không phải bộ óc, không phải tim, gan, phổi phèo, không phải tư tưởng, không phải tâm ý, mà cũng không phải là những thứ gì ngoài năm căn, sáu thức, cũng không phải cái tên do cha mẹ đặt cho. Tất cả chỉ là những yếu tố vật chất và tinh thần hợp lại tạo thành một cái tạm gọi là cái "Ta". Cái Ta này không thật, nó chỉ là giả hợp, vô thường, không thường hằng bất biến, vì khi thiếu những điều kiện để tạo thành thì cái Ta tan rã, không còn gì cả.

Cuộc sống là một dòng chảy vô tận. Tất cả mọi sự mọi vật đều biến chuyển như dòng thác đổ, không phút nào ngừng nghỉ. Không có một cái gì độc lập, cố định, đứng yên và vĩnh hằng, ngay cả trong ý niệm tự ngã. Mọi hiện tượng trong đời sống đều tương sinh, tương duyên với nhau.

Kinh A-hàm và Tăng Chi Bộ kinh nói các pháp do duyên hợp:

- *"cái này có nên cái kia có,*
- *cái này sanh nên cái kia sanh,*
- *cái này diệt nên cái kia diệt.. v. V…"* [05]

đều là lý nhân duyên tương quan giữa cái này với cái kia.

Theo đó, đạo Phật cho rằng không có bất cứ một vật nào được tự tạo ra, hình thành độc lập và duy nhất, mà chúng phải nhờ vào cái khác để được tồn tại, không có cái gì mà từ một nguyên nhân ban đầu sinh ra cả, nó tồn tại với sự tồn tại của các cái khác (các pháp). Dù đức Phật có xuất hiện nơi đời hay không thì sự thực ấy vẫn luôn tồn tại. Nghĩa là đức Phật không tạo nên nó, làm ra nó, sinh ra nó v.v… Ngài chỉ là người nhận ra nó: "Pháp Duyên khởi ấy, dù Như Lai có xuất hiện hay không xuất hiện, an trú là giới tính ấy, pháp quyết định tánh ấy. Như Lai hoàn toàn chứng ngộ, chứng đạt định lý ấy".

Nói một cách khác. Tất cả vạn sự, vạn vật chỉ là sự kết hợp của sắc, thọ, tưởng, hành và thức. Năm uẩn này luôn luôn biến chuyển theo nhân duyên, nhân quả. Cái Ta (ngã) của con người cũng chỉ là một sự tổ hợp của ngũ ấm tứ đại, được hình thành từ các giác quan, do các duyên hòa hợp mà có, đủ điều kiện thì sinh, hết duyên thì diệt, có rồi không, không rồi có, luôn luôn thay đổi biến chuyển, vô thường, và vì thế, nó vô ngã. Cũng như cái mà người ta thường gọi là linh hồn cũng không có tính chất trường cửu bất diệt.

Như thế Phật Giáo đã mặc nhiên phủ nhận thuyết nhất nguyên thần quyền, phủ nhận cái Ngã bất biến trường tồn, phủ nhận cái "duy nhất" và cái "có trước tiên" Brahman, mà chủ trương hết thảy đều do nhân duyên hòa hợp mà biến hiện. Đây là điểm khác biệt độc đáo giữa giáo lý Vô Ngã của Phật, với giáo lý Ngã của kinh Vệ Đà và Áo Nghĩa Thư. Một đằng chủ trương Ngã, một đằng chủ trương hết thảy các pháp là Vô Ngã, và cho rằng phải phá Chấp Ngã, vì chấp ngã là nguồn gốc sinh ra vô minh, mà vô minh là đầu mối của luân hồi sinh tử và khổ đau của con người.

Con người, theo Phật giáo, muốn được giải thoát cần phải phá Chấp Ngã bằng cách thực hành. Đạo Phật là con đường trí tuệ của nhận thức Vô Ngã và thực hành Vô Ngã. Thực hành bằng cách thiền định để chân không hoá ý thức. Trong kinh Trung Bộ (Majjihima Nikaya III) đức Phật dạy các đệ tử của Ngài cách thực hành phá Ngã bằng phương pháp chân không hoá ý thức một cách từ từ. Phải, đạo Phật là đạo thực hành, nếu con người muốn giải thoát ra khỏi luân hồi khổ đau, thì phải triệt để phá chấp, phá chấp Tiểu Ngã cũng như phá luôn cả thành trì cuối cùng mà Bà La Môn Giáo gọi là Đại Ngã, hay gọi là cái gì đi nữa và cuối cùng phải "phá luôn cả cái ý niệm phá" đó nữa. Hòa Thượng Thích Minh Châu, trong một bài diễn giảng tại Viện Đại Học Vạn Hạnh cho rằng "Khi đức Phật mở ra con đường giải thoát bằng việc phá chấp, phá bỏ tất cả mọi cố chấp và phá bỏ ngay việc cố chấp vào chính đạo Phật, đức Phật chỉ muốn cho con người ý thức tối hậu rằng chính Thực Tại hay Thực Thể cũng là biểu tượng cuối cùng mà con người phải phá huỷ, để được giải phóng toàn triệt." [06]

Trong môi trường biện biệt phân tranh của xã hội Ấn ở những thế kỷ đầu Công nguyên, kẻ nói có, người nói không, kẻ nói vừa có lẫn vừa không, kẻ nói chẳng có lại chẳng không; riêng Bà La Môn giáo đưa ra sáu mươi hai luận chấp về Ngã và Ngã Sở nhằm bảo hộ Ngã Tính của mình. Bồ Tát Long Thọ đã tuyên bố: *__Nhất thiết pháp Không__* tức *Hết thảy các pháp là Không* bằng tám cái Không [07], nhằm phá huỷ tất cả kiến chấp sai lầm hay mọi định kiến về có, không, sinh, diệt..v..v.. "Không" ở đây không có nghĩa là "không có" theo sự hiểu biết thông thường bởi tâm thức và giác quan con người hay là "hư vô" theo cái gọi là hư vô chủ nghĩa, mà là "không có thật như ta đã nhận thức". Không ở đây tượng trưng cho một cái gì không phải là có, cũng không phải là không. "Long Thọ và môn phái của ông đã xây dựng hệ thống Trung Quán Luận trên chân không (sunyata). Chân Không đây là Trung Đạo, nó không đưa tới có hay không, không đưa tới chấp nhận hay phủ nhận. Trung đạo ở đây không phải loại trung đạo theo nghĩa là ở ngoài hai cực đoan. Trung Đạo trong Trung Quán Luận là con đường không về đâu cả, một con đường không phải con đường, một con đường huỷ diệt mọi con đường,'' via negativa'', con đường tự huỷ diệt..." [08]

Theo quan điểm Bát Nhã, Tánh Không là thể tánh của tất cả các pháp. Thể tánh của tất cả các pháp là không, do duyên hợp nên sanh ra muôn pháp. Vì vậy nói Tánh Không duyên khởi. Do đó, Vô Ngã cũng là duyên khởi (*vô ngã là duyên khởi biểu thị ở mặt hiện tượng và duyên khởi là vô ngã biểu thị ở mặt thể tánh ví như sóng biển là hiện thân của nước và nước là thể tánh của sóng*).

Điểm thiết yếu trong nền triết học Tánh Không của Bồ Tát Long Thọ là muốn minh giải về Bản Thể tuyệt đối, điều mà xưa kia Phật ít muốn giải bày. "Việc triển khai giáo lý của phái Đại Thừa có lẽ cũng không trái với ý muốn của đức Thích Ca, vì ở thời đức Thích Ca, dân trí còn thấp kém, nên có lẽ đức Thích Ca đã không muốn lý giải những vấn đề siêu hình. Tới thế kỷ thứ nhất sau tây lịch, dân trí đã mở mang hơn, lại thêm các tông phái Bà La Môn đều nảy nở, nền giáo lý Phật cần phải triển khai mới có thể tồn tại được.."[09].

Ngoài ra, việc minh giải của Bồ Tát Long Thọ cũng không ngoài quan điểm chính thống của đức Phật Thích Ca từng nhấn mạnh về con đường trung đạo và nguyên lý Duyên Khởi. Ngài Long Thọ cho rằng tất cả các pháp trên thế gian này đều nương tựa lẫn vào nhau để mà sinh khởi. Ngài nói rằng:
- *"Chính vì bản chất của các pháp là đều do duyên khởi, nên tôi nói là Không, là Giả Danh và cũng là Trung Đạo"* [10] .

Về Bản thể tuyệt đối, Bồ Tát Long Thọ nói rằng không thể lý giải theo những quan niệm của thế gian được vì nó là bất khả thuyết bởi ngôn ngữ. Nó ở ngoài phạm trù tứ cú [11] của thế gian, nên chỉ tạm gọi là Chân Không. Chân Không cũng còn được gọi là Niết Bàn, là Chân Như Phật Tánh, là Như Lai Tạng…

Trong khi Tiểu Ngã của Bà La Môn Giáo tìm cách giải thoát bằng cách hoà đồng vào vũ trụ vô biên của Đại Ngã, thì người Phật giáo giải thoát bằng cách thực hành thiền định vô niệm qua nhiều pháp phương tiện khác nhau, nhằm chân không hoá tất cả mọi ý niệm, mọi tư tưởng, bao gồm cả tư tưởng Chấp Ngã và đam mê, để đạt

Chân Không, để tâm vô niệm, trong đó không còn có phân biệt chủ thể với khách thể, không còn có ý thức với vô thức, không còn có hữu hay vô, mà chỉ còn là tuyệt đối Chân Không.

Đối với Phật Giáo, tất cả những ý niệm chủ-khách, sắc- không, niết bàn-sinh tử, hữu-vô, nhị nguyên-nhất nguyên, thường-đoạn, đều chỉ là những **vọng chấp đối đãi**. Trong sự giải thoát này ý niệm "hòa đồng" hay "hòa nhập" hoàn toàn vắng mặt vì muốn hòa đồng hay hòa nhập cần phải có sự hiện diện của hai hay nhiều hơn hai "cái gì đó", ví dụ như là hai tư tưởng hay hai ngã thể. Nhưng trạng thái Chân Không hay Niết Bàn của Phật giáo lại chính là trạng thái trong đó mọi tư tưởng, mọi ý niệm bao gồm ý niệm về Chấp Ngã và ngã sở đều tịch diệt.

Thật ra, Bà La Môn Giáo gồm có nhiều tông phái và quan niệm giải thoát của họ cũng có nhiều dị biệt với nhau. Gần thời đại chúng ta, họ có sáu tông phái chính: nguyên tử luận, luân lý luận, số luận, nhị nguyên luận, nhất nguyên luận và phi nhị môn luận. Trong số đó có phái phi nhị môn luận Vedanta, một hệ phái được cho là chính thống hơn hết của Bà La Môn Giáo. Phái này chủ trương không có hai (Adwaita), cũng hàm nghĩa vạn vật đồng nhất thể.

Đối với Phật Giáo, giáo lý đạo Phật là một pháp môn phi nhất, phi dị, phi hữu, phi vô, phi sắc, phi không, phi nhị nguyên, phi nhất nguyên, phi đa nguyên, phi thiểu nguyên…Nói như thế không có nghĩa là phủ định tất cả, mà theo Trung Quán Luận, *"nói phủ định là nhằm khẳng định, khẳng định một "chân trời" không bao giờ hiện hữu trong tương quan đối đãi, mà con người hằng tưởng là nó ở ngay trong tương quan đối đãi. Cũng như một kẻ khùng điên đứng trước mặt biển xanh của đại dương bao la mênh mông, y cứ tưởng rằng ở đằng xa xăm vô tận bên kia có một đường chân trời thật sự, và y hão huyền mơ mộng sẽ đạt đến bên cạnh chân trời. Mộng tưởng của y quả là điên dại, vì vĩnh viễn sẽ không bao giờ có cái đường chân trời ấy. Nó vốn vượt lên trên mọi cương tỏa trong tương quan nối kết của trần gian, như mặt trời trên đỉnh phù vân."*[12]

Đây là chỗ mà chư Tổ thường gọi là "ngôn ngữ đạo đoạn tâm hành xứ diệt". Do đó, những ý niệm về Niết Bàn, về Bản Thể tuyệt đối, về Chân Như đều không phải là thật, chỉ là tên gọi, là giả danh và nó được gọi là "Không".

Một số kinh sách Phật giáo thường hay dùng từ chứng đắc Niết Bàn để chỉ đến một kết quả tối hậu hay là chỗ đến cuối cùng của người tu hành. Vậy nghĩa đó như thế nào? Thật ra đối với Phật Giáo, không có vấn đề chứng đắc Niết Bàn, hay thể nhập Niết Bàn. Bởi vì có chứng đắc hay thể nhập, là còn có đối đãi, còn trong vòng nhị nguyên tương đối, có nhập, có xuất. Niết Bàn hay Chân Như chỉ là tên tạm gọi nhằm ám chỉ **một trạng thái tâm vắng bặt mọi tư tưởng kể cả ý niệm về Ngã, Tiểu Ngã lẫn Đại Ngã**, ngay cả đến tư tưởng của Phật và giáo lý của Ngài giảng dạy cũng chỉ được xem như là phương tiện, như là ngón tay để chỉ mặt trăng, như con đò đưa người qua sông. Khi đã đến được bến đò thì phải bỏ đò và người đưa đò, cả đến khái niệm về đức Phật cũng phải buông bỏ và không những thế, còn phải lìa bỏ luôn cả cái vọng chấp gọi là **bến đò** nữa mới có thể với tới cái mà sách vở tạm gọi là Niết Bàn, Chơn Như.

Niết Bàn hay Chân Như siêu việt tất cả nên người ta nói Như Lai tịch diệt hay Như Lai Niết Bàn thế thôi. Niết Bàn chính là Chân Không và Chân Không chính là Niết Bàn.

Vậy thử hỏi "Niết Bàn và thế gian hay Phật và chúng sinh là hai hay một?" Hay theo như Bà La Môn giáo thì "Tiểu Ngã và Đại Ngã là một hay là hai".

Theo chủ thuyết Bất Nhị của Vệ Đà Vedanta thì không có hai: Tiểu Ngã hoà nhập với Đại Ngã thành một.

Nhưng đối với Phật giáo, Long Thọ Bồ Tát nói rằng: "**Niết Bàn và thế gian không có gì sai biệt. Niết Bàn và thế gian chúng không hai, không khác**" [13] .

Đây là một điểm khó hiểu và dễ gây ngộ nhận, nhưng Thiền Sư Bạch Ẩn đã cho một ví dụ rất dễ hiểu về sự nhất tính giữa Phật và chúng sanh hay giữa Niết Bàn và thế gian. Ông viện dẫn "băng (ice), mà bản chất là nước. Ngoài nước không thể có băng, ngay một mảnh băng rất nhỏ cũng là nước. Và ngay nước là băng. Khi đông lạnh, đó là băng, khi tan chảy là nước. Nếu bạn tìm trong nước, bạn sẽ không thấy băng. Nhưng băng hình thành từ nước".

Thiền sư Bạch Ẩn nói thêm:

"Có một điều khó hiểu. Nếu chúng ta nói băng và nước là hai vật giống nhau. Có phải vậy không? Nếu chúng ta đi mua băng (nước đá), chúng ta sẽ không nhận nước lã (water), do đó không phải tương đồng. Nhưng chúng ta không thể nói rằng băng và nước không giống nhau, bởi vì ngoài nước không có băng, cả hai không phải dị biệt. Băng và nước không phải đồng cũng không phải dị. Sự tương quan giữa Phật và chúng sinh (hay giữa Niết Bàn và thế gian cũng thế)". [14]

Giải thoát là Niết Bàn, Vô ngã là Niết Bàn. Niết Bàn không ở dưới thấp, không ở trên cao, không ở trên Thiên đường và không phải chỉ có thể đạt được sau khi lìa đời, như Bà La Môn giáo chủ trương (*chỉ khi nào linh hồn con người hòa nhập với Đại-Ngã của vũ trụ thì lúc ấy mới có giải thoát*). Trái lại, Niết Bàn, theo Phật giáo có thể xúc chạm được, có thể chứng nghiệm được ngay ở giây phút sống trong hiện tại này, nghĩa là bất cứ trong giây phút nào ta xa lìa được Chấp Ngã, không còn chấp cái tôi, cái của tôi và cắt đứt được cội nguồn tâm ý tham lam, sân hận và si mê là tâm hồn được thanh thản, tự do, tự tại, thì ngay giây phút đó ta đã với tới cảnh giới an lạc, giải thoát chân thực rồi.

Nói tóm lại, cả hai tôn giáo Phật giáo và Bà La Môn giáo đều có chung một quan niệm về nghiệp báo luân hồi và lý tưởng giải thoát khỏi nghiệp báo luân hồi có thể nói là lý tưởng chung của cả hai tôn giáo, nhưng quan niệm về giải thoát có sự khác biệt hoàn toàn, sâu xa. Giải thoát của Bà La Môn giáo là sự trở về, là hoà nhập vào Đại Ngã Brahman – nơi sinh ra vạn vật – là linh hồn cá nhân hợp nhất với linh hồn vũ trụ. Còn Phật giáo chủ trương hết thảy các pháp là Không, là Vô Ngã, và cho rằng phải phá Chấp Ngã. Một khi đã triệt để phá Ngã là Niết Bàn tự hiện, là hoàn toàn giải thoát, khai phóng.

Như thế, học thuyết Vô Ngã là thuyết nền tảng và đặc thù của Phật giáo. Nói cách khác, giải thoát theo đạo Phật chính là sự quay về chuyển hóa nội tâm. Chuyển hóa những phiền não tham, sân, si và xa lìa chấp ngã thì an lạc giải thoát, Niết Bàn hiển lộ, không còn ý niệm Niết Bàn hay không phải Niết Bàn nữa, mà thay vào đó là sự thể nhập thực tại của vạn pháp. Niết Bàn chỉ là tên tạm gọi, chỉ là một danh từ giả lập như kinh Lăng Già nói:

"Niết Bàn chẳng thể lập,
Chẳng có Niết Bàn Phật,
Chẳng có Phật Niết Bàn,
Lìa năng giác, sở giác.
Hoặc có hoặc không có,
Cả hai thảy đều lìa…" [15]

Kinh Sách Dẫn Chiếu:
[01] Doãn Chính, Lịch sử Triết học Ấn Độ-Kinh Văn của các trường phái Triết học Ấn Độ, Nhà xuất bản Đại học Quốc gia Hà Nội 2002, tr. 588
[02] Thích Minh Châu, Kinh Trung Bộ
[03] Thích Minh Châu, Kinh Pháp Cú,
[04] Long Thọ Bồ Tát, Na Tiên Tỳ Kheo Kinh, Cư sĩ Đoàn Trung Còn dịch
[05] Thích Minh Châu, Trong Tăng Chi Bộ, chương 10 Pháp, kinh số 92, Đức Phật giảng cho ông Cấp Cô Độc & Kinh Phật Tự Thuyết, Tiểu Bộ Kinh I, trang 291.
[06] Thích Minh Châu, Tôn giáo Phải Là Con Đường Giải Thoát Cho Việt Nam và Thế Giới, Tư Tưởng Vạn Hạnh, Số I (8-67), trang. 368
[07] Long Thọ Bồ Tát, Hán dịch: Cưu Ma La Thập – Việt dịch TN. Chân Hiền, Trung Luận, Nhà Xuất Bản Tôn Giáo Hà Nội 2003, ch. 1 tr 21: Tám Không là: (1) không sinh, (2) không diệt, (3) không thường, (4) không đoạn, (5) không một, (6) không khác, (7) không đến, và (8) không đi.
[08] Phạm Công Thiện, Hố Thẳm Tư Tưởng, An Tiêm Saigon tái bản lần 2, tr. 167
[09] Nghiêm Xuân Hồng, Biện Chứng Giải Thoát trong Tư Tưởng Ấn Độ, Ấn Quán Hy Mã Lạp Sơn Saigon 1966
[10] Long Thọ Bồ Tát, Hán dịch: Cưu Ma La Thập, Việt dịch: TN. Chân Hiền, Trung Luận, Nhà xuất bản tôn giáo Hà Nội 2003 tr. 263 (chương 24 kệ tụng số 18)
[11] Tứ cú là bốn mệnh đề để xác định: hoặc là có, hoặc là không, hoặc là vừa có, vừa không, hoặc là vừa không có, vừa không không.
[12] Thích Tâm Thiện, Lịch Sử Tư Tưởng và Triết Học Tánh không, NXB TP. HCM 1999, tr. 122

[13] Thích Tâm Thiện, Lịch Sử Tư Tưởng và Triết Học Tánh không, NXB TP. HCM 1999, tr. 201 (Chương 25, kệ 19, 20 và 23 Trung Luận)
[14] Ama Kuki Sessan – Bạch Ẩn Thiền Định Ca, Việt dịch Bạch Hạc, Viên Chiếu 1988, tr. 67
[15] Thích Duy Lực, Kinh Lăng Già, Thành Hội Phật Giáo HCM ấn hành PL. 2537 (Trang 9)

Tài Liệu Tham Khảo:

- Doãn Chính, Lịch sử Triết học Ấn Độ-Kinh Văn của các trường phái Triết học Ấn Độ, Nhà xuất bản Đại học Quốc gia Hà Nội 2002, tr. 588
- Nghiêm Xuân Hồng, Biện Chứng Giải Thoát trong Tư Tưởng Ấn Độ, Ấn Quán Hy Mã Lạp Sơn Saigon 1966
- Shri Aurobindo, Áo Nghĩa Thư Upanishad, Thạch Trung Giả Việt dịch, An Tiêm Saigon 1972
- Thích Quảng Liên, Sử Cương Triết Học Ấn Độ, Đại Nam 1965
- M.T. Stepaniants, Triết Học Phương Đông, Trần Nguyên Việt Việt dịch, Nhà Xuất Bản Khoa Học Xã Hội, Hà Nội 2003
- C. Scott Littleton, Trí Tuệ Phương Đông, Trần Văn Huân Việt dịch, Nhà Xuất bản Văn Hoá Thông Tin, 2002
- Phạm Công Thiện, Hố Thẳm Tư Tưởng, An Tiêm Saigon 1967
- Tuệ Sỹ, Long Thọ và Biện Chứng Pháp, Vạn Hạnh số 4
- Tuệ Sỹ, Từ biện Chứng Hiện Sinh đến Biện Chứng Trung Quán, Vạn Hạnh số 5 và số 6
- Tư Tưởng số 1, Viện Đại Học Vạn Hạnh 8-1967
- Thích Minh Châu, Kinh Trung Bộ, Kinh Pháp Cú
- Thích Duy Lực, Kinh Lăng Già, Thành Hội Phật Giáo HCM ấn hành PL. 2537
- Thích Tâm Thiện, Lịch Sử Tư Tưởngvà Triết Học Tánh không, NXB TP. HCM 1999
- Ama Kuki Sessan – Bạch Ẩn Thiền Định Ca, Việt dịch Bạch Hạc, Viên Chiếu 1988

(Trích từ sách Phật Pháp Trong Đời Sống, Nhà xuất bản Hồng Đức 2014)

THE CONCEPT OF LIBERATION IN BUDDHISM AND BRAHMANISM

Author: Tâm Diệu

Translated by Nguyên Giác

Some Buddhists believe that the state of liberation occurs when a person returns to the essence of the absolute true mind, merging into the boundless universe in a state of eternal existence.

The statement above originates from Brahmanical thought and contains misconceptions about Buddhism. Therefore, to provide a clearer understanding of the Buddha's path to liberation, this essay will emphasize the distinction between the Buddhist concept of liberation and that of Brahmanism. The article is largely based on existing documents and currently circulating Buddhist and Brahmanical scriptures.

One point that needs clarification is that this essay is not intended to compare Buddhist thought and Brahman thought in order to determine what is right or wrong, or good or bad. We should not use one system of teachings as the benchmark to criticize another, and vice versa, because each system of teachings has its own content and method of practice. This article only highlights the fundamental difference in the goals of the two religions, Buddhism and Brahmanism.

In general, both schools of thought believe that life is illusory and temporary, and that sentient beings continuously experience suffering due to boundless desire. Desire encompasses both demand and passion, stemming from ignorance and leading people to entangle themselves in conflicts and suffering because they are never satisfied, thus necessitating continuous reincarnation in the cycle of birth and death. However, individuals can practice to attain liberation from the cycle of reincarnation, reaching a state where there is neither birth nor death, free from suffering, and filled only with peace. The state of liberation in Brahmanism is called Brahman, or the Great Self, while in Buddhism, it is referred to as Nirvana, or True Thusness.

We will briefly present Brahmanism before discussing the concept of liberation in both Brahmanism and Buddhism.

Brahmanical thought originates from the Vedas and Upanishads, emphasizing the unity between the individual soul, the Small Self, and the supreme cosmic soul Brahman. This concept, known as Non-Duality, asserts that "all things are one," signifying the absence of duality. It suggests that the Small Self (Atman), the soul of each living being, shares the same essence with the Great Self (Brahman), the universal soul.

Brahman is the universal soul, the Supreme Self, the absolute, only, first, and eternal entity. It is the creator and ruler of all things, representing "the profound nature of all existence, the origin of everything, and where everything enters and blends when it ceases to exist in this world."

Meanwhile, Atman (the small self or "self") is an internal entity, representing the soul within each individual. Human breath is the source of physical life, while Atman is the soul, the source of spiritual life. Atman is the entity that elevates humans above all other beings. It can be said that Atman is a constituent of Brahman within humans. Brahman is the universal self, and Atman is the individual self.

In order for the soul to be liberated, to leave the cycle of continuous reincarnation after life in this world, human, according to Brahmanical thought, needs to cultivate, reflect, meditate in Yoga style, and do rituals to bring the soul back to the absolute cosmic essence, merging with the "Supreme Cosmic Soul" Brahman.

Meanwhile, Buddhists can liberate themselves from suffering and the cycle of birth and death through self-cultivation efforts: **performing good deeds, avoiding evil, and purifying their mind**. The four fundamental truths of Buddhism state that all suffering (the Truth of suffering) of sentient beings has one or more causes (the Truth of the cause of suffering), can be eliminated (the Truth of the end of suffering), and there is a path to eliminate that suffering (Truth of the path). The path mentioned is the Noble Eightfold Path, which is central to the basic teachings of Buddhism and leads to liberation. This teaching is divided into three subjects: Precepts, Concentration, and Wisdom. Practicing precepts and concentration leads to wisdom, which can help end delusion, selfishness, and suffering, and attain Nirvana.

So, what is Nirvana?

In early Buddhism, the concept of liberation involved the elimination of greed, anger, and ignorance. It aimed to eradicate afflictions and end suffering, as stated in the SN 38.1 Sutta: "*The cessation of greed, the cessation of anger, and the cessation of ignorance is Nirvana.*"

Ceasing greed, anger, and ignorance is essential to fully realize the path of practice and achieve selflessness. Thus, from the perspective of Theravada Buddhism, "Selflessness is Nirvana."

Meanwhile, in Northern Buddhism, also known as Mahayana Buddhism, that teaching is not entirely rejected. According to the Prajnaparamita ideology, when the practitioner awakens from delusion, they will realize Emptiness, which is a completely liberated and flexible realm—the realm of True Emptiness and Wonderful Existence. This realm cannot be defined by words; it can only be described by negations. It transcends all conceivable limits and does not fit into the four categories of "Existence, Non-Existence, being both Existence and Non-Existence, neither Existence nor Non-Existence." It surpasses the realm of thought and language in this world of relative phenomena, and is not constrained by any form, perspective, the Greater Self, or the Lesser Self.

This is an important distinction, highlighting the fundamental difference between Buddhism and Brahmanism: Buddhism rejects both the individual's ego (Small Self) and the universal consciousness (Great Self). The denial is expressed in the statement of Shakyamuni Buddha to his disciples, refuting the belief in the Self and the Great Self in Brahmanical thought: "*O Bhikkhus, when the Self or whatever belongs to the Self does not exist, then this viewpoint of thinking: The universe is the soul, we will be the soul after death, will be an eternal existence, forever unchangeable, and we will exist as like that until the end of time. Isn't that point of view completely crazy?"*

In addition, the Dhammapada contains three extremely important and essential verses in the Buddha's teachings: verses 277, 278, and 279.

The verse 277 states, *"All conditioned phenomena are impermanent."*
The verse 278 states, *"All conditioned phenomena are dukkha."*
The verse 279 states, *"All phenomena are without a self."*

All dharmas are selfless, meaning that no dharma has an independent essence and does not stand alone, but is rather a combination of causes and conditions. They have no self-identity, nor were they created by a creator who intended to create or destroy them at will. The dialogue between Bhikkhu Nagasena and King Milinda in **The Milindapañha** demonstrates this. What is the ego (self)? Nobody can demonstrate it. The self is neither the five senses nor the six consciousnesses. It is not the hair, the brain, the heart, the liver, or the lungs. It is not thoughts, the mind, or anything other than the five senses and the six consciousnesses. It is also not a name given by parents. All of these are simply physical and mental elements combined to form a temporary entity called "I." The "I" is not real; it is only an impermanent and unreal combination. It is not unchanging because when it lacks the conditions to sustain it, the ego disintegrates, leaving nothing.

Life is an endless flow. Everything changes like a waterfall, constantly flowing without pausing for a moment. There is nothing independent, fixed, stationary, or eternal, even in the concept of self. All phenomena in life are interdependent and interact with each other.

The Agama Sutra and Anguttara Nikaya state that dharmas come together through conditions: *"This exists, therefore that other exists; this arises, therefore that other arises; this ceases, therefore that other ceases."* This is the principle of dependent origination, correlation, and interaction between one thing and another.

Therefore, Buddhism teaches that nothing is created or formed independently and uniquely, but must rely on others to exist. In other words, nothing arises from an original cause because a dharma exists in conjunction with the existence of other dharmas. Whether Buddha appears in this world or not, the truth always exists. This means that Buddha did not create the law of dependent origination; he did not originate the law of dependent origination. The Buddha realized the truth that "Whether the Tathagata appears or does not appear, the Dharma of Dependent Origination still exists, still operates, and still governs all things. Tathagata has fully understood this principle."

In other words, all that is perceived as self is just a combination of form, feeling, perception, volition and consciousness. These five aggregates always change according to the law of dependent origination. The human ego (self) is just a combination of the five skandhas and four elements, formed from the senses, due to harmonious conditions; when the conditions are met, it is born, and when the conditions are exhausted, it perishes. All dharmas that appear will then disintegrate, then become non-existent. All dharmas from non-existence have become existent. All dharmas are always changing, impermanent, and therefore, they are selfless. Similarly, what people often call the soul does not have eternal and immortal properties.

Thus, Buddhism implicitly rejects the theory of monism, the eternal and unchanging Self, and the "only" and "first" Brahman. Buddhism teaches that everything arises from the harmony of causes and conditions. This is the distinctive contrast between the Buddha's concept of non-self and the concept of self in the Vedas and Upanishads. While Brahmanism advocates the concept of self, Buddhism teaches that all dharmas are not-self and emphasizes the need to cease clinging to the self. This is because clinging to the self is considered the root of ignorance, leading sentient beings into the cycle of birth, death, and suffering.

According to Buddhism, individuals seeking liberation must eliminate their attachment to the ego through practice. Buddhism is a path of wisdom that acknowledges the selflessness of all dharmas and encourages living with this awareness of selflessness. Buddhists practice by meditating on the cessation of consciousness. In the Majjhima Nikaya, the Buddha taught his disciples how to practice eliminating the self by gradually emptying consciousness. Yes, Buddhism is a practice. Those who seek liberation from the cycle of reincarnation and suffering must fully eliminate attachments, including attachment to the individual self and the ultimate attachment referred to as the great self in Brahmanism. They live with a mindset that dismantles everything that defines the self and ultimately must "let go of the idea of destruction" as well. The Most Venerable Thich Minh Chau, in a lecture at Van Hanh University, stated that "The Buddha opened the path to liberation by breaking all attachments, including the attachment to Buddhism. The Buddha's ultimate goal is to awaken humanity to the realization that reality, or the concept of self, is the ultimate barrier that must be overcome in order to achieve complete liberation."

In the early centuries AD, a significant debate emerged among intellectuals in Indian society. Some people argue that dharmas exist, while others argue that they do not. Some believe that both existent and non-existent, while still others argue that neither existent nor non-existent. Brahmanism alone presents sixty-two arguments about the concept of "I" and "mine" to safeguard one's true nature.

At that time, Bodhisattva Nagarjuna declared that "**All Dharmas are Emptiness**," meaning that *all things are empty*, with eight negations to dispel misconceptions about existence, non-existence, arising, passing away, and so on. "Emptiness" here does not mean "nothing" according to the common understanding by the human mind and senses. It is not "nothingness," as per nihilism, but rather "not real as we perceive it." Emptiness here symbolizes something that is neither existence nor non-existence. Nagarjuna and his school developed the Madhyamaka system based on the concept of sunyata, which refers to real emptiness. This concept represents the Middle Way by being outside the two extremes. The middle way in Madhyamaka is the path to nowhere, a path that is not a path, a path that negates all paths, ultimately destroying itself through continuous negations.

According to the Prajnaparamita perspective, emptiness is the essence of all phenomena. The nature of all phenomena is emptiness. Due to the combination of conditions, all phenomena are born. Therefore, it is said that all things arise dependently in emptiness. Therefore, the non-self also arises conditionally. *Non-self is expressed on the phenomenal side, and conditionally arising is expressed on the aspect of the nature-essence. For example, ocean waves embody water, and water is the nature-essence of waves.*

The central idea in Bodhisattva Nagarjuna's philosophy of Emptiness is to elucidate the concept of Absolute Being, a topic that Buddha seldom addressed in the past. The implementation of the teachings of the Mahayana sect probably did not contradict Shakyamuni Buddha's wishes. During Shakyamuni Buddha's time, people's knowledge was limited, so perhaps Shakyamuni Buddha chose not to explain. Metaphysical problems. By the first century AD, people's knowledge had advanced, Brahmanical sects had also developed, and Buddhist teachings needed further development to endure.

In addition, Bodhisattva Nagarjuna's explanation is consistent with the orthodox view of Shakyamuni Buddha, who emphasized the middle path and the principle of dependent origination. Nagarjuna believes that all phenomena in this world depend on each other to arise. He said, "*Because the nature of all dharmas is dependent origination, I say that all dharmas are Emptiness, the False Name, and also the Middle Way.*"

Bodhisattva Nagarjuna stated that the Absolute Being cannot be described using worldly concepts as it is beyond the capacity of language to express. It falls outside the realm of the world's four sentences, so it is temporarily referred to as True Emptiness. True

196

Emptiness is also referred to as Nirvana, True Suchness, Buddha Nature, and Tathagata Treasury.

While the Small Self of Brahmanism seeks liberation by merging into the boundless universe of the Greater Self, Buddhists achieve liberation through mindfulness meditation on non-thought using various methods. This practice aims to realize the cessation of consciousness, including thoughts of Self-Clinging and passions, in order to attain True Emptiness. The goal is to be mindful without thoughts, eliminating the distinction between subject and object, consciousness and unconsciousness, and existence and non-existence, leaving only the absolute True Emptiness.

In Buddhism, all concepts related to subject and object, form and emptiness, nirvana and the cycle of birth and death, existence and non-existence, duality and monism, and permanence and nihilism are considered **attachments stemming from opposing perspectives**. In this context, the concept of "blending" or "merging" is completely absent because it inherently involves two or more entities for that action to occur. But the state of True Emptiness, or Nirvana in Buddhism, is the state in which there is a cessation of consciousness and also a cessation of clinging to the concepts of "I" and "mine."

In fact, Brahmanism encompasses many sects, each with its own unique concepts of liberation. These concepts vary significantly from one another. During that era, there were six main sects: atomism, moralism, numerology, dualism, monism, and non-dualism. Among them is the non-dualistic Vedanta sect, which is considered to be the most orthodox sect of Brahmanism. This sect advocates the concept of non-dualism (Advaita), which emphasizes that all things are one, rejecting the idea of secondness.

In Buddhism, the Buddhist teachings serve as the gateway to Dharma, which is not one, not difference, not existence, not non-existence, not form, not emptiness, not just two sources, not just one source, not many sources, not fewer sources, and so on. Saying that does not mean denying everything. According to the Middle Way, *negations imply the assertion of a "horizon" that never exists in the reciprocal relationship. People mistakenly believe that the Dharma exists in that reciprocal relationship. Just as standing in front of the vast blue ocean, a delusional person believes there is a tangible horizon in the endless distance on the other side and dreams of reaching the elusive edge of that horizon. That dream is crazy because that horizon will never exist. Like the sun atop drifting clouds, Dharma inherently transcends all barriers to earthly connections.*

This is the place that the patriarchs often refer to as the point where speech ceases and consciousness comes to an end. Therefore, all the concepts of Nirvana, Absolute Being, and True Suchness point to unreality; they are merely labels, false names, and thus it is referred to as emptiness.

Some Buddhist scriptures frequently use the term "attaining Nirvana" to denote the ultimate outcome or the final goal of a practitioner. So, what does that mean? In Buddhism, there is actually nothing to be called "attaining Nirvana" or "entering Nirvana." When someone says that they attain or enter Nirvana, it signifies that they also recognize the existence of two distinct worlds: one to leave and one to enter. Nirvana, or True Suchness, is simply a temporary designation for **a state of mind that is free from all thoughts, including those about the Self, Small Self, and Great Self.** Even Buddha's words are merely a means, like a finger pointing to the moon, or a boat ferrying people across the river. Upon reaching the ferry station, the practitioner must disembark from the boat and bid farewell to the ferryman, relinquish even the concept of Buddha, and transcend the illusion of the **ferry station** in order to reach the place that the scriptures temporarily designate as Nirvana or True Suchness.

Nirvana, or True Suchness, transcends everything, so it is referred to as the cessation of Tathagata, or, in other words, the Nirvana of Tathagata. Nirvana is true emptiness, and true emptiness is Nirvana.

The question that arises is: "Are Nirvana and the world, or Buddha and sentient beings, two or one?" This question, according to

Brahmanism, is: "Are the Small Self and the Great Self one or two?"

According to the doctrine of Non-Duality in Vedanta, there are no two selves; the Small Self merges with the Great Self into one.

According to Buddhism, Nagarjuna Bodhisattva explained, "**There is no difference between Nirvana and the world. Nirvana and the world are not two; they are not different**."

This is a confusing point that can easily lead to misunderstanding. However, Zen Master Bach An provided a very easy-to-understand example of the unity between Buddha and sentient beings, as well as between Nirvana and the world. Zen Master Bach An said, "Ice has the nature of water. Outside of water, there can be no ice. Even a very small piece of ice is water. And water can be ice. When frozen, it becomes ice; when melted, it turns into water. If you look in the water, you won't find any ice. But ice forms from water."

Zen Master Bach An once said, "There is one thing that is difficult to understand. If we say that ice and water are the same thing, is that true? If we buy ice, we will not get water, so it's not the same thing. But we cannot say that ice and water are not the same, because apart from water, there is no ice, and the two are not fundamentally different. Ice and water are neither identical nor distinct. The relationship between Buddha and sentient beings, or between Nirvana and the world, is just like that."

Liberation is Nirvana. The selfless mind leads to Nirvana. Nirvana is neither below nor above, nor is it in heaven. It is not something that can only be achieved after death, as Brahmanism teaches that *a human soul is liberated upon merging with the universe's Great Self*. On the contrary, Nirvana, as per Buddhism, can be attained and experienced in the present moment. This means that at any given moment, the mind recognizes the absence of self, does not attach to the concepts of "I" and "mine," and stops the thoughts of greed, anger, and delusion. At that time, the mind will be free from afflictions. At that moment, the practitioner has reached the state of true peace and liberation.

In summary, both Buddhism and Brahmanism share the concepts of karma, reincarnation, and the aspiration for liberation from karma and the cycle of birth and death. These ideals can be considered common to both religions. However, the concept of liberation is entirely and profoundly different. Brahmanism teaches that liberation occurs when a human soul reunites and merges with the universal soul, or the Great Self Brahman, which is believed to be the creator of all things. Buddhism teaches that all dharmas are empty and non-self, and it asserts that the mind that clings to any supposed self must be eradicated. Once the practitioner's mind is fully awakened, empty, quiet, and free from any concepts of self, it is considered liberation, and Nirvana will manifest automatically.

Thus, the doctrine of non-self is the fundamental and distinctive teaching of Buddhism. In other words, liberation, according to Buddhism, involves returning to inner transformation. After the mind quiets the afflictions of greed, anger, and delusion, and is free from any concept of self, the practitioner will directly perceive Nirvana manifesting. At that time, the practitioner is no longer entangled in any ideas about Nirvana or its absence; they simply live the reality of all things.

Nirvana is just a temporary name, just an artificial noun, as the Lankavatara Sutra says:
"*Nirvana cannot be established.*
There is no Nirvana for Buddha.
There is no Buddha in Nirvana.
The practitioner realizes that no one knows and that there is nothing to be known.
Both existence and non-existence
are absent from the practitioner's mind."

(Excerpted from the book **Live The Buddhist Teachings**, Hồng Đức Publishing House, 2014)

15

ĐỨC PHẬT CÓ THUYẾT PHÁP HAY KHÔNG THUYẾT PHÁP

Tâm Diệu

Trong các thuật ngữ của đạo Phật, có lẽ không có từ ngữ nào mà người học Phật cần phải hiểu và cần phải phân biệt rõ ràng, nếu như muốn hiểu giáo lý thâm diệu của đạo Phật như hai thuật ngữ "Chân Đế" và "Tục Đế".

Thật vậy, Đức Phật, vì muốn độ chúng sinh thoát khỏi sinh tử luân hồi nên mới nương vào thế giới Tục đế mà nói pháp, nhằm chỉ bày cho chúng sinh thấy được cái bản chất chân thật tự nhiên của Tâm vốn sẵn có, để chúng sinh, tự nỗ lực tu hành giải thoát khỏi khổ đau sinh tử, lìa khỏi thế giới Tục đế, đến thế giới Chân đế.

Cũng vì thế mà Ngài Long Thọ Bồ tát nói rằng: "... *Các Đức Phật vì chúng sinh, y vào Nhị đế mà nói pháp, thứ nhất là Thế tục đế và thứ hai là Đệ nhất nghĩa đế. Nếu người nào không nhận thức được hai chân lý này, thì đối với Phật pháp sâu xa, không thể hiểu được chân nghĩa. Nếu không nương tựa vào tục đế, thì không thể thấy được chân lý; nếu không thấy được chân lý, thì không thể ngộ được Niết bàn...*" [1]

Tục đế là một hợp từ: "tục" nghĩa là thế tục, thế gian hay phàm tục, "đế" nghĩa là chân lý. Tục đế có nghĩa là những cái gì mà người thế tục đồng ý với nhau, gọi là **chân lý quy ước** hay còn gọi là **chân lý tương đối**, hoặc còn gọi là chân lý thế tục hoặc thực tại tương đối. Nó là tất cả những hiện tượng do duyên khởi tức là pháp sinh diệt trong thế gian nầy.

Còn **Chân đế**, cũng là một hợp từ, có nghĩa là chân lý chân thật không hư vọng, là **chân lý tuyệt đối**, là chân lý tối thượng, cũng còn gọi là Đệ nhất nghĩa đế, là chân tâm, là giác tánh, là chân như...

Chân lý tuyệt đối là gì? Không ai biết được ngoại trừ chính chư Phật và chư Tổ đã giác ngộ. Các Ngài cũng không thể nói cho chúng ta biết được. Toàn bộ giáo điển của chư Phật là pháp phương tiện, Ngài "dùng pháp thế gian, (tức thế tục đế) để giảng nói cho chúng sinh" [2], cốt để chúng sinh ngộ được cái chân lý tuyệt đối như Ngài vì Ngài thấy Tâm Phật và Tâm chúng sinh vốn không khác, vốn tự đầy đủ mênh mông khắp không gian và thời gian.

Thật vậy, xuyên qua lời dạy của Phật và chư Tổ, sở dĩ có sự sai khác là vì tâm chúng sinh bị mê mờ ô nhiễm. Cái Tâm bị bao vây bởi tham sân si, bởi vọng tưởng điên đảo, bởi tham nhiễm các pháp có không. Ngài Sogyal Rinpoche, một đại sư Tây tạng, ví Tâm chúng ta bị vây kín trong một cái bình mà *"khoảng không trong bình cũng giống như khoảng không bên ngoài. Khi chúng ta giác ngộ, thì cũng như cái bình vỡ tan thành mảnh vụn... Ngay lúc đó và tại chỗ đó, chúng ta trực nhận được rằng chúng chưa từng bao giờ có sự ngăn cách hay sai khác..."* [3]

Vì tâm sinh diệt của chúng sinh luôn luôn dính mắc vào các pháp "có không" nơi thế giới hiện tượng tức thế giới tục đế, nên Đức Phật thấy thật là khó nói về cái mà Ngài đã chứng ngộ, chẳng hạn như nói về Phật tánh, chân tâm, vốn không hình tướng, không số lượng. Nếu nói chúng sinh có Phật tánh là chấp trước, nói không có Phật tánh là hư vọng, nói Phật tánh cũng có cũng không là nói trái ngược nhau, nói Phật tánh chẳng có chẳng không là hý luận. Nên Phật mới dùng các pháp thế gian phương tiện, "giả lập kệ pháp, giả lập danh tự, vốn chẳng phải Phật, nói với họ là Phật, vốn chẳng phải Bồ Đề, Niết Bàn, giải thoát, nói với họ là Bồ Đề, Niết Bàn, giải thoát, ... Biết họ gánh trăm tạ chẳng nổi, tạm cho họ gánh một lon, một chén, biết họ khó tin giáo liễu nghĩa, tạm nói với họ giáo bất liễu nghĩa, tạm được pháp lành lưu hành còn hơn là pháp ác..." [4].

Cũng chính vì chân lý tuyệt đối này rất khó hiểu, khó nhận, khó nói nên đôi khi Ngài phải dùng những thí dụ bằng lời nói, như trong *Kinh Pháp Hoa*, Phật dùng bảy thí dụ, trong đó có hai thí dụ là cái nhà lửa và câu chuyện đứa con cùng tử mà ai cũng biết. Ngoài ra còn nhiều kinh khác như *Bách Dụ Kinh, Tạp Thí Dụ Kinh, Bồ Tát Bổn Sanh Kinh*, ... Các thí dụ Ngài nói trong kinh thường dùng phương thức ngụ ngôn, hàm chứa những ý nghĩa thâm thúy, ám thị lý tuyệt đối mà chân lý tuyệt đối này không thể dùng lời trực tiếp mà giảng giải vì lời chỉ là khí cụ diễn đạt cái tư tưởng tương đối, cái có hình, có tướng trong thế giới nhị nguyên.

Chư Tổ chứng ngộ cũng vậy, không thể nói cho chúng ta biết được chân lý tuyệt đối là gì, mà quý Ngài chỉ dùng những câu chuyện ngụ ngôn, như câu chuyện con rùa và con cá để làm thí dụ mà thôi. Rằng con rùa từ dưới nước bò lên mặt đất, đi một vòng rồi trở về nước, bơi cạnh con cá, kể chuyện đất liền cho nó nghe. Nhưng con cá, vì chưa bao giờ rời khỏi nước, không thể tưởng tượng nổi lại có một môi trường có thể sống được mà không có nước, không bơi lội. Cho nên con rùa đành chịu mang tiếng là nói chuyện viển vông hoang đường, không có trong thực tế. [5]

Cảnh giới tuyệt đối, chân tâm, giác tánh, chân như, mà Phật đã giác ngộ không thể nói cho người chưa chứng ngộ biết được. Vì lẽ đó mà người đời đôi khi cũng phê bình: "Đạo Phật cao siêu quá, không có trong thực tế". Nhưng chính đó mới là cốt tủy của Phật Giáo.

Kinh Kim Cang là kinh liễu nghĩa, nói về cốt tủy của đạo Phật, về chân lý tuyệt đối, cho nên không có pháp gì để nói. Những lời Phật dạy trong kinh chỉ giúp chúng sinh phá bỏ những hiểu biết tương đối, phá bỏ những kiến chấp sai lầm cố hữu, những vướng mắc lâu đời vốn là nhân kiên cố của vòng xích luân hồi, đã lôi kéo chúng sinh vào vòng trầm luân muôn vạn kiếp. Ngài phá bỏ không còn một kiến chấp nào và Ngài cũng tuyên bố luôn là Ngài không thuyết pháp:

"- Tu Bồ Đề! Ông chớ cho Như Lai có nghĩ rằng: "Ta có nói pháp". Ông chớ nghĩ như vậy. Bởi vì sao?
- Vì nếu người nào nói rằng: Như Lai có nói pháp, tức là chê Phật, không hiểu được lời của ta nói.
- Tu Bồ Đề! Nói pháp, là không có pháp gì nói được, ấy gọi là nói pháp." (6)

Có nghĩa là Phật không nói về cái chân lý tuyệt đối, về cái chân tâm, Phật tánh, Chân Như, vì chân lý tuyệt đối vốn chẳng thể dùng ngôn ngữ tương đối thế tục để biểu thị. Ngài chỉ dùng ngôn ngữ thế gian tức chân lý thế tục để chỉ bảo chúng sinh, mà ngôn ngữ thế tục, là pháp tương đối thì không có tự tánh, chỉ do nhân duyên hòa hợp, và do nhân duyên hòa hợp nên không có thật.

Đức Phật khi giảng pháp, Ngài luôn luôn nói sự thật. Có khi Ngài nói về sự thật tương đối và có khi Ngài nói về sự thật tuyệt đối. Nếu không hiểu điều đó, chúng ta thấy nhiều điều Ngài nói trái ngược nhau và sẽ làm cho chúng ta bối rối, hiểu mập mờ, hỗn độn (confuse). Thí dụ như trong kinh Đại Bát Niết Bàn đức Phật nói:

Chư hành vô thường,
Thị sinh diệt pháp.
Sinh diệt diệt dĩ,
Tịch diệt vi lạc.

Tạm dịch là:

Các hành vô thường
Là pháp sinh diệt
Sinh diệt hết rồi
Tịch diệt là vui.

Hai câu đầu có nghĩa là tất cả các pháp trong thế giới hiện tượng đều vô thường, chúng đều là những pháp sinh diệt. Hai câu sau có nghĩa là khi sinh và diệt không còn sinh diệt nữa thì còn là niềm an lạc. Trong thế giới này, tức thế giới tương đối có sinh và có diệt, còn thế giới kia tức thế giới tuyệt đối thì không sinh không diệt. Nếu chúng ta không hiểu rõ tục đế và chân đế thì cho rằng đức Phật nói trái ngược nhau. Sự thật Ngài luôn luôn nói đúng sự thật.

Hai câu đầu là tục đế tức thuộc thế giới hiện tượng tương đối, có sanh và có tử. Hai câu sau thuộc lãnh vực tuyệt đối tức chân đế, không có sinh và không có diệt, là thế giới của pháp tánh hay thế giới của bản thể.

Đến đây, chúng ta trở lại bài kệ của Bồ Tát Long Thọ đã nêu trên phần mở đầu. Bồ Tát dạy chúng ta rằng nếu chúng ta không phân biệt được chân lý tương đối và chân lý tuyệt đối, tức thế tục đế và chân đế, thì chúng ta không thể hiểu được đạo Phật. Do sự không hiểu và không phân biệt rõ này, chúng ta lại nhập nhằng đem lời Đức Phật nói "*Không thể nói pháp Tuyệt Đối*", mà cho là Đức Phật nói "*Không nói pháp Tương Đối*" là chúng ta vô tình vướng mắc vào sự hủy báng kinh, chứa đựng những lời tâm huyết của Đức Phật. Ngài đã dùng ngôn ngữ và chân lý thế tục để dạy người thế tục biết cách mà tiến dần trên con đường từ bỏ thế tục, trở về bản thể tuyệt đối. Nếu chúng ta không hiểu được điều đó, mà tưởng rằng Đức Phật không nói pháp, thì chúng ta sẽ mất niềm tin nơi kinh, sẽ mất cơ hội có bản đồ chính xác để tìm đường trở lại bản thể chân tâm tuyệt đối.

Ghi Chú

(1).Thích Tâm Thiện, Lịch Sử Tư Tưởng và Triết Học Tánh Không, Nhà xuất bản Thành Phố Hồ Chí Minh 1999.

(2). Kinh Đại Bát Nhã, Cuốn 2, Trang 275

(3). Sogyal Rinpoche -Thích Nữ Trí Hải dịch, Tinh Chất Cam Lồ, , TP HCM Việt Nam 1969

(4). Bá Trượng Ngữ Lục, Thích Duy Lực, Từ ân Thiền Đường xuất bản, 1999 trang 29-30

(5) Narada Maha Thera, Đức Phật và Phật Pháp, Phạm Kim Khánh Việt dịch, Đại Nam xuất bản 1987, trang 458-459

(6). Thích Huệ Hưng dịch, Kinh Kim Cang Giảng Lục, Phật Học Viện Quốc Tế xuất bản 1983, trang 82.

(Trích từ sách Phật Pháp Trong Đời Sống, Nhà xuất bản Hồng Đức 2014)

DID THE BUDDHA PREACH THE DHARMA, OR DID HE NOT PREACH THE DHARMA?

Author: Tâm Diệu
Translated by Nguyên Giác

To comprehend the profound teachings of Buddhism, students of Buddhism must understand and clearly distinguish between the two terms "Ultimate Truth" and "Conventional Truth."

The Buddha relied on worldly truth to speak Dharma in order to save sentient beings from the cycle of birth and death. His aim was to reveal the true nature of the existing mind to sentient beings, so that they could make their own efforts to practice and liberate themselves from the suffering of birth and death. This would enable them to leave the world of conventional truths and reach the world of ultimate truth.

That's why Nagarjuna Bodhisattva said, "*For the sake of sentient beings, the Buddhas speak the Dharma based on the Two Truths: the first is the conventional truth, and the second is the ultimate truth. Anyone who is unaware of these two truths cannot understand the profound meaning of the Dharma. If one does not rely on conventional truths, one cannot see the truth; if one cannot see the truth, one cannot realize Nirvana.*"

The **conventional truth**, also known as **secular truth**, is a compound word: "secular" refers to worldly, and "truth" denotes truth. **Conventional truth** refers to the consensus among secular individuals, also known as **relative truth** or secular reality. All phenomena arise due to conditions, known as dharmas, and they arise and pass away in this world.

As for the **ultimate truth**, it is a compound word signifying genuine truth, not falsehood. It represents the **absolute truth**, the supreme truth, the truth of highest significance, the true mind, the nature of awareness, or suchness.

What is the absolute truth? No one knows, except the enlightened Buddhas and Patriarchs. They also cannot inform us. The entire teachings of the Buddhas are expedient methods. The Buddha utilized worldly dharma, the conventional truth, to teach living beings so that they could comprehend the absolute truth, just as he did, perceiving no distinction between the mind of Buddha and the mind of any worldly being. The same mind is inherently self-sufficient and vast across space and time.

Indeed, the teachings of the Buddha and the Patriarchs are often misinterpreted due to the confusion and pollution of the reader's mind. When the mind is consumed by greed, anger, and ignorance, as well as contradictory delusions, and by clinging to attachments of existence or non-existence, that is the moment of turmoil. Sogyal Rinpoche, a renowned Tibetan master, compares our mind to being enclosed in a vase, stating that "*the space inside the vase is the same as the space outside. When the practitioner achieves enlightenment, it is akin to seeing a vase shattered into pieces. Right then and there, the practitioner directly perceives that space has never had any separation or difference.*"

Because the minds of sentient beings are constantly arising and passing away, always attached to the existence or non-existence of the phenomenal world (i.e., the worldly truth), the Buddha found it difficult to articulate the Dharma that he realized, such as Buddha nature or the true mind, which has no form or quantity. If we assert that sentient beings possess Buddha nature, we embrace the mistaken concept of existence. If we deny the existence of Buddha nature, we are holding onto an illusion. If we assert that Buddha nature both exists and does not exist, it leads to a contradiction. If we assert that Buddha nature is neither existent nor nonexistent, it becomes nonsensical. That's why Buddha used the concept of worldly dharma, which refers to half-truths in verses, names, and words. Where there was no Buddha, he still claimed that there was a Buddha. Similarly, even in the absence of Bodhi, Nirvana, or liberation, the Buddha still informed the audience that it was Bodhi, Nirvana, or liberation. Understanding that the listeners were unable to carry a load of hundreds of kilograms, the Buddha temporarily allowed them to carry either one vase or one cup. The Buddha understood that his listeners struggled to believe in teachings with ultimate meanings. Therefore, he temporarily shared teachings that did not have ultimate meanings, allowing beneficial worldly teachings to circulate temporarily, rather than allowing harmful beliefs to arise.

Because this absolute truth is very difficult to understand, live with, and interpret, the Buddha sometimes had to use similes. As in *the Lotus Sutra*, Buddha used seven examples, two of which are well-known: the house on fire and the story of the wandering son. There are also numerous other sutras, including the *Sutra of One Hundred Similes (Bách Dụ Kinh), the Sutra of Multiple Similes (Tạp Thí Dụ Kinh), the Jataka Tales (Bồ Tát Bổn Sanh Kinh)*, and more. In numerous sutras, the Buddha employed metaphors with profound meanings to illustrate the absolute truth, which cannot be directly conveyed in words because words can only express worldly ideas that have shape and form in the realm of duality.

Similarly, the Enlightened Patriarchs are unable to provide us with the absolute truth; instead, they rely on parables, such as the story of the turtle and the fish, to illustrate their points. The turtle emerged from the water, moved around on land, and then returned to the water. It swam alongside the fish and shared stories about the land. The fish, having never left the water, cannot imagine an environment where it can survive without water and without swimming. Consequently, the turtle had to bear the reputation of speaking about wild nonsense that had no basis in reality.

The absolute realm to which the Buddha was enlightened—such as the true mind, nature of awareness, and suchness—cannot be explained to ignorant people. For that reason, people sometimes criticize Buddhism as being too sublime, too abstract, and disconnected from reality. But that is the essence of Buddhism.

The Diamond Sutra is one of the most profound sutras, delving into the essence of Buddhism and the absolute truth, asserting that there is truly no dharma to speak of. The Buddha's teachings in this sutra assist sentient beings in overcoming their relative understandings, inherent wrong views, and long-standing entanglements that are significant causes of the cycle of reincarnation. These factors have led sentient beings into an almost eternal cycle of birth and death.

The Buddha rejected all attachment to views and stated that he never claimed to preach the Dharma. The Diamond Sutra states: *"Subhuti! Do not let the Tathagata think that the Buddha taught the Dharma. Please do not think like that. Why? If anyone claims that the Tathagata spoke the Dharma, it implies that this person is criticizing the Buddha and does not understand my teachings. Subhuti! To speak the Dharma is to say that there is no Dharma to say; that is called speaking the Dharma."*

Buddha does not discuss the absolute truth, the true mind, Buddha nature, or True Suchness, as these concepts cannot be expressed in the relative language of the world. He only employs mundane language, or the secular truth, to guide sentient beings. However, mundane language, which is conditioned dharma, is inherently empty. It appears through the combination of causes and conditions and therefore cannot indicate the unconditioned truth.

When preaching the Dharma, the Buddha always spoke the truth. Sometimes the Buddha discussed conventional truth, and at other times, he discussed absolute truth. If we fail to comprehend this, we may perceive many of the Buddha's teachings as contradictory, leading to misunderstanding or confusion.

For example, in the Mahaparinirvana Sutra, the Buddha said,
"All formations are impermanent;
they are the phenomena of birth and death.
When birth and death come to an end,
cessation is bliss."

The first two lines indicate that all phenomena in the secular world are impermanent; they are all subject to birth and death. The last two lines imply that once birth and death cease to exist, what will remain is blissful peace. This world is a realm of relative birth and death. As for the world on the other shore, the absolute world, there will be no birth and no death. If we do not have a clear understanding of the conventional truth and the ultimate truth, we may mistakenly believe that the Buddha made contradictory statements. In fact, Buddha always spoke the truth. The first two lines express the conventional truth, which pertains to the realm of relative phenomena, where birth and death occur. The last two lines pertain to the absolute realm, which represents the ultimate truth. In this realm, there is no birth or death; it is the world of dharma nature, or the world of inherent essence.

At this point, we return to the verse of Bodhisattva Nagarjuna mentioned in the opening of this article. Bodhisattva teaches us that if we cannot distinguish between relative truth and absolute truth, that is, worldly truth and ultimate truth, then we cannot fully comprehend Buddhism. Due to this lack of understanding and lack of distinction, we ambiguously interpret the Buddha's words to mean that the Absolute Dharma cannot be conveyed, and mistakenly believe that the Buddha did not speak about the Relative Dharma. This unintentionally leads to slandering the sutras, which contain the essential words of the Buddha. He employed everyday language and conventional truths to instruct ordinary people on how to gradually advance on the path of renouncing the phenomenal world in order to reconnect with their essential nature. If we fail to comprehend this and believe that the Buddha did not teach the Dharma, we may lose faith in the sutras and miss the chance to possess an accurate guide to rediscover the true nature of the absolute mind.

(Excerpted from the book **Live The Buddhist Teachings**, Hồng Đức Publishing House, 2014)

16

TÂM CHÂN NHƯ VÀ TÂM SINH DIỆT
Tâm Diệu

Chữ Tâm trong nhà Phật gồm hai phần là "Tâm Chân Như" và "Tâm Sinh Diệt". Tâm Chân Như còn được gọi là Chân Tâm, Phật Tánh, Giác Tánh, Giác Tri Kiến, Tri Kiến Phật, Trí Tuệ Bát Nhã, Tánh Không, Niết Bàn, hay Bản Thể Tuyệt Đối. Trong tiếng Anh Chân Tâm gọi là Buddha Nature, Buddha Mind, True Mind, The Truth. Còn Tâm Sinh Diệt được gọi là vọng tâm, vọng niệm, vọng thức, nghĩ tưởng, niệm tưởng, suy nghĩ, suy tưởng, tư tưởng, nhớ nghĩ, tưởng nhớ, tâm ngôn, tức là tất cả những gì chúng ta đã làm, đã sống qua thân khẩu ý đều được thu nhận và lưu trữ, ví như máy video ghi lại hình ảnh và âm thanh rồi lưu trữ vào bộ nhớ trong máy vi tính. Nói một cách khác tâm thức là một kho tàng chứa tất cả những kiếp sống của ta, trong Tâm Lý Học, mà thuật ngữ nhà Phật gọi là Duy thức Học gọi là Tàng thức (là cái kho) hay A lại Da thức.

Nhà Phật quan niệm rằng tất cả các hiện tượng trên thế gian đều do Tâm Thức biến hiện mà thành, cho nên gọi là Duy Thức. Muốn thấu triệt quan điểm này thì phải nghiên cứu sâu vào Duy Thức Học. Ở đây, chúng tôi chỉ có thể giới thiệu khái quát. Cũng như chúng tôi chỉ có thể giới thiệu với những người chưa bao giờ biết bánh chưng là gì, rằng: "Dùng lá dong hay lá chuối, gói gạo nếp, đậu xanh lại rồi bỏ vào nồi nước luộc kỹ, khi chín sẽ thành bánh chưng". Có khái niệm tổng quát rồi, ai muốn nấu sẽ phải nghiên cứu vào chi tiết, mới có thể thực hiện được.

Theo kinh Viên Giác của nhà Phật, thì "Tất cả chúng sinh vốn là Phật" cũng như vàng vốn sẵn là vàng ròng, nhưng là vàng quặng, pha lẫn tạp chất, nên phải gạn lọc, xả bỏ tạp chất cho sạch để trở về bản chất vàng, chứ không phải dùng chất khác mà làm thành vàng được. Tu hành cũng vậy, chỉ là xả bỏ chất độc hại là Tham Sân Si, chấm dứt vọng tâm điên đảo, thanh tịnh hóa Tâm, là trở về Bản Thể Phật Tánh, mà Sơ Tổ Bồ Đề Đạt Ma dùng chữ của thế gian cho dễ hiểu, gọi là "Kiến Tánh thành Phật".

Kinh Lăng Nghiêm dạy rằng dòng sinh mệnh khởi đi do một niệm vô minh bất giác, bỗng nổi lên từ Biển Tâm mênh mông, cũng như người đang thức, chớp mắt đã lạc vào giấc ngủ. Trong mơ, thấy đủ thứ hiện ra, bị đánh cũng thấy đau, khóc cũng có nước mắt, sợ hãi cũng chạy trốn, vân vân ... Nhưng thời gian của giấc ngủ bình thường chỉ lâu có một đêm, sáng dậy bèn biết ngay rằng chuyện xảy ra trong đêm là ngủ mơ, không thật. Dòng sinh tử của con người kéo dài triền miên, như một giấc mơ dài từ cái niệm vô minh bất giác đó khởi đi, hết đời này tới kiếp khác, tạo nghiệp thiện, hoặc ác, tất cả đều chứa trong Tàng Thức làm nhân cho những kiếp sau, tiếp tục trôi lăn trong mê vọng của sinh tử luân hồi, mãi đến khi nào thức tỉnh, trở lại được trạng thái Tâm Thanh Tịnh, thì mới hội nhập lại với Bản Thể Chân Tâm được, đó là Kiến Tánh thành Phật.

Phật có nghĩa là người giác ngộ, không phải thần linh. Vì vô minh khởi đi từ vô thủy, hiện hành Thức Tâm sinh diệt, vốn không có thật, nên nhà Phật không quan niệm rằng có một linh hồn trường tồn bất biến, kéo dài từ kiếp này qua kiếp khác đến vô tận, mà chỉ coi dòng đời hiện ra do sự chi phối của nghiệp nhân thiện, hoặc ác, trong Tàng Thức, khi Tâm trở lại trạng thái thanh tịnh, không còn nghiệp nhân làm chủng tử gây nên đời sau, thì dòng đời sẽ chấm dứt, hội nhập Bản Thể Chân Tâm.

Do quan niệm rằng cõi đời này là thế giới tương đối, là hư vọng, không phải là tuyệt đối chân thật, cho nên nếu có người khi tái sinh không nhớ được kiếp sống cũ, trong khi có người khác lại nhớ được, thì cũng là chuyện nằm trong quy luật tương đối. Tuy nhiên, nếu muốn có được khả năng nhớ lại tiền kiếp thì phải tu tập thiền định đến tầng mức thật sâu, hoặc ngày nay với phương pháp thôi miên (hypnotisme) người ta có thể trở lui về quá khứ hoặc kiếp này, hoặc nhiều lắm là một vài kiếp trước như trường hợp của ông Edgar Cayce, một người đã có khả năng thần giao cách cảm, trong khi nhắm mắt ở trạng thái bị thôi miên, ông có thể thấy và chẩn bệnh, điều trị cho những bệnh nhân ở bất cứ nơi đâu, dù cách xa hàng trăm dặm và dù ông không phải là y sĩ.

Câu chuyện về Edgar Cayce là một trong những đề tài khó hiểu đối với giới khoa học kỹ thuật. Nhưng sự thực hiển nhiên được phơi bày rõ ràng, đã tạo cảm hứng cho những nhà khoa học có tâm hồn khai phóng, bắt đầu nhìn thêm nhiều khía cạnh khác, về những hiện tượng trong đời sống tương đối này. Cũng vì vậy, đối với vấn đề Tâm Linh, càng ngày giới khoa học gia càng để tâm nghiên cứu. Theo bác sĩ Peter Fenwick giáo sư về tâm lý thần kinh học thì vào năm 1995, chỉ có ba lớp Tâm Linh Học được giảng dạy trong các trường Đại Học Y Khoa Hoa Kỳ, qua năm 1998, tăng lên thành 40 lớp, và tăng nhanh lên tới 100 lớp vào năm 2001.

Để chứng tỏ sự quan tâm của các tầng lớp vốn ảnh hưởng nặng về khoa học kỹ thuật, nay đem công sức nghiên cứu về các hiện tượng tâm linh, chúng tôi xin chép lại đầy bài viết "Câu chuyện tái sinh của Jenny", kể về một bà mẹ đi tìm những người con trong kiếp trước, do cư sĩ Tâm Diệu thuật lại theo tài liệu của chương trình 20/20, đài ABC, phát hình vào lúc 10 giờ đêm Thứ Sáu ngày 10 tháng 6 năm 1994 tại Hoa Kỳ, như sau:

CÂU CHUYỆN TÁI SINH CỦA JENNY
(Tài liệu của BBC Anh Quốc)

Vào mùa xuân năm 1993, một bà mẹ người Anh 40 tuổi đang sinh sống với chồng và hai con ở thành phố Northamptonshire Anh quốc đã đoàn tụ với năm người con của bà ở đời sống trước tại Malahide, một thị trấn nhỏ ở miền bắc nước Ái Nhĩ Lan.

Mùa xuân năm nay 1994, Bob Brown và nhóm phóng viên truyền hình của chương trình 20/20 ABC Hoa Kỳ đã đến tận nơi đây làm phóng sự về sự tái sinh của bà mẹ này cùng hội họp với những người con của kiếp sống trước của bà. Đây là câu chuyện tái sinh có thực đã xảy ra vào cuối thế kỷ thứ hai mươi này. Một câu chuyện đầy thương tâm và nước mắt, một câu chuyện đi tìm con vượt biên cương và trải dài qua nhiều kiếp người của một bà mẹ.

Bà tên là Jenny và lúc nào cũng biết và nhớ là mình đã có một đời sống ở kiếp trước nơi một ngôi làng nhỏ bên bờ biển xứ Ái Nhĩ Lan với tên là Mary. Mary, một người đàn bà trẻ, tầm vóc trung bình đã từ trần 21 năm trước khi Jenny được sinh ra ở Anh Cát Lợi.

Một trong những giấc mơ và luôn luôn hiển hiện trong trí nhớ của Jenny là giây phút lìa đời của Mary trong nỗi đơn độc đau khổ của mình và lo âu về tương lai đầy bơ vơ của các con bà mà thằng lớn nhất mới có 13 tuổi. Nỗi lo âu và đau khổ này đã ám ảnh bà, đã hiển hiện thường trực trong tâm trí nàng từ lúc còn nhỏ. Nàng nghĩ rằng mình đã có lỗi khi phải từ bỏ các con bơ vơ nơi cõi trần và nàng quyết định phải đi tìm con cho bằng được.

Ngay từ lúc còn rất nhỏ, khi mới bắt đầu cầm được cây viết, Jenny đã vẽ bản đồ làng với những con đường dẫn đến một căn nhà mái tranh nơi Mary ở, đến nhà thờ, ga xe lửa, các cửa hàng bách hóa... và sau này so sánh với bản đồ Ái Nhĩ Lan ở trường học, Jenny đã khám phá ra rằng bản đồ mà nàng đã vẽ từ trong trí nhớ, và trong những giấc mơ tiền kiếp đã thật giống với bản đồ một làng nhỏ nằm ở phía bắc thành phố Dublin Ái Nhĩ Lan, có tên gọi là Malahide.

Theo năm tháng, Jenny lớn dần cùng với hình ảnh căn nhà mái tranh, với từng căn phòng, góc bếp, với hình ảnh nhà thờ quán chợ nơi thị trấn hiền hòa Malahide. Trong tâm tưởng, nàng vẫn cảm thấy có lỗi với các con khi bỏ chúng lại bơ vơ nơi cõi trần nên nàng quyết định đi tìm con.

Jenny sắp đặt kế hoạch nhưng lại không đủ khả năng tài chánh cho chuyến đi qua xứ Ái Nhĩ Lan nên đành hoãn lại và tình nguyện làm một người thôi miên cho một thôi miên gia chuyên môn tìm hiểu quá khứ. Ông này đã giúp Jenny nhớ lại thật nhiều hình ảnh chi tiết của Mary và ngôi làng của cô ở vào năm 1919, cách thức ăn mặc, đi đứng nằm ngồi và nấu nướng của Mary hồi ấy. Qua thôi miên Jenny đã mô tả chi tiết căn nhà, từng bức hình treo trên tường, kể cả một tấm hình của Mary. Jenny cũng mô tả và vẽ ra hình nhà thờ. Tuy nhiên có một điều thất vọng là Jenny vẫn chưa nhớ ra được tên họ tức last name của Mary là gì, điều này đã gây ra rất nhiều trở ngại cho việc kiếm tìm các con của nàng sau này.

Cuối cùng Jenny đã dành đủ tiền để thực hiện một chuyến du hành qua Ái Nhĩ Lan đi tìm những dấu tích của căn nhà mái tranh, của những con đường xưa lối cũ. Đến nơi đó, nàng đã đứng lặng trước một căn nhà mà bên kia là ngã ba đường dẫn về thành phố. Nàng thấy sao hình ảnh này quen thuộc quá, giống như trong trí tưởng, giống như bản đồ nàng đã vẽ. Nàng nhủ thầm rằng Malahide đây chính là chìa khóa mở cửa vén lên bức màn về sự thật của kiếp sống trước của nàng, là bước chân khởi đầu trên con đường tìm con.

Sau chuyến đi, Jenny trở về Anh quốc và bắt đầu thực hiện kế hoạch tìm con. Nàng viết thư cho tất cả các báo ở Ái Nhĩ Lan, các tổ chức sử học, các văn phòng hộ tịch, các chủ phố, và dân làng Malahide để yêu cầu giúp đỡ về tin tức của một người đàn bà tên Mary chết vào năm 1930 cùng với những người con của bà này.

Một thời gian lâu sau đó, Jenny nhận được thư của một chủ đất ở Malahide cho biết ở đó có một gia đình mà người mẹ tên là Mary đã chết sau một thời gian ngắn khi sanh đẻ đã để lại sáu đứa con còn sống. Last name của người đàn bà bất hạnh đó là Sutton và sau khi bà Sutton qua đời, các đứa con đã được gửi vào các cô nhi viện.

Đúng như trong trí tưởng và trong các giấc mơ về nỗi lo âu của Mary khi lìa đời, các con của bà đã thực sự bơ vơ đi vào các trại mồ côi. Jenny cảm thấy nỗi đau khổ trùng trùng. Nàng biên thư cho tất cả các viện mồ côi ở Ái Nhĩ Lan để dò hỏi tin tức và sung sướng thay, Jenny được tin tức từ một vị giáo sĩ ở một nhà thờ thành phố Dublin. Sau khi thư từ qua lại với các sở họ đạo và cả với bộ giáo dục Ái Nhĩ Lan, vị giáo sĩ này cho tên của tất cả sáu người con của bà và nói rằng sáu đứa trẻ này đã trở thành Ki Tô hữu tại nhà thờ Thiên Chúa Giáo Saint Syvester ở Malahide. Lá thư của vị giáo sĩ không dài lắm nhưng đã mang lại niềm tin và hy vọng lớn lao cho Jenny.

Sau đó, qua niên giám điện thoại Jenny đã gửi thư đến tất cả những ai mang họ Sutton tại Ái Nhĩ Lan. Nàng cũng nhận được một bản sao giấy khai tử của Mary và hai bản sao giấy khai sinh của hai người con, nhưng vẫn không tìm ra tung tích. Một lần nữa Jenny lại gửi thư cho tất cả các báo ở Dublin và thư cho Giáo sư Tiến sĩ Stevenson một chuyên gia nghiên cứu về các hiện tượng ở đời sống quá khứ để nhờ giúp đỡ. Stevenson giới thiệu Jenny với Gitti Coast một nhà nghiên cứu thuộc cơ quan truyền thông Anh quốc BBC.

Một thời gian khá lâu sau đó, Jenny nhận được điện thoại từ người con thứ hai ở Ái Nhĩ Lan. Cuộc nói chuyện hết sức khó khăn với nhiều tình cảm lẫn lộn nhưng nói chung có những dấu hiệu tốt đẹp. Jenny hứa sẽ gửi toàn bộ hồ sơ lưu trữ từ nhiều năm qua. Tư tưởng của nàng lúc này cũng lộn xộn. Mặc dầu biết là các con của Mary bây giờ đều đã ở vào lứa tuổi 50 và 60 nhưng Jenny vẫn có cảm giác mạnh mẽ về tình mẫu tử đối với các con của nàng, vẫn có cảm giác mạnh là mẹ của họ.

Mary và các con của nàng hay là các con của Jenny ở kiếp sống trước đang dần dần trở nên một thực thể, tâm tư của nàng bây giờ thật xáo trộn: Nàng thuộc về đâu? thuộc về đời sống hiện tại hay thuộc về đời sống quá khứ với các con nàng tìm ra? Có lẽ không trông mong một điều gì là tốt hơn cả. Nàng nhủ thầm như vậy và hãy để thời gian trả lời.

Jenny đang bước vào giai đoạn cuối cùng của công cuộc tìm kiếm, nàng thông báo đầy đủ diễn tiến mới cho Gitti Coast của đài BBC. Đài BBC muốn dự án tìm con của Jenny trở thành một tài liệu sống của sở nghiên cứu của đài nên đã thương lượng với Jenny. Phần Jenny, nàng chỉ yêu cầu có một điều duy nhất là đặt sự phúc lợi và niềm an bình hạnh phúc của gia đình lên trên hết.

Chờ mãi không thấy sự hồi âm của đứa con thứ hai mà Jenny đã nói chuyện qua điện thoại. Nàng quyết định liên lạc với Sonny, hiện đang ở thành phố Leeds Anh quốc. Sonny là người con đầu của Mary Sutton, khi Mary qua đời cậu mới 13 tuổi và bây giờ vào ngày thứ ba 15 tháng 5 năm 1990 Sonny đã 71 tuổi. Qua cuộc điện đàm Jenny mô tả cho Sonny biết về quá khứ của cậu, về hình ảnh căn nhà mái tranh, về tính nết của cậu, về những lời nói hay câu mắng của Mary với cậu hồi đó. Đi từ ngạc nhiên này đến ngạc nhiên khác và khó có thể ngờ được người đầu dây bên kia lại chính là mẹ mình. Sonny ngỏ ý muốn được gặp Jenny ngay.

Như đã thỏa hiệp với đài BBC, Jenny thông báo những biến chuyển mới. Đài BBC muốn phỏng vấn Sonny trước và trong thời gian này hai người không được liên lạc với nhau. Họ muốn nghiên cứu tường tận về Sonny rồi phân tích và so sánh với những dữ kiện mà họ đã có về Jenny. Cũng trong thời gian này họ đã phỏng vấn thêm Jenny về những điểm chưa sáng tỏ.

Cuộc điều tra của đài BBC kéo dài 4 tháng và cuối cùng Jenny đã đích thân lái xe đưa cả gia đình của nàng đến thành phố Leeds hội ngộ cùng Sonny. Cuộc đoàn tụ đã diễn ra thật cảm động; Giấc mơ đi tìm con của Jenny đã trở thành sự thực, hai mẹ con, mẹ trẻ con già đã ôm nhau với những giòng nước mắt tuôn trào. Sonny cũng như Jenny đều đã nhận được bảng phân tích và so sánh dữ kiện của đài BBC trước đó. Các chuyên gia đài BBC đều không thể ngờ được một khái niệm về trí tưởng lại có thể đúng một cách chính xác với thực tế như vậy. Họ cũng không ngờ rằng có một đời sống sau khi chết đang hiển hiện rõ ràng.

Với sự giúp đỡ của Sonny, công cuộc kiếm tìm các con của Mary được tiếp tục suốt những năm tháng dài sau đó và cuối cùng vào năm 1993 Jenny đã hội ngộ đoàn tụ với tất cả 5 người con còn sống. Hơn 60 năm từ khi mẹ chúng qua đời anh em mới được đoàn tụ với nhau và đặc biệt hơn cả là đoàn tụ với người mẹ trẻ đã tái sinh ra trong kiếp này để đi tìm chúng.

Năm nay 1994 Bob Brown và nhóm phóng viên truyền hình chương trình 20/20 ABC Hoa Kỳ đã một lần nữa mang Jenny và 5 người con trở về thị trấn Malahide đoàn tụ với nhau nhân dịp kỷ niệm sinh nhật thứ 75 của Sonny. Trong dịp này Jenny đã được cậu con cả, nay đã 75 tuổi dẫn đến thăm mộ phần của nàng kiếp trước. Nàng đã nói trước ống kính thu hình và trước phần mộ nàng rằng:

"mộ phần này không có gì cả, không có ai ở đây bây giờ. Có thể còn trong đó là những nắm xương khô. Thực sự không có gì cả, phần năng lực tinh thần hiện đang ở trong tôi."

Lời Nhận Định của Người Biên Dịch:

Quả vậy, kiếp sống con người trùng trùng duyên khởi, không có bắt đầu và cũng không có kết thúc. Chúng ta đã bao nhiêu lần sanh ra và chết đi, đã bao nhiêu lần lặn ngụp trong biển sinh tử luân hồi, đã theo nghiệp sinh nơi này nơi khác. Trong giòng đời vô tận ấy, chúng ta đã liên hệ với biết bao nhiêu người, giầu nghèo, sang hèn, xấu đẹp và biết đâu họ chẳng là cha mẹ, là ông bà, là anh em, là những người thân của chúng ta và ngày nay nhờ có những máy điện toán tối tân, các nhà toán học và nhân chủng học đã cho chúng ta biết rằng mỗi chúng ta có tới 68 tỷ cha mẹ ông bà từ quá khứ đến hiện tại và tất cả nhân loại đều là anh em họ hàng của chúng ta. Nhận được sự liên hệ ấy, chúng ta cảm thấy dễ hiền hòa và dễ tha thứ cho nhau trong sự giao thiệp hàng ngày với mọi người.

Tâm Diệu (thuật theo tài liệu của chương trình 20/20 ABC (American Broadcasting Corporation) phát hình vào lúc 10 giờ đêm thứ sáu 10 tháng 6 năm 1994

(Trích từ sách Phật Pháp Trong Đời Sống, nxb Hồng Đức 2014)

THE MIND OF TRUE THUSNESS, AND THE MIND OF ARISING AND PASSING

Author: Tâm Diệu
Translated by Nguyên Giác

The concept of "mind" in Buddhism is comprised of two components: "the mind of true thusness" and "the mind of arising and passing away." The mind of true thusness is also known as the True Mind, Buddha Nature, Buddha's Awareness, Prajnaparamita Wisdom, Emptiness, Nirvana, or Absolute Nature. In English, the true mind is referred to as Buddha Nature, Buddha Mind, or The Truth. The mind of arising and passing away is referred to as the deluded mind, the false thoughts, the false consciousness, wandering thoughts, mental chatter—that is, everything we have experienced and engaged in through our body, speech, and mind is all recorded and stored, similar to a video camera that captures images and sounds and then stores them in computer memory. In other words, consciousness-mind is a storage that contains all of our lifetimes. This concept is referred to as Store Consciousness or Alaya Consciousness in Buddhist psychology, or Consciousness-Only Studies.

Buddhists believe that all phenomena in the world are created by the mind. Therefore, this concept is referred to as the study of Consciousness Only or Mind Only. If you want to fully understand this point of view, you must study deeply into Mind-Only Studies. Here, we can only provide a general introduction. Just like we can only introduce to those who have never known what bánh chưng is: "Use dong or banana leaves to wrap sticky rice and green beans, and then put them in a pot of water to boil thoroughly. When cooked, they will become chưng cake." After developing a basic understanding, anyone who wants to cook will need to delve into the specifics in order to be able to do so.

According to the Buddha's Complete Enlightenment Sutra, "All sentient beings are inherently Buddhas," just like gold is inherently pure in the form of ore mixed with impurities, so it must be filtered and removed to become pure. Gold is pure gold, without any other substances added to it. Cultivation is a process that involves releasing toxic substances such as greed, anger, and ignorance. It also entails putting an end to delusional thinking, purifying the mind, and reconnecting with our original Buddha nature. The First Patriarch Bodhidharma simplified this concept using secular language, stating that "One who sees nature becomes a Buddha."

The Shurangama Sutra teaches that the stream of life begins when an unconscious thought of ignorance suddenly emerges from the vast Ocean of Mind, similar to a person who blinks and falls asleep while awake. In dreams, all kinds of things can appear: being beaten can also hurt, crying can also bring tears, running away in fear, and so on. But the duration of a normal sleep is only one night, and upon waking up in the morning, you immediately realize that what occurred during the night was a dream, not reality. The stream of human birth and death lasts continuously, like a long dream stemming from the unconscious thought of ignorance. Lifetime after lifetime, individuals create good or bad karma, which is all contained in the Store Consciousness. This karma serves as the cause and effect for future lives. The flow of life continues to drift in the delusion of birth and death until you awaken and return to the state of pure mind. Then, you can reintegrate with your inherent true mind, which is when you perceive nature and attain enlightenment as a Buddha.

Buddha means an enlightened person, not a god. Because ignorance has existed since the beginning of time and the transient nature of consciousness is not genuine, Buddhism asserts that there is no eternal, immutable soul that endures indefinitely. There is only the flow of life appearing due to the influence of good or evil karma arising from the storehouse of consciousness. When your mind returns to a pure state, with no karma left as seeds to create any next life, the life cycle will end, and you will merge with the Inherent True Mind.

Due to the concept that our world is a relative and illusory one, where absolute truth does not exist, the ability to recall past lives upon rebirth varies among individuals. This discrepancy can be attributed to the law of relativity. However, if you want to have the ability to remember past lives, you must practice meditation to a very deep level. Alternatively, with the use of hypnosis, people can also access memories from their past lives, as well as their current life and potentially even more. It was a few lifetimes ago. As in the case of Mr. Edgar Cayce, a man with telepathic abilities, he could see, diagnose, and treat patients anywhere while closing his eyes in a state of hypnosis. Even though he was hundreds of miles away and even though he was not a doctor.

The story of Edgar Cayce is one of the most perplexing subjects in the scientific and technical realm. However, the obvious truth was clearly exposed, inspiring open-minded scientists to explore various other aspects of these phenomena in the physical world. For this reason, scientists are increasingly focusing on the issue of spirituality. According to Dr. Peter Fenwick, a professor of neuropsychology, in 1995, there were only three spirituality classes being taught in medical universities in the U.S. However, by 1998, the number of classes had increased to 40, and this number rapidly grew to 100 classes by 2001.

To showcase the dedication of scientists currently investigating spiritual phenomena, we would like to share the article "Jenny's Reincarnation Story." This article recounts the journey of a mother as she searches for her children from a previous life. Layperson Tam Dieu will narrate the story according to the program 20/20 on ABC television, which was broadcast at 10 p.m. on Friday, June 10, 1994, in the United States, as follows.

JENNY'S REBIRTH STORY
(Document from BBC UK)

In the spring of 1993, a 40-year-old British mother, who lived in Northamptonshire, England with her husband and two children, was reunited with her five children from her previous life in Malahide, a small town in Northern Ireland.

In the spring of 1994, Bob Brown and a group of television reporters from the US ABC 20/20 program came here to report on the case of reincarnation and meet the children who claimed to be the reincarnation of this mother from a previous life. This is a true reincarnation story that occurred at the end of the twentieth century. This is a story full of sadness and tears, a tale of a mother's relentless search for her child, transcending borders and spanning multiple lifetimes.

Her name was Jenny, and she always knew and remembered that she had a previous life as Mary in a small village on the Irish coast. Mary, a young woman of average height, died 21 years before Jenny was born in England.

One of Jenny's most vivid memories was the moment of Mary's death, as she suffered alone and worried about the uncertain future of her children, the oldest of whom was only 13 years old. This anxiety and suffering have haunted her, constantly appearing in her mind since childhood. She thought it was her fault when she died, having to leave her children alone in this world. As a result, she made a decision to find her children as much as possible.

From a very young age, when she first started holding a pen, Jenny would draw a map of the village. She would include roads that led to various places such as Mary's thatched-roof house, the church, the train station, and the department stores. And later, when comparing it with the map of Ireland at school, Jenny discovered that the map she had drawn from memory and in her past life dreams was remarkably similar to the map of a village called Malahide, located north of Dublin City, Ireland.

Over the years, Jenny grew up with vivid memories of the charming thatched-roof house, its various rooms, the cozy kitchen corner, and the picturesque church and market in the tranquil town of Malahide. In her heart, she still felt remorseful for abandoning her children in this world, so she resolved to search for them.

Jenny made plans but did not have the financial means to travel to Ireland. As a result, she had to postpone her trip and instead volunteered to assist a professional hypnotist in order to learn about the past. This man helped Jenny recall many detailed images of Mary and her village in 1919, including Mary's manner of dressing, walking, sitting, and cooking at that time. Jenny described the house in detail through hypnosis, providing a vivid account of every picture hanging on the wall, including one of Mary. Jenny also described and drew a picture of the church. However, one disappointing thing is that Jenny still cannot remember Mary's last name, which has caused many obstacles in locating her children later on.

In the end, Jenny saved enough money to go on a trip to Ireland in search of traces of thatched-roof houses and ancient roads. Arriving there, she stood silently in front of a house. On the other side of the house was the intersection that led to the city. This image felt so familiar to her, as if it were in her mind, like the map she had drawn. She believed that Malahide held the key to unlocking the truth about her past life, which was the initial step toward locating her child.

After the trip, Jenny returned to England and began making plans to locate her children. She wrote to every Irish newspaper, historical organization, civil registration office, town owner, and the villagers of Malahide, asking for help in finding information about a woman named Mary who died in 1930, as well as information about her children.

A long time later, Jenny received a letter from a landowner in Malahide informing her that there was a family whose mother, Mary, had died shortly after giving birth and left behind six surviving children. The unfortunate woman's last name was Sutton. After Mrs. Sutton died, the children were sent to orphanages.

Just as she had imagined in her thoughts and dreams, Mary's children were truly alone in orphanages at the end of her life. Jenny felt immense pain. She wrote to all the orphanages in Ireland to inquire about any updates. Fortunately, Jenny received a response from a priest at a church in Dublin City. After corresponding with the parish offices and the Irish Department of Education, the priest provided the names of all six of her children and stated that they had been baptized as Christians at the Catholic Church of Saint Sylvester in Malahide. The priest's letter was not very long, but it brought great faith and hope to Jenny.

Then, using the telephone directory, Jenny sent a letter to everyone with the surname Sutton in Ireland. She also received a copy of Mary's death certificate and two copies of her children's birth certificates, but still could not find their whereabouts. Once again, Jenny sent letters to all the newspapers in Dublin and to Professor Dr. Stevenson, an expert in the study of past life phenomena, asking for help. Stevenson introduced Jenny to Gitti Coast, a researcher at the British media agency BBC.

Sometime later, Jenny received a phone call from Mary's second child in Ireland. The conversation was extremely difficult, with many mixed emotions. However, overall, there were positive indications. Jenny promised to send all archived records from many years. Her thoughts were also confused at this time. Even though she knew that Mary's children were now in their 50s and 60s, Jenny still had a strong sense of maternal love for them, still felt like their mother.

Mary and her children, or Jenny's children from her previous life, are slowly merging into one entity. Her thoughts are now muddled: Where does she truly belong? Does it belong to the present life or does it belong to the past life with the children she discovered? Perhaps not expecting anything better. She pondered such thoughts and decided to let time provide the answers.

Jenny has entered the final stages of her search and is now reporting the latest developments to the BBC's Gitti Coast. The BBC wanted the project to locate Jenny's children in order to create a comprehensive record of the station's research department. Therefore, they entered into negotiations with Jenny. As for Jenny, she had only one request: to prioritize the well-being and happiness of her family.

There was no response from the second child that Jenny had talked to on the phone. She decided to contact Sonny, who is currently in the city of Leeds, England. Sonny was the first child of Mary Sutton. When Mary passed away, he was only 13 years old. Now, on Tuesday, May 15, 1990, Sonny is 71 years old. Through the phone call, Jenny described Sonny's past, including the image of the thatched-roof house, his personality, and Mary's words and scolding from back then. Going from one surprise to another, Sonny hardly expected that the person on the other end of the line was his deceased mother, now in a new life. Nonetheless, he offered to meet Jenny right away.

As agreed with the BBC, Jenny announced new developments. The BBC wanted to interview Sonny first, and during this time, the two could not contact each other. They wanted to conduct a thorough research on Sonny and then analyze and compare it with the facts they already had about Jenny. Also, during this time, they interviewed Jenny about unclear points.

The BBC investigation lasted four months, and in the end, Jenny personally drove her entire family to Leeds to reunite with Sonny. The reunion was very touching. Jenny's dream of finding her child had come true. Mother and child - the mother was young, but the child was old - hugged each other, tears flowing. Sonny and Jenny both received the BBC's analysis and comparison of data before. BBC experts could not have imagined that a concept of the mind could be so accurately aligned with reality. They also did not expect that there was clearly visible life after death.

With Sonny's help, Mary's search for her children continued over the years that followed. Finally, in 1993, Jenny was reunited with all five of her surviving children from her previous life. More than 60 years after their mother's passing, the siblings were finally reunited with each other. Most importantly, they were reunited with the woman who had been their deceased mother in a past life and had reincarnated in order to find them in this life.

Năm nay 1994, Bob Brown và nhóm phóng viên truyền hình chương trình 20/20 ABC Hoa Kỳ đã một lần nữa mang Jenny và 5 người con trở về thị trấn Malahide đoàn tụ với nhau nhân dịp kỷ niệm sinh nhật thứ 75 của Sonny. Trong dịp này Jenny đã được cậu con cả, nay đã 75 tuổi dẫn đến thăm mộ phần của nàng kiếp trước. Nàng đã nói trước ống kính thu hình và trước phần mộ nàng rằng: "Mộ phần này không có gì cả, không có ai ở đây bây giờ. Có thể còn trong đó là những năm xương khô. Thực sự không có gì cả, phần năng lực tinh thần hiện đang ở trong tôi."

Editor's Comment:

Indeed, human life is profoundly interdependent and has no beginning or end. In countless cycles, we have experienced birth and death, continuously immersed in the cycle of reincarnation, guided by our karma to be born in one realm and then another. In the endless stream of life, we have come into contact with countless individuals, regardless of their wealth, social status, or physical appearance. In previous lives, these individuals may have been our parents, grandparents, siblings, or relatives. Today, thanks to modern computers, mathematicians, and anthropologists have informed us that each individual has up to 68 billion ancestors, including parents and grandparents, from the past to the present. Furthermore, it has been revealed that all humans are our distant relatives or cousins. Knowing that connection, we feel more compassionate and forgiving in our daily interactions with people.

*Written by **Tâm Diệu**, based on material broadcast from the 20/20 American Broadcasting Corporation (ABC) program at 10 p.m. on Friday, June 10, 1994.*

(Excerpted from the book **Phật Pháp Trong Đời Sống**, Hồng Đức Publishing House, 2014.)

17

ỨNG DỤNG THIỀN
VÀO VIỆC TẬP LUYỆN THỂ DỤC
Tâm Diệu

Theo một kết quả nghiên cứu của Viện Đại học University of Wisconsin, Madison ở Hoa Kỳ, người lớn ngồi thiền hoặc tập các bài tập thể dục thông thường như đi bộ nhanh, trong hai tháng sẽ ít bị bệnh cảm lạnh hơn so với những người không làm gì. Nghiên cứu phát hiện ra rằng những người ngồi thiền có số ngày nghỉ việc do bệnh ít hơn 76% trong khoảng thời gian 9 tháng từ tháng 9 đến tháng 5 so với những người không ngồi thiền. Những người chỉ tập thể dục nghỉ ít hơn 48% trong giai đoạn này. Ngoài ra, các nghiên cứu trước đó đã cho thấy thiền chánh niệm có thể làm giảm căng thẳng thần kinh trong cuộc sống, làm cho tâm được an lạc và tăng cường khả năng của hệ miễn dịch.

Việc nghiên cứu trên về hai phương diện ngồi thiền và tập thể dục liên hệ đến sức khỏe **có tính cách độc lập**. Riêng người viết đã ứng dụng **đồng bộ hai phương thức này** từ rất lâu (hơn 10 năm) và kết quả cho một **sức khỏe vô cùng tốt là không cao mỡ, cao đường và cao máu** và điều tuyệt diệu hơn nữa là trong suốt hơn 10 năm ở tuổi cao niên đã **không hề chích ngừa cảm cúm mà cũng không hề bị cảm cúm, nhức đầu và sổ mũi** gì cả. Mỗi năm chỉ đến phòng mạch bác sĩ thuộc hệ thống y tế Kaiser Permanente một lần để thử máu và khám bệnh tổng quát theo đòi hỏi của họ.

Một cách đều đặn, mỗi sáng sớm sau khi ngồi thiền tại nhà người viết đến trung tâm tập thể dục (Fitness Center) gần nhà để tập thể dục trong khoảng 2 tiếng đồng hồ. Nơi đây có đầy đủ các trang thiết bị để tập luyện theo những nhu cầu khác nhau, tập thể hình, vận dụng cơ bắp, luyện tập dẻo dai, tăng sức bền bỉ. Có đủ các máy như đi bộ, tập tay chân, vai và bụng…Có cả sân chơi bóng rổ và hồ bơi… Tất nhiên loại luyện tập thể dục, thể thao nào cũng tốt cho sức khỏe nếu môn đó thích hợp với người tập.

Đối với người viết ở lứa tuổi cao niên ngoài 70 chỉ cần tập một số thiết bị cần thiết để gọi là bảo trì sức khỏe, chống lại sự lão hóa do sức đề kháng bị giảm theo năm tháng, và thường có nguy cơ cao nhiều chứng bệnh phát sinh. Theo thống kê của y khoa Mỹ, người cao niên thường bị các bệnh như bệnh về tim mạch, bệnh về hệ hô hấp, đường tiêu hóa, bệnh về hệ tiết niệu - sinh dục, bệnh về hệ xương khớp và hệ thần kinh trung ương.

Các bác sĩ y khoa cũng như các chuyên gia huấn luyện thể dục thường khuyên người cao tuổi nên tập với các thiết bị hỗ trợ tim mạch như là chạy hoặc đi bộ trên máy treadmills, máy đạp xe (recumbent exercise bike), máy elliptical, máy chèo thuyền, máy lên cầu thang (step mill) ... Các thiết bị này giúp cho hệ tim mạch và hệ hô hấp được tốt. Ngoài ra bơi lội, xông hơi và với một chế độ dinh dưỡng hợp lý như giảm chất béo, chất đường và muối đối với người cao tuổi là một phương pháp tích cực và hiệu lực chống lại sự lão hóa.

Để được hưởng lợi ích tối đa cho việc bảo trì sức khỏe, người viết đã **ứng dụng thiền chánh niệm hơi thở trong mọi động tác khi luyện tập thể dục**. Nhiều người tập thể dục nhưng không biết phối hợp hơi thở trong các động tác tập luyện, để tâm suy nghĩ miên man nhiều chuyện, nói chuyện với bạn bè, hoặc xem truyền hình trong lúc tập. Điều này không mang lại kết quả tốt, có thể làm gia tăng việc tim đập nhanh quá đáng cũng như tâm thần không được thư giãn. Người viết tạm gọi lối thiền phối hợp với việc tập thể dục này là **Thiền Thể Dục**, vừa an trú tâm trong hơi thở vào ra cùng với các động tác của thân tức là liên kết thân và tâm làm một. Đây chính là một hình thức thiền trong động.

Điều quan trọng trong việc ứng dụng thiền vào việc luyện tập thể dục này là **thở phải đúng cách**. Một sai lầm mà nhiều người mắc phải trong lúc tập luyện là thở nhanh và thở không sâu, nên không làm đầy hai lá phổi, khiến cơ bắp trở nên căng thẳng, giảm kết quả tập luyện. Cho nên phải luôn luôn thở đúng cách. Có nghĩa là hít vào bằng mũi và thở ra bằng miệng. Hít thở thật chậm và sâu xuống bụng, để tăng khối lượng oxy từ khí trời đưa vào và thải bỏ chất thán khí CO2 từ trong cơ thể ra ngoài. Khi thở ra thì thì thóp bụng lại. Nhờ vậy chúng ta có thêm nhiều năng lượng không những để luyện tập mà còn có thể dùng cho cả ngày làm việc cũng như là để tiếp tục duy trì sự sống.

Hít thở bình thường chúng ta chỉ dùng một phần ba hay một nửa thể tích của hai lá phổi. Một phần lớn phổi chưa được sử dụng và chứa đầy không khí cũ, có thể đó là nguyên nhân phát sinh cảm lạnh và các bệnh về hô hấp. Còn thở sâu là hít thở thật sâu xuống bụng, bụng phình ra từ từ, hoành cách mạc được đẩy xuống và xoa bóp ruột cùng các bộ phận khác trong bụng, rất tốt để làm các bộ phận đó khỏe mạnh. Thở sâu cũng chính là hít thở với trạng thái biết tỉnh thức hoàn toàn. Cùng với các động tác tập; hít vào, thấy bụng phình ra; thở ra, thấy bụng xẹp lại. Và với tâm hân hoan, như Đức Phật dạy trong kinh *Anapanasati (Niệm Hơi Thở)* đã cho thấy: *"với tâm hân hoan, tôi thở vào; với tâm hân hoan, tôi thở ra"*, để như thế mà đi vào Thiền trong khi tập thể dục.

Nói ra thì có vẻ dễ nhưng thật ra là không quá dễ, cũng không quá khó. Cứ tập từ từ theo thời gian sẽ có kết quả tốt. Trong lúc tập đôi khi tâm lại đi lang thang đâu đó, lại nghĩ hết chuyện này đến chuyện khác, vì thế chúng ta phải cố gắng tỉnh thức và đem tâm trở về an trú trên đối tượng thiền bằng cách theo dõi hơi thở vô ra và dán chặt tâm nơi điểm xúc chạm ở cửa mũi hay phồng xẹp ở bụng. Chú tâm vào hơi thở và không để tư tưởng nào khác tới. Nếu có ý niệm nào tới thì cứ phớt lờ nó, không giữ nó cũng như không đuổi nó, chỉ để tâm tập trung vào việc theo dõi hơi thở mà thôi.

Nét cơ bản chung trong Thiền Thể Dục là: (1) tư thế lưng phải thẳng, (2) hít vào bằng mũi thật sâu, (3) kế tiếp là thở ra từ từ bằng miệng theo các động tác tập luyện của cơ thể với nguyên tắc khi **dùng lực** (sức nặng) để thực hiện động tác thì **thở ra**. Hay nói cách khác **nặng** thì thở ra còn **nhẹ** thì hít vào. Thời gian cho một hơi thở tốt nên kéo dài khoảng từ 15 đến 20 giây cho một lần hít vào, thở ra. Nếu ta thở gấp quá hoặc không được sâu thì thời gian hoán đổi khí quá ngắn, không sử dụng được hết lượng oxy ở trong máu đưa vào tế bào, cũng như không thải được thán khí ra khỏi cơ thể.

Một ví dụ cụ thể là khi tập máy lat pull down (máy tập cơ xô): (1) Hít vào thật sâu khoảng 10 giây thì kéo thanh tạ xuống trước ngực **đồng thời** thở ra từ từ khoảng 10 giây. (2) Đem thanh tạ về vị trí ban đầu đồng thời hít vào. Cứ thế tiếp tục bài tập. Nên nhớ là theo dõi hơi thở khi hít vào và khi thở ra cùng với động tác chuyển động lên xuống một cách thoải mái tự nhiên. Với thiết bị tập này, khi bắt đầu bài tập chúng ta nên ngồi ở tư thế thẳng đứng. Khi kéo tạ xuống phía ngực, cho phép người nghiêng về phía sau một góc khoảng từ 30 đến 45 độ so với sàn tập. Điều này sẽ tăng tác động cho cơ bắp và giúp tránh được chấn thương, đặc biệt là vùng vai.

Khi chạy bộ ngoài công viên hay chạy trên máy đi bộ (treadmill) nên giữ dáng người lưng thẳng vì với dáng thẳng lưng này giúp giảm áp lực lên đầu gối. Và một điều quan trọng là phải chạy bằng đầu chân, dưới ngón chân, không dồn áp lực toàn thân xuống gót chân. Buông lỏng bàn chân trên nền máy hay trên đất và dậm chân lên sẽ gây ra sóng va chạm tới xương ống chân, đầu gối và lưng, có thể gây tổn thương về sau. Về cách thở, nên thở bằng mũi, không để tâm suy nghĩ linh tinh chuyện này chuyện khác và không xem truyền hình. Nhẹ nhàng tập trung vào hơi thở. Chú ý đến sự thở ra và hít vào.

Khi bơi cũng thế, chú tâm đến sự ra vào của hơi thở. Khi ngoi lên khỏi mặt nước là **hít thật nhanh và thật sâu bằng miệng và khi ở dưới nước ngậm miệng thở ra từ từ bằng mũi.**

Nói tóm lại, tất cả các động tác tập luyện đều phải nhịp nhàng với hơi thở. Chú tâm vào hơi thở vào ra cùng với sự chuyển động của cơ thể là tập trung tâm ý vào một điểm, cũng là lôi kéo ta trở về với giây phút hiện tại tức khắc- không còn đắm mình trong dĩ vãng hay tương lai. Đó chính là ứng dụng Thiền trong việc luyện tập thể dục trong đời sống hàng ngày.

(Trích từ sách Phật Pháp Trong Đời Sống, Nhà xuất bản Hồng Đức 2014)

INCORPORATING MEDITATION INTO PHYSICAL EXERCISE

Author: Tâm Diệu

Translated by Nguyên Giác

According to a study conducted by the University of Wisconsin-Madison in the United States, adults who engage in meditation or common exercises such as brisk walking for two months experience fewer colds compared to those who do not participate in these activities. The study found that individuals who meditated experienced 76% fewer days off work due to illness during the nine-month period from September to May compared to those who did not meditate. Those who only exercised experienced 48% fewer days off during this period. Furthermore, prior research has demonstrated that mindfulness meditation can decrease stress, promote mental tranquility, and enhance the immune system.

The research on the two aspects of meditation and exercise related to health mentioned above **is independent.** The writer of this article has been **consistently applying these two methods** for more than 10 years, and the **result is excellent health: no high fat, no high sugar, and no high blood.** And even more amazing things: during my more than 10 years as a senior, **I have never had a flu shot and have never experienced a cold, headache, or runny nose at all**. I visit the Kaiser Permanente doctor's office once a year for blood tests and general medical examinations as per their guidelines.

Every morning, after meditating at home, the writer goes to the fitness center near his home to exercise for about 2 hours. This facility is equipped for various types of training to meet different needs, including bodybuilding, muscle conditioning, flexibility exercises, and endurance training. There are several exercise machines available for physical workouts, including those for walking, exercising the arms, legs, shoulders, and abdomen. Additionally, there is a basketball court and a swimming pool. Of course, any form of exercise or sport is beneficial for health if it is appropriate for the individual.

For the writer, who is currently in his 70s, it is essential for him to engage in regular physical activity to maintain his health and combat the effects of aging. As resistance decreases with age, he is more susceptible to various diseases. According to American medical statistics, seniors often suffer from conditions such as cardiovascular diseases, respiratory diseases, gastrointestinal diseases, genitourinary diseases, bone and joint diseases, and central nervous system disorders.

Medical doctors and fitness trainers often recommend that older people exercise using cardiovascular equipment such as treadmills, recumbent exercise bikes, elliptical machines, rowing machines, step mill exercises, and so on. These devices help to improve the cardiovascular and respiratory systems. In addition, swimming, saunas, and a balanced diet that includes reduced fat, sugar, and salt can be positive and effective methods for combating aging in the elderly.

To maximize health benefits, the writer has **incorporated mindfulness meditation into every breath and movement during exercise**. Many people exercise without knowing how to coordinate their breathing during their movements. They let their minds wander, talk to friends, or watch television while exercising. This approach does not yield favorable results as it can cause a rapid increase in heart rate and prevent the mind from relaxing. The writer temporarily refers to this method of meditation combined with exercise as "**Meditation in Physical Exercise**." This approach involves focusing the mind on the breath while moving the body, effectively connecting the body and mind as one. This is a form of moving meditation.

The key aspect of incorporating meditation into this exercise is **to breathe properly.** One common mistake that many people make while exercising is breathing quickly and shallowly, which prevents the lungs from filling fully and causes muscles to become tense, ultimately reducing exercise results. So, you must always breathe properly. This means inhaling through the nose and exhaling through the mouth. Breathe slowly and deeply into the abdomen to enhance oxygen intake from the air and expel CO_2 from the body. When exhaling, contract your abdomen. Thanks to this, we have more energy not only for practice but also for the entire workday and to sustain our daily lives.

When we breathe normally, we only utilize one-third to one-half of the capacity of our lungs. A significant portion of the lungs remains unused and filled with stale air, which may contribute to the onset of colds and respiratory diseases. Deep breathing involves inhaling deeply into the abdomen, causing it to slowly expand as the diaphragm is pushed down. This action massages the intestines and other parts of the abdomen, promoting their overall health. Deep breathing involves being fully aware of your breath.

As you do the exercises, remember to inhale and feel your belly expand, then exhale and feel your stomach flatten. The Buddha taught in the *Anapanasati Sutra (Mindfulness of Breathing)* that "*With a joyful mind, I breathe in; with a joyful mind, I breathe out.*" And thus, entering a state of meditation while exercising.

It sounds simple to say, but in reality, it's neither too easy nor too difficult. Just practice slowly over time, and you will achieve good results. During meditation practice, the mind may wander, leading to a series of distracting thoughts. It is important to remain alert and refocus the mind on the object of meditation by concentrating on the breath and anchoring attention on the sensation of air flowing in and out at the nostrils or the movement of the abdomen as it rises and falls. Focus on your breathing and do not let any other thoughts enter your mind. If any thoughts arise, simply ignore them; do not dwell on them or try to push them away. Instead, concentrate your mind on following your breath.

The fundamental aspects of "Meditation in Physical Exercise" include: (1) maintaining a straight back posture; (2) taking deep breaths through the nose; and (3) exhaling slowly through the mouth while performing exercise movements, following the principle that **exhalation** should coincide with the **exertion of force** (weight) during movements. In other words, exhale if it's **heavy** and inhale if it's **light**. The duration of a good breath should be about 15 to 20 seconds for one inhalation and one exhalation. If we breathe too quickly or shallowly, the gas exchange time is too short. As a result, we cannot utilize all the oxygen in the blood to enter the cells, and we cannot effectively eliminate carbon dioxide from the body.

When using the lat pull-down machine, follow these steps: (1) Inhale deeply for about 10 seconds, then pull the bar down in front of your chest **while exhaling** slowly for about 10 seconds; (2) Return the bar to the starting position while inhaling. Just continue with the exercise. Remember to focus on your breath, inhaling and exhaling naturally with a comfortable up-and-down movement. When using this exercise equipment, it is important to start the exercise in an upright position. When pulling the weight down toward your chest, allow your body to lean back at an angle of approximately 30 to 45 degrees in relation to the floor. This will increase muscle engagement and help prevent injury, especially in the shoulder area.

When jogging in the park or running on a treadmill, it is important to maintain a straight back as this helps to reduce pressure on your knees. It's important to run on the balls of your feet, under your toes, and avoid putting pressure on your heels. Placing your feet on the machine floor or on the ground and stomping can generate shock waves that may lead to potential damage to the shin bones, knees, and back. When it comes to breathing, it is advisable to breathe through your nose, without getting distracted by various thoughts, and without watching television. Gently focus on your breathing. Pay attention to your exhalation and inhalation.

When swimming, also pay attention to the inhalation and exhalation of your breath. When rising from the water, **inhale quickly and deeply through your mouth. While underwater, close your mouth and exhale slowly through your nose.**

In short, all exercise movements must be synchronized with breathing. Paying attention to the inhalation and exhalation, as well as the movement of the body, helps to concentrate the mind on a single point. This practice brings us back to the present moment, preventing us from being absorbed in the past or future. This is the application of meditation to physical exercise in daily life.

(Excerpted from the book **Live The Buddhist Teachings**, Hồng Đức Publishing House, 2014)

18

CUỘC ĐỜI THÌ VÔ THƯỜNG, SỰ SỐNG CHỈ CÓ MẶT NGAY TRONG GIÂY PHÚT HIỆN TẠI

Tâm Diệu

Nếu chúng ta nhìn kỹ lại bản thân thì sẽ thấy là dường như chúng ta ít khi thực sự sống ngay trong giây phút hiện tại, mà thường để tâm trí hồi tưởng về những việc trong quá khứ hoặc suy nghĩ, tính toán tới những chuyện sẽ xảy ra trong tương lai.

Trong khi đó, đối diện với người và việc trước mặt, ngay trong hiện tại, thì lại lơ là, chứ chúng ta không chú tâm, không sống hết mình với giây phút hiện tại. Đôi khi người đối diện chúng ta nói, nhưng chúng ta thì lại còn đang mải nghĩ về những vấn đề nào đó của riêng mình đến nỗi chính người đối thoại phải hỏi: "Ủa, anh/chị đang nghĩ gì thế, có nghe tôi nói không vậy?". Đó là tình trạng "sống say, chết mộng", không "thực sự sống".

Đức Phật là vị giác ngộ. Đạo Phật là đạo Giác Ngộ. **Giác ngộ cái gì?** Giác ngộ chính con người thật, bộ mặt thật từ ngàn đời trước khi chúng ta trôi lăn vào dòng sông sinh tử, bị làn sóng tâm ý thức lôi cuốn, nhận chìm vào vòng vô minh tham ái sinh diệt, tạo ra cái thế giới hiện tượng tương đối này, nó vốn là cái gì?

236

Nhà Phật quan niệm rằng giác ngộ được nguồn gốc của kiếp nhân sinh rồi thì mình tự giải thoát ra khỏi được sự ràng buộc của mê vọng, của vòng luân hồi sinh tử. Muốn thế, người hành giả phải hoàn toàn **thanh tịnh hóa được tâm mình**, chấm dứt mọi suy nghĩ mông lung, tâm viên ý mã.

Mục tiêu tối hậu là giác ngộ giải thoát hoàn toàn, nhưng giáo lý nhà Phật đã chia con đường lớn ra thành từng đoạn đường ngắn hay còn gọi là những bước đi nhỏ để mọi người, tùy theo hoàn cảnh, cơ duyên, đều có thể tự mình đạt được từng bước giải thoát trong đời sống hằng ngày. Những bước giải thoát nho nhỏ này chính là sự thực tập trong ngày, dành đôi chút thì giờ để "**sống trong giây phút hiện tại**". Đó chính là những giây phút mà tâm trí con người thoát ra khỏi sự o ép căng thẳng vì những sự suy nghĩ triền miên về quá khứ và tương lai.

Những nỗi thống khổ của kiếp người có thể chia đại cương ra thành hai nhóm, thân khổ và tâm khổ. Nghèo đói, bệnh tật, vân vân, là thân khổ. Buồn rầu ghen tức, tiếc nuối, lo sợ, vân vân, là tâm khổ. Nhưng thường thì hai loại khổ này đều có liên hệ mật thiết với nhau, thân khổ thì tâm cũng thấy khổ. Tuy nhiên, người mãi chạy theo mê vọng quá thì sẽ có thể bị những nỗi khổ mà lẽ ra không đáng bị khổ, thí dụ nghèo đói, thất nghiệp thì lo sợ ngày mai không có cơm ăn. Nhưng nếu không nghèo đói, mà lại vẫn quá lo sợ về một tương lai sẽ nghèo đói, rồi từ đó nẩy sinh ra những sự quá lố, keo kiệt, bon chen, bần tiện khiến cho tâm trí bị o ép, không được giải thoát ngay cả những khi có thể sống thanh thản thì thật là đáng tiếc.

Nhà Phật theo con đường trung đạo. Mỗi Phật tử đều có thể áp dụng giáo lý nhà Phật vào hai giai đoạn tu tập, giai đoạn thứ nhất là ứng dụng giáo lý vào đời sống tương đối hàng ngày để đem lại niềm an lạc và giải thoát cho mình và cho xã hội và giai đoạn thứ hai là giai đoạn tu tập để giác ngộ giải thoát triệt để.

Trong đời sống hàng ngày thì ứng dụng hai quy tắc "Không làm những điều xấu ác" và "Siêng làm những việc tốt lành", thực hiện được những điều này, người Phật tử tin chắc sẽ được hưởng quả báo tốt lành. Nếu đã làm toàn những điều tốt lành mà vẫn gặp những điều xấu thì người Phật tử biết rằng họ đang phải trả những món nợ cũ, những ân oán trong quá khứ mà họ đã tạo.

Và một con đường thứ hai dành cho những người muốn hoàn toàn giác ngộ, giải thoát, thì bản thân người hành giả phải tự mình thanh tịnh hóa tâm, chấm dứt dòng suy nghĩ miên man che mờ Chân Tâm, để Trí Tuệ Bát Nhã, cũng còn gọi là Phật Tánh, hoặc Chân Tâm, hiển lộ.

Đối với nhà Phật thì **"quá khứ qua rồi, tương lai chưa đến"**, sự sống của chúng ta chính ở ngay giây phút hiện tại này. Nhà Phật đã ví sự sống của mỗi sinh vật tiếp giáp với cuộc đời cũng như cái bánh xe lăn trên mặt đất, nó chỉ tiếp cận ngay tại khúc cong ngắn ngủi của cái bánh xe đúng vào lúc lăn trên đất mà thôi. Cũng như mỗi sinh vật đều chỉ "sống thật" ngay lúc đang hít vào và thở ra, hơi thở trước thì đã chấm dứt, hơi thở sau thì chưa xuất hiện - và có thể sẽ không bao giờ xuất hiện, nếu đương sự thở ra mà không hít vào nữa, thì cuộc đời đã chấm dứt rồi. Cho nên chỉ có giây phút hiện tại là quan trọng mà thôi.

Do đó, đức Phật dạy rất nhiều pháp môn để cho đệ tử nhà Phật tu tập, ngõ hầu đạt được khả năng nhận biết được khi tâm ý thức của mình hoạt động miên man, lăng xăng, nhảy nhót từ chuyện này qua chuyện khác, từ quá khứ chạy qua tương lai, như con vượn chuyền cành, như con ngựa lồng phi nước đại. Nhận biết được để mà lập tức chấm dứt dòng thường lưu suy tưởng, đem tâm trở về hiện tại, đó là những pháp môn tu như Quán Niệm Hơi Thở, Tứ Niệm Xứ, Thiền Tông, Thiền Minh Sát Tuệ, Niệm Phật, vân vân . . .

Trong bài kinh Nhất Dạ Hiền Giả, đức Phật dạy:

Quá khứ không truy tìm
Tương lai không ước vọng.
Quá khứ đã đoạn tận,
Tương lai lại chưa đến,
Chỉ có pháp hiện tại
Tuệ quán chính ở đây.
Không động, không rung chuyển

Biết vậy, nên tu tập,
Hôm nay nhiệt tâm làm,
Ai biết chết ngày mai?
Không ai điều đình được,
Với đại quân thần chết,
Trú như vậy nhiệt tâm,
Đêm ngày không mệt mỏi,
Xứng gọi Nhứt dạ Hiền,
Bậc an tịnh, trầm lặng.

****

Mải mê với quá khứ và tương lai, chúng ta quên mất hiện tại. Cũng như câu chuyện ẩn dụ về một người bị cọp đuổi, anh ta phóng mình chạy, không kịp coi trước coi sau, lọt ngay xuống một cái giếng khô bỏ hoang. May thay, anh quơ tay chụp vội được cái rễ cây cổ thụ thòng xuống thành giếng. Bám chặt rễ cây, anh nhìn lên miệng giếng, thất kinh hồn vía khi thấy hai con chuột trắng và đen đang gặm rễ cây. Trong lúc tuyệt vọng, anh nhìn thấy một chùm nho đong đưa trước mặt. Vừa đói vừa khát, chùm nho đối với anh bây giờ chính là nguồn tiếp nối sự sống, anh vươn cổ tới gặm một trái, ôi mới ngon ngọt mát mẻ làm sao!

Có nhiều lối giải thích câu chuyện, nhưng nếu giải thích theo tinh thần bài này: *"Cuộc đời thì vô thường, đầy bất trắc, sự sống chỉ có mặt ngay trong giây phút hiện tại"* thì rõ ràng đối với anh chàng này, nghĩ về quá khứ giầu sang hoặc tương lai huy hoàng đều không ích lợi gì nữa, chỉ có quả nho trong hiện tại là giúp cho anh sống còn mà thôi. Cọp rượt dụ cho những bươi chải trong cuộc đời, lọt xuống giếng dụ cho những hiểm nguy mà con người thường gặp, chuột trắng và đen dụ cho ngày và đêm cứ lẳng lặng gặm mòn dần đời sống của kiếp người và cái rễ cây sẽ bị gặm đứt bất cứ lúc nào là dụ cho vô thường đến bất chợt, không ai có thể biết trước.

*****

Trong đời sống tương đối, không có cái gì vĩnh cửu, tất cả đều trong vòng "sinh, trụ, dị, diệt", có nghĩa là mỗi sự vật đều xuất hiện, có mặt một thời gian, biến đổi dần, rồi chấm dứt, hoặc là chết, hoặc là tan vỡ. Đôi khi, có những sự vật không kịp đi đủ chu kỳ, sự chết hoặc tan vỡ đến bất thình lình, quá mau, khiến cho không ai biết trước được thời điểm biến mất của nó. Vậy mà chúng ta lãng quên đi, cứ tưởng rằng những người thân kia sẽ hiện hữu mãi mãi với chúng ta, cho nên chúng ta không tiếc những phút giây hiện tại, có thể là những giây phút cuối cùng trong cuộc đời mà họ và chúng ta có nhau. Chúng ta lơ là, không "sống thực sự" với họ trong lúc còn có thể, để rồi đây nếu chẳng may vô thường ập đến, thì lúc đó chúng ta có tiếc nuối cũng đã quá muộn màng.

Ngày 26 tháng 12 năm 2004, trong khi cuộc sống của mọi người thế giới đang trôi chảy, một ngày như mọi ngày, người nào việc nấy, thì bỗng nhiên thiên tai giáng xuống, trong vòng giây lát, một cơn sóng lớn như trái núi bằng nước ầm ầm đánh ập vào một miền bờ biển Á Châu, đập tan cả một vùng nhà cửa mênh mông vốn là vùng nghỉ mát trù phú, giết chết trên hai trăm ngàn người. Tai nạn xảy ra chỉ trong khoảnh khắc ngắn ngủi, vừa bằng thời gian uống một chén trà.

Một phóng viên nhà báo có kể lại như sau:

"…Vào cái ngày định mạng đó, Tilly Smith – một cháu bé gái 10 tuổi người Anh – đang đứng trên bờ biển Maikhao thuộc tỉnh Phuket, Thái Lan. Cả gia đình cháu đang vui vẻ thưởng thức cảnh sóng ngoài khơi cuồn cuộn đập vào bờ ra. Những người lớn thấy lạ thì chăm chú nhìn một cách tò mò. Nhưng cháu Tilly thì khiếp sợ, hét lên thất thanh:

- Chúng ta phải chạy ra khỏi bờ biển ngay lập tức, mẹ ơi, con sợ rằng đây sẽ là tsunami!

Đám người lớn ngẩn ra tỏ vẻ không hiểu cho đến khi Tilly hét thêm một từ ngữ thần diệu ngắn gọn:

- Một cơn sóng lớn khủng khiếp!

Lời cảnh báo của em được truyền đi như lửa cháy rừng. Trong giây phút, cả bãi biển bỗng vắng ngắt. Nhờ thế, vùng Maikhao trở thành một trong số rất ít nơi thoát được cảnh người chết hoặc thương tích nặng nề.

Mẹ cô bé kể lại: "Nghe con tôi la thất thanh, tôi chạy vội vàng ra khỏi bãi biển về khách sạn, phóng vội lên lầu vì nghĩ rằng nơi đó an toàn. Mấy phút sau, sóng biển đánh thốc vào ngay cái bãi biển đó và xóa tan tất cả mọi thứ trên đường sóng thần lướt qua. Thật là một quang cảnh kinh hoàng và tôi rất hãnh diện rằng con gái tôi đã biết để mà báo nguy cho mọi người.

Cũng là tình cờ may mắn mà Tilly có dịp biết được đó là tsunami. Vì cháu vừa mới được học về động đất ngay trước khi đi du lịch, kiến thức còn nóng hổi trong đầu, em đã cứu được biết bao nhiêu người"…

Trên đây là một trong số hiếm hoi những người chạy thoát lưỡi hái của tử thần. Ngoài ra, những hoàn cảnh thương tâm làm đau xót lòng người thì đầy dẫy, xuất hiện ngay trong buổi sáng ngày hôm sau, 27 tháng 12 năm 2004, khi ánh mặt trời ló dạng thì cũng là lúc sự thật kinh hoàng phơi bày trước mắt.

Đó đây, những người mẹ thất thần đi tìm con, lật lên từng cái xác, từng cái xác mà khi dòng nước rút lui đã bỏ lại trên bãi cát. Tiếng những người mẹ khóc gào thảm thiết, đó đây còn văng vẳng: - Con ơi, con ơi, con đâu rồi, con ơi, ...
Và những gương mặt tuyệt vọng của những người cha nhẫn nại mò mẫm trong những đống xác đã trương phình, mùi hôi xông lên nồng nặc để tìm đứa con thân yêu bé nhỏ từ nay xa cách ngàn đời. Không ai dám nhìn vào đôi mắt bi thương tuyệt vọng của những người mẹ, những người cha tội nghiệp.

Trong một ngôi chùa ở Batapola, Tích Lan, cháu Sujeewa Samarasingha, một cháu bé có cha mẹ, gia đình khá giả, có nhà cao cửa rộng, có quần áo đẹp đẽ, bỗng nhiên một buổi sớm mai, cháu mất tất cả, trở thành một trẻ mồ côi, được các nhà sư Phật giáo đem về sống tạm trong chùa, được nuôi bằng lòng hảo tâm của các thí chủ bố thí vật thực. Cháu kể lại: Tất cả gia đình cháu đều biến mất hết, nhà cửa bị phá sập, quần áo bị cuốn đi…

****

Trong đời sống tương đối này, không có gì là vĩnh cửu, thường hằng, tất cả đều trong vòng "thành, trụ hoại, không", có nghĩa là mỗi sự vật đều xuất hiện, có mặt một thời gian, biến đổi dần, rồi chấm dứt, hoặc là chết, hoặc là tan vỡ. Nên nhà Phật có lời khuyên như sau:

Ngày hôm nay đã qua đi
Mạng sống đã thu ngắn lại
Như cá trong chậu thủy tinh
Dưới đáy có một lỗ nhỏ
Mỗi ngày rơi một giọt nước
Sống tối đa một trăm năm
Nhưng vô thường bỗng đến thăm
Cái chậu vỡ thành từng mảnh
Con cá giẫy giụa dưới đất
Rồi mắt nhắm lại, im lìm.

Đại chúng,

Hãy nhớ đời người lâu nhất
Cũng chỉ một trăm năm thôi
Nhưng nếu vô thường đến gấp
Thì cuộc đời chấm dứt ngay
Cơ duyên gặp được Phật pháp
Hãy nên tu tập đêm ngày
Như lửa cháy đầu, tinh tấn
Một đời giải thoát mới hay.

(Trích từ sách Phật Pháp Trong Đời Sống, NXB Hồng Đức 2014)

THE WORLD IS IMPERMANENT, AND LIFE EXISTS ONLY IN THE PRESENT MOMENT

Author: Tâm Diệu
Translated by Nguyên Giác

Looking closely at yourself, you will notice that you rarely live in the present moment. Instead, you often find yourself reminiscing about the past or preoccupied with thoughts and calculations about the future.

Meanwhile, when facing the people and things in front of you, right in the present, you may be negligent, inattentive, and fail to live fully in the present moment. Sometimes, while someone is talking to you, you find yourself preoccupied with your own problems. This can be to the extent that the person you're conversing with has to inquire, "Hey, what's on your mind? Did you hear me?" That is the phenomenon where you "live like you're drunk and die in a dream," but you're not truly alive.

The Buddha was enlightened. Buddhism has been a religion associated with enlightenment. Enlightening about what? Buddhists are individuals who strive for enlightenment regarding the true nature of humanity. They seek to understand the essence that existed prior to countless lifetimes before being swept into the cycle of life and death. They aim to transcend ignorance, craving, birth, and death, which have collectively shaped this world of relative phenomena.

Buddhism teaches that when a practitioner attains enlightenment about the nature of existence, they can liberate themselves from the shackles of ignorance and delusion, breaking free from the cycle of birth and death. To achieve this, the practitioner must thoroughly purify the mind and eliminate all scattered thoughts, a phenomenon commonly referred to as the mind of a jumping monkey and the thoughts that race like a horse.

While the ultimate goal of Buddhism is complete enlightenment and liberation, the teachings of Buddhism break down the long journey into smaller paths or steps. This allows individuals to achieve liberation gradually in their daily lives, taking into account their unique circumstances and conditions. These small steps towards liberation are the focus of the day, allowing oneself to "live in the present moment." These are the moments when a practitioner breaks free from the stress of constantly dwelling on the past and future.

The sufferings of human life can be broadly categorized into two groups: physical suffering and mental suffering. Poverty, illness, and other hardships are forms of physical suffering. Sadness, jealousy, regret, and fear are all forms of mental suffering. But often, these two types of suffering are closely related to each other because when the body suffers, the mind also experiences suffering. However, people who chase after delusions too much will likely experience unnecessary suffering, such as poverty, unemployment, and the fear of not having enough food tomorrow. However, if you are not poor but are too afraid of a future that may lead to poverty, then excessive behavior, stinginess, envy, and meanness may arise, causing your mind to feel oppressed and unable to find calmness. It would be a pity to feel stressed when it is possible to live peacefully.

Buddhism follows the Middle Path. Every Buddhist can apply Buddhist teachings in two stages of practice. The first stage is to apply the teachings to normal daily life in order to find peace and momentary liberation for oneself and the society around them. The second stage is the practice of noble enlightenment and liberation.

In daily life, when applying the two principles of "Do not engage in harmful actions" and "Be diligent in performing virtuous actions," Buddhists will undoubtedly experience positive outcomes. If you have done all the good things and still encounter bad things, Buddhists believe that it is because they have to repay old debts, the karma they have accumulated in the past.

The second path is for those who seek complete enlightenment and liberation. In this path, the practitioner must purify their mind and cease the flow of delusive thoughts that obscure their true nature, known as the True Mind, Prajna Wisdom, or Buddha Nature.

Buddhism explains that life is only truly experienced in the present moment, as the past has already passed and the future has not yet arrived. According to this explanation, the life of each living being exists only at the moment the wheel touches the ground, much like a wheel rolling on the ground. Every living creature is truly alive only at the moment when it inhales and exhales because the previous breath has ended and the next breath has not yet appeared. However, the next breath may never come. If you exhale and cannot inhale again, life has ended. So, only the present moment is important.

Therefore, the Buddha taught many methods for Buddhist disciples to cultivate awareness when their minds wander incessantly from one thing to another, from the past to the future, akin to a monkey swinging from branch to branch or a horse galloping on the road. When you become aware of your thoughts, return to a state of mindfulness. Immediately stop the deceptive stream of thoughts and bring your mind back to the present moment. These are the pathways to Dharma, such as Mindfulness of Breathing, Four Foundations of Mindfulness, Zen Buddhism, Insight Meditation, and Buddha-name recitation...

In the One Fine Night Sutta, the Buddha taught as follows:

"Don't run back to the past,
don't hope for the future.
What's past is left behind;
the future has not arrived;

and phenomena in the present
are clearly seen in every case.

Knowing this, foster it—
unfaltering, unshakable.

Today's the day to keenly work—
who knows, tomorrow may bring death!
For there is no bargain to be struck
with Death and his mighty hordes.

The peaceful sage explained it's those
who keenly meditate like this,
tireless all night and day,
who truly have that one fine night."
---- (MN 131, translated by Bhikkhu Sujato.)

****

When you constantly think about the past and future, you will forget the present. Just like the metaphor of a man being chased by a tiger, he ran away without looking ahead or behind and fell right into an abandoned dry well. Luckily, he waved his hand and quickly grabbed the old tree root hanging down from the side of the well. Holding tightly onto the roots of the tree, he looked up at the opening of the well and was horrified to see two rats, one white and one black, gnawing on the tree roots. In his despair, he saw a cluster of grapes swinging in front of him. Both hungry and thirsty, the bunch of grapes is now his source of life. He stretched his neck to nibble on one. Oh, how delicious and refreshing!

There are many interpretations of the story. In the sense of this article, "Everything is impermanent, full of uncertainty, while life is present only in the present moment," the meaning was clear to him: thoughts about his prosperous past or his anticipated glorious future are of no use anymore, while only grapes in the present can help him survive. Being chased by a tiger is a metaphor for life's struggles. Falling into a well is a metaphor for the dangers that often arise in human life. White and black rats symbolize day and night as they silently erode human existence. The tree roots, vulnerable to being gnawed off at any moment, represent the sudden and unpredictable nature of impermanence.

****

In this relative world, nothing is eternal. Everything is part of the cycle of "birth, existence, change, and destruction." This means that each thing comes into being, exists for a certain period of time, undergoes gradual changes, and eventually comes to an end, either through death or destruction. Sometimes, there are things that do not have time to go through the full cycle. Death or breakdown can come suddenly, so quickly that no one knows in advance when it will occur. Yet, we often forget that our loved ones may not be with us forever. As a result, we fail to appreciate the present moments, which could potentially be the last moments of our lives. We and our loved ones are still together. We have been negligent, not truly living with them while we still can. If impermanence unfortunately strikes, it will be too late for us to regret it.

On December 26, 2004, while the lives of everyone in the world were going smoothly, it seemed like a day like any other. Everyone was going about their own business when suddenly a natural disaster struck. Within moments, a colossal wave crashed onto an Asian coast, obliterating a wide expanse of houses that once stood as a luxurious resort area and claiming the lives of over two hundred thousand people. The accident happened in just a brief moment, as quick as it takes to drink a cup of tea.

A journalist recounted the following story.

On that fateful day, Tilly Smith, a 10-year-old British girl, was standing on the beach of Maikhao in Phuket province, Thailand. The entire family was joyfully enjoying the sight of waves crashing against the shore. The adults, who found it strange, looked attentively and curiously.

Little Tilly was terrified and screamed, "We have to run away from the beach immediately, Mom; I'm afraid there will be a tsunami."

The group of adults looked puzzled until Tilly shouted one more word tersely: "A tremendous wave!"

Her warning spread like wildfire. In an instant, the entire beach suddenly became deserted. Thanks to that, the Maikhao region became one of the very few places that avoided death or serious injury.

Her mother recounted, "Upon hearing my child screaming, I quickly ran from the beach to the hotel and hurried upstairs, thinking it would be safer there. A few minutes later, ocean waves crashed onto the beach, obliterating everything in the path of the tsunami. It was a horrifying scene, and I am extremely proud that my daughter had the presence of mind to alert everyone. It was also fortunate that little Tilly had the opportunity to realize that it was a tsunami. Because she had just learned about earthquakes right before going on a trip, the knowledge was still fresh in her mind, and the little girl had saved many people."

They were fortunate individuals, a rarity among those who managed to evade death's grasp on this coastline. In addition, there were numerous pitiful situations that deeply saddened people, which became apparent the following morning, December 27, 2004, as the sun rose. It was also a time of death and horror, exposed before their eyes.

Here and there, distraught mothers searched for their children, turning over each body that was left behind on the sand when the current receded. The voices of mothers cried bitterly, still echoing, "My child, my child, where are you? My child?" And the anguished expressions of fathers, searching through heaps of bloated, putrid corpses to locate their cherished little ones, who had been tragically torn apart for eternity. No one dared to look into the sad and desperate eyes of the anguished mothers and fathers.

In a temple in Batapola, Sri Lanka, Sujeewa Samarasingha, a child who had previously lived with his parents in a wealthy family with a large house and stylish clothes, lost everything one early morning. He became an orphan and was taken in by Buddhist monks to temporarily live in a temple. Sujeewa was raised through the generosity of food donors. The boy recounted, "My entire family vanished, the house was demolished, and our clothes were swept away."

****

In this relative world, nothing is eternal. Everything is part of the cycle of "birth, existence, change, and destruction." This means that each thing comes into being, exists for a certain period of time, undergoes gradual changes, and eventually comes to an end, either through death or destruction. So, Buddhism offers the following advice.

Today has passed, and
your life has become shorter.
Human life can be compared
to a fish in a glass bowl,
with a small hole at the bottom
through which a drop of water
falls every day.
While human life can last for
a maximum of one hundred years,
when impermanence suddenly strikes,
the pot breaks into pieces,
and the fish will fall to the ground,
struggle, then close its eyes
and remain silent.

Thus, Sangha

Remember that the longest human life
is only one hundred years.
However, if impermanence comes quickly,
life will end abruptly.
Now that you have the opportunity
to encounter Buddha Dharma,
you should practice day and night,
like a fire burning on your head.
Be diligent so that you can
attain liberation in this lifetime.

(Excerpted from the book "*Phật Pháp Trong Đời Sống*" - Hồng Đức Publishing House, 2014)

19

SỐNG TRONG GIÂY PHÚT HIỆN TẠI
Tâm Diệu

Trong bài trước, chúng tôi đã trình bày đề tài "Cuộc đời thì vô thường, đầy bất trắc, sự sống chỉ có mặt ngay trong giây phút hiện tại". Hôm nay chúng tôi xin khai triển rộng thêm về đề tài này, vì đối với nhà Phật, "giác ngộ lý vô thường" và "sống trong giây phút hiện tại" là hai vấn đề căn bản của con đường tu tập để được an vui giải thoát trong đời sống hằng ngày, đồng thời cũng là những bước khởi đầu của con đường tiến tu để hội nhập lại Bản Thể Chân Tâm Phật Tánh.

Đạo Phật là con đường đưa chúng sinh giải thoát khỏi mê lộ để đi tới giác ngộ. Ngay lúc đang đi trên đường, người Phật tử đã nếm được mùi vị của giải thoát, với điều kiện là người đó phải thực hành những lời dạy của đức Phật và chư Tổ. Có thể ví những lời dạy của đức Phật và chư Tổ như là những cuốn sách dạy cách nấu món ăn. Người đọc sách nấu ăn hoài mà không bao giờ thực hành, không nấu, không ăn, thì cơ thể vẫn đói, không bổ ích gì cả. Vì thế, điều quan trọng, người học Phật **phải thực hành** những điều đã học. Đạo Phật là đạo thực hành, không phải là để nghiên cứu những đề tài triết học để bàn luận suông. Kinh sách nhà Phật là ngón tay để chỉ lên mặt trăng chân lý, mặt trăng thực tại. Nương theo ngón tay, thấy được mặt trăng rồi thì phải hành trì tu tập để đạt tới giác ngộ giải thoát, không phải là để tích lũy sự hiểu biết về cái ngón tay. Một trong những pháp môn hành trì đó là "Thiền".

Vậy mục tiêu của Thiền là gì?

Đức Phật dạy tất cả chúng sanh ngụp lặn trong biển luân hồi sanh tử là do nghiệp dẫn (thân nghiệp, khẩu nghiệp và ý nghiệp). Trong ba nghiệp thì **ý nghiệp** là chủ. Nếu ý nghĩ tốt thì lời nói tốt, thân làm tốt; ý nghĩ xấu thì lời nói xấu, thân làm xấu. Nên ý là chủ động, **ý dẫn đầu các pháp**. Nếu ý lặng thì nghiệp cũng theo đó mà dứt. Vì thế mục đích của người tu thiền là phải **làm thế nào để ý lặng**. Khi những niệm trong tâm không còn dấy động thì ngay lúc đó hết sanh tử.

Thiền đích thực ở ngay trong tâm người, không phải ở ngoại cảnh, nơi này hoặc chỗ kia. Nếu hiểu được mục tiêu của thiền thì không chỉ khi ngồi mới là hành thiền mà bất cứ nơi nào và khi nào, dù vắng vẻ hay ồn ào náo nhiệt cũng có thể hành Thiền được. Thiền như thế mới là thiền trong đời sống.

Lẽ dĩ nhiên những người mới hành thiền nên tập thói quen mỗi ngày dành ít thời gian cho riêng mình trong yên lặng, hơn là lúc nào cũng bên cạnh người khác dù là người thân, bạn bè hoặc bên máy truyền thanh, truyền hình hay Iphone, Ipad bởi vì nếu như thế chúng ta rất dễ bị động tâm, bị vướng vào các hoạt động và những câu chuyện không bổ ích. Tuy nhiên, ở nơi yên tĩnh, chỉ có một mình, đôi khi trong tâm vẫn dấy lên đủ thứ niệm tưởng (kỷ niệm quá khứ, kế hoạch tương lai, hình ảnh xấu đẹp hay nỗi buồn vui lẫn lộn).

Vì thế bước khởi đầu cho tất cả các pháp hành thiền trong đạo Phật là pháp định tâm, tức là dùng phương pháp đếm hơi thở và theo dõi hơi thở để tâm được an định.

Bắt đầu tu tập hành giả sẽ làm quen với hơi thở, một phương tiện sẵn có rất là gần gũi và tiện lợi để có thể thực tập bất cứ khi nào và ở đâu. Pháp hành này được thực tập từng bước một: đầu tiên là **đếm hơi thở** (sổ tức) cho đến khi không còn tạp niệm xen vào thì bắt đầu **theo dõi sự ra vào của hơi thở** (tùy tức) để có thể đạt được sự lắng dịu của ý niệm và đạt được trạng thái **tĩnh lặng** (chỉ) rồi dùng năng lực tĩnh lặng này để nhìn thấu các pháp (quán - vipassana) tức nhìn thật sâu sắc vào các pháp để thấy như thật về tính chất duyên sinh của chúng. Vạn pháp do duyên sinh nên vô thường và do duyên khởi nên vô ngã. Phàm đã vô thường, vô ngã thì vạn sự vạn vật tuy có đó nhưng chỉ là giả có, không chắc thật, tất cả thế gian này đều như bóng, như vang nên tốt nhất là không bám víu, không dính mắc. Chủ đích của pháp hành này không nhằm xua đuổi hay lưu giữ niệm tưởng mà chỉ là quán sát quá trình xuất hiện và biến mất của niệm tưởng. Chúng không phải **là** mình và cũng không phải là **của** mình. Chúng chỉ là duyên hợp không thật.

Chúng ta cũng có thể áp dụng pháp hành Thiền này khi đang ngồi hay đứng chờ xe bus, xe lửa, máy bay ở bến xe hay nhà ga hàng không hay đi bộ trong công viên. Tuy nhiên, hành thiền không chỉ là khi ngồi, khi đứng hay khi đi mà nên áp dụng cho mọi thời, mọi việc và mọi nơi. Thiền trong trong giây phút hiện tại, không nghĩ tưởng về quá khứ vì quá khứ đã qua, không nghĩ tưởng đến tương lai vì tương lai chưa tới; chỉ biết sống với hiện tại và ở đây. Khi làm việc lao động chân tay như làm vườn, làm ruộng, ráp máy, sửa máy, chạy máy và may mặc thì làm việc gì, chuyển tâm vào việc đó ngay lúc đó. Ngay cả những việc làm văn phòng như đánh máy vi tính thì tay đánh máy, mắt nhìn chữ, không nghĩ cái gì khác. Với các nhân viên quản lý nhân sự hay giao tiếp khách hàng cũng thế, chỉ biết công việc đang làm với đối tác, đang lắng nghe họ nói và chăm chú vào sự việc, không nghĩ đến thứ khác như chuyện gia đình hay lo lắng sắp bị nghỉ việc, nhớ việc lầm lỗi đã qua..vv.

Thiền sư Thích Thanh Từ cho biết "tu như vậy là tu ngay trong cái động. Nghĩa là mình đang làm việc mà mình tu mình không hay. Bởi vì ngồi thiền một giờ đồng hồ là cốt lặng vọng tưởng. Còn bây giờ mình ngồi hàng giờ nhìn cái máy chạy. Mình không có cho vọng tưởng chen vào. Mình chăm chú vào đó, chú tâm vào đó, không có vọng tưởng xen vào thì cũng như ngồi thiền và tâm được an định."

Nói tóm lại, trong bất cứ hoạt động nào, làm việc, lái xe, đi bộ chúng ta không nghĩ gì đến chuyện đã qua, không nghĩ đến thành công hay thất bại trong cuộc đời, không nghĩ đến những vui buồn của thuở thiếu thời, kể cả bất cứ điều gì vừa xảy ra. Chúng ta không cho phép quá khứ tác động vào tâm chúng ta. Hãy để quá khư trôi đi. Còn về tương lai, các kế hoạch dài hạn và ngắn hạn, chúng ta cứ để đó, không nghĩ đến. Khi nào đến hạn, mở hồ sơ ra xem để thực hiện thế thôi. Chúng ta luôn giữ sự chú tâm vào việc đang làm, đang hay biết vào giây phút hiện tại. Chúng ta ở tại đây, giây phút này và đang tỉnh thức. Đó là Thiền trong đời sống, là giai đoạn đầu của pháp hành thiền, sự tỉnh thức được nuôi dưỡng trong giây phút hiện tại. Trong ba thời: quá khứ hiện tại và tương lai. Quá khứ là thời gian đã qua, vị lai là thời gian chưa đến, hiện tại là thời gian con người đang sống và đang làm việc và cũng đang dần trôi qua. Nếu như đã có quá khứ thì phải có hiện tại, hiện tại đã có thì phải có tương lai. Tương lai đó như thế nào đều tùy thuộc vào hiện tại. Do vậy, chúng ta cần phải biết trân quý giây phút hiện tại, sống thực với giây phút hiện tại, xem đó như là hạt mầm cho tương lai.

(Trích từ "Phật Pháp Trong Đời Sống" - nxb Hồng Đức, 2014)

LIVE IN THE PRESENT MOMENT
Author: Tâm Diệu
Translated by Nguyên Giác

In the previous article, we presented the topic, *"Life is impermanent and full of uncertainties; life only exists in the present moment."* Today, we would like to discuss this topic further because, for Buddhists, "enlightenment on impermanence" and "living in the present moment" are two fundamental aspects of the path of practice. These concepts help individuals live their daily lives with joyful peace and liberation, while also taking the initial steps towards realizing the Essence of True Mind, which is also known as the Buddha Nature.

Buddhism is the path to guide sentient beings out of the labyrinth and towards enlightenment. While walking on the road, a Buddhist can experience the taste of liberation, as long as they have diligently followed the teachings of the Buddha and the Patriarchs. The teachings of the Buddha and patriarchs can be compared to cookbooks that teach how to prepare food. People often read cookbooks, but if they do not put what they learn into practice by cooking and eating, they will still remain hungry, rendering the books useless. Therefore, it is important for Buddhists to **practice** what they have learned. Buddhism is a practical religion, not meant for studying philosophical topics or engaging in mere discussion. Buddhist scriptures are like fingers pointing to the moon of truth, the moon of reality. Leaning on the finger and seeing the moon is something one must practice to attain enlightenment and liberation, not to accumulate knowledge about the finger. One of those practices is meditation.

So, what is the goal of meditation?

The Buddha taught that all sentient beings bobbling in the sea of samsara are caused by karma (body karma, speech karma, and mind karma). Of the three karmas, the **karma of the mind** is the most influential. If your thoughts are positive, your words will reflect that positivity, and your actions will align with goodness. If your thoughts are negative, your words will reflect that negativity, and your actions will follow suit. So, the mind is the master, **leading all aspects of your life**. If your mind is tranquil, your karma will vanish. The goal of a meditator is **to achieve mindful tranquility**. When the thoughts in your mind no longer stir, at that moment, the cycle of birth and death ceases.

True meditation resides within one's mind, rather than in any external environment, whether it be here or there. If you understand the purpose of meditation, you can practice Zen not only when sitting in meditation, but also anywhere and anytime, whether it's quiet or noisy. Such meditation is meditation in life.

Of course, those who are new to meditation should make it a habit to spend less time each day alone in silence and more time with other people, be it family, friends, or engaging with technology like the radio, television, iPhone, or iPad. This is because when we are alone, we are easily distracted and can get caught up in unhelpful activities and stories. However, in a quiet place, alone, various thoughts often arise in the mind. *These thoughts can range from memories of the past and plans for the future to both negative and positive images and emotions, all blending together.*

The first step in all meditation methods in Buddhism is concentration. This involves using the technique of counting the breath and following it to achieve a calm state of mind.

When starting to practice, the practitioner should become familiar with the breath, which is a readily available and convenient means to practice anytime and anywhere. This practice is done step-by-step: first, **counting the breaths** until there are no distractions. Then, start to **monitor the inhalation and exhalation of the breath** in order to calm the mind and **achieve stillness**. Finally, using this power of stillness to gain insight into things (vipassana), that is, to deeply observe things as they truly appear in the law of dependent origination. All dharmas are dependently arisen, making them impermanent. Furthermore, their dependent nature also means that they lack a permanent self. Since everything is impermanent and lacks a self, everything appears to exist, but it is merely a deceptive illusion, not a true self. Therefore, everything in this world is comparable to a shadow or an echo. It is advisable not to hold onto or become attached to anything. The purpose of this practice is not to reject or cling to thoughts, but to observe the process of their arising and disappearing. **Nothing can be regarded as one's self or as belonging to oneself**. They are simply an unreal combination of conditions.

We can also practice this meditation while sitting or standing, whether we are waiting for a bus, train, or plane at a bus station, train station, or airport, or while walking in a park. However, the practice of meditation should not only be limited to sitting, standing, or walking, but should be applied continuously, in all actions, and in all places. Meditate in the present moment, without dwelling on the past, as it is already gone, and without fixating on the future, as it has not yet arrived. Live solely in the present and in the here and now. When engaging in manual labor such as gardening, farming, assembling machines, repairing machines, operating machines, or sewing clothes, it is important to focus solely on the task at hand. Even in office jobs, such as typing on a computer, your hands are engaged in typing while your eyes are focused on the words, leaving no room for any other thoughts. The same applies to human resource management or customer communication staff. They can effectively serve their customers by actively listening and focusing on the task at hand, without distractions such as thoughts about family or business, concerns about job security, or dwelling on past mistakes.

Zen master Thích Thanh Từ said, "*To practice in this manner is to practice correctly in all movements. That means that while you are working, you unintentionally practice meditation. Because sitting in meditation for an hour is meant to calm your mind, and now, as you sit for hours watching the machine run, you don't let any delusive thoughts get in the way. If you focus your mind on your work, pay attention to your tasks, and do not let any distracting thoughts interfere, it is akin to practicing meditation, and your mind will be calm and peaceful.*"

In short, during any activity - whether it be working, driving, or walking - we do not dwell on the past. We don't think about our successes or failures in life, the joys and sorrows of our childhood, or even whatever just happened. We do not allow the past to affect our minds. Let the past slip away. As for future plans, both long-term and short-term, we tend to neglect them and not give them much thought. When it's due, open the file to view it. We always maintain our focus on the task at hand, remaining mindful of the present moment. We are here, in this moment, and awake. It is the essence of life, the initial step in the practice of meditation, the awakening that is cultivated in the present moment. The three times are the past, present, and future. The past is the time that has already passed; the future is the time that has not yet come; and the present is the time when people are living, working, and gradually moving forward. If there is a past, there must be a present; if there is a present, there must be a future. The future depends on the present. Therefore, we need to know how to cherish the present moment, live in the present moment, and see it as the seed for the future.

(Excerpt from the book "*Phật Pháp Trong Đời Sống*" - Hồng Đức Publishing House, 2014)

20

CHÚC THƯ
CỦA MỘT CƯ SĨ PHẬT TỬ
GỬI CON CHÁU

Chúng ta, dù đẹp đẽ hay xấu xa, giầu sang hay nghèo khó, khôn ngoan hay khờ dại cũng chỉ như là một khách lữ hành ở trọ trần gian, mai này rồi ai nấy cũng sẽ phải từ giã quán trọ ra đi một mình. Sự ra đi này không miễn trừ một ai, nó đến với tất cả mọi người, đến lúc tuổi còn thơ, đến lúc tuổi thanh xuân hay đến lúc tuổi già. Ai rồi cũng phải ra đi.

Một kiếp người rất ngắn ngủi. Ai sinh ra trên quả địa cầu nầy cũng giống nhau. Đó là khi ra đời trần trụi không mảnh vải che thân và khi chết cũng không ai mạng theo được một một đồng tiền nào theo thân, ngoại trừ mang theo nghiệp thiện hay nghiệp ác tạo tác từ đời hiện tại, đời trước hay từ nhiều kiếp về trước tích lũy.

Chúng ta đến thế giới này đều có mẫu số chung là làm cho cuộc sống thế gian vui tươi an lạc, không phải đấu tranh với nhau trong từng lời nói, từng cử chỉ, từng miếng cơm, manh áo để rồi một ngày nào đó chúng ta cũng phải ra đi dầu sớm hay muộn. Chúng ta sẽ ra đi lúc nào, bằng cách nào và sẽ đến đâu không rõ, nhưng có điều chắc chắn là **sẽ phải ra đi**. Vậy chúng ta nên tự nghĩ răng: hạnh phúc hay khổ đau, tất cả đều do chúng ta tạo ra cả. Hãy tự gánh chịu những trách nhiệm của mình đang thực hiện ở đây, ở

259

trên cõi đời này. Có như vậy thế giới nầy mới có thể được sống trong an lạc và hạnh phúc.

****

Theo thống kê của Wordometer, tuổi thọ trung bình của người dân trên thế giới là 76,0 cho nữ và 70,8 cho nam. Với người Việt Nam tuổi thọ là 79,4 cho nữ và 70,1 cho nam. Nhận thấy năm nay tôi đã ngoài 80, tâm trí còn minh mẫn và thân thể tương đối còn khỏe mạnh và không biết vô thường đến lúc nào, nên tôi có đôi lời dặn dò các con cháu:

Các con và cháu quý mến,

-Khi Ba mất đi, tang lễ nên tổ chức: (1) Đơn giản, để biểu thị lòng thương xót nhớ thương. (2) Trang nghiêm, để biểu thị lòng hiếu kính.(3) Tiết kiệm, để dành tiền làm các việc công ích cho cộng đồng như các việc từ thiện xã hội và giáo dục. (4) Không báo tang, không đăng báo cáo phó, không làm những việc nhằm phô trương cho cá nhân hay dòng họ lãng phí vô ích. (5) Nên loại bỏ những phong tục tập quán không phù hợp với Pháp của Phật và không nên theo tập tục mê tín dị đoan của thế gian, như đốt giấy tiền vàng bạc, coi ngày giờ tốt xấu, mở của mả, cúng cơm v.v.

-Trong lễ tang cũng như những ngày tiếp theo về sau, chỉ cúng hương hoa, không cúng cơm, Việc cúng cơm ngày nay tại các tang lễ chỉ là để tưởng nhớ chứ người chết không ăn được. Mỗi tối, nếu các con và các cháu muốn, có thể ngồi thiền, tụng kinh, niệm Phật trong 15 phút tại nhà là đủ.

-Trong phần lớn cuộc đời tu tập, Ba đi theo con đường giác ngộ giải thoát của Đức Phật. Ba tự mình tu nên tự biết đường đi. Nói một cách đơn giản, trong suốt cuộc đời, Ba luôn làm điều thiện, không làm điều ác, không hề sát sanh hay đánh đập hành hạ bất cứ chúng sinh nào, dù chỉ trong tâm tưởng, nên sẽ không bị đọa vào ba đường ác: địa ngục, ngạ quỷ và súc sinh, do đó việc tụng kinh để cầu siêu cúng cơm cho Ba siêu thoát là điều không cần thiết, các con và các cháu đừng có bận tâm. Đức Phật dạy nếu không tạo những nghiệp ác thì mình sẽ tái sinh vào cảnh giới an lành ngay lúc mệnh chung. Nghiệp lực sẽ dẫn dắt Ba về nơi

260

tương xứng, về nơi cảnh giới an lành.

-Trong trường hợp Ba **có bệnh phải sống đời sống thực vật**, thì các con và cháu dừng ngay thức ăn trong vòng nhiều ngày để Ba ra đi thanh thản. Về phía luật pháp, Ba đã ký văn bản *"Bản Tuyên Ngôn Chết Tự Nhiên"* (*California Natuaral Death Act Declaration*) với hai người chứng và đã gửi cho vị bác sĩ gia đình của Ba ở tổ hợp Hoag Medical Group, biết là Ba tự mình quyết định chấm dứt sự sống mà không cần máy trợ sinh (*life-sustaining treatment*), một khi hai vị bác sĩ y khoa bệnh viện xác nhận tình trạng cơ thể sẽ chết trong một thời gian rất ngắn nếu không có máy trợ sinh.

-Trong giây phút **lâm chung**, khi hơi thở sắp dứt, một người thân nhất trong gia đình, có thể là mẹ của các con hay con gái hoặc con trai của Ba nên đến bên giường nói cho Ba, nhắc nhở cho Ba nhớ lại những lời giảng dạy của Đức Phật mà Ba đã học từ Ngài, hãy nói rằng: *"Xin Ba, hãy buông bỏ hết mà ra đi thanh thản, đường trần đâu có gì mà luyến tiếc, hãy đừng luyến tiếc quá khứ, đừng tiếc thương bịn rịn, tất cả thân, tâm và thế giới đều là hư giả, đều như giấc mộng, đều là huyễn hoá, đều như bong bóng, như hạt sương đầu ngọn cỏ, đều như bóng của người, bóng của cây, của vật, không thật như đức Phật đã dạy trong kinh Kim Cang: "Nhất thiết hữu vi pháp, Như mộng huyễn bào ảnh, Như lộ diệc như điển, Ưng tác như thị quán."* Nếu không nói được thành lời hãy viết ra và đọc nhỏ nhẹ nhưng rõ ràng cho Ba nghe.

-Ba chọn cách **hỏa táng**, sau khi hỏa thiêu, không lập bài vị, không lập bia, không xây mộ. Và bất cứ khi nào thuận tiện, không nhất thiết là sau 49 ngày hay 100 ngày như tập tục, hãy mang tro rải ngoài sông hay ngoài biển. Nếu các con muốn để nhà quàn lo chuyện rải tro ngoài biển cũng không sao, Ba đã ký hợp đồng với họ rồi, trong đó đã có điều khoản này, chỉ là cát bụi thôi. Thần thức Ba đã đi theo nghiệp rồi. Mọi chi phí hậu sự Ba đã thanh trả (Full prepaid), các con không cần phải bận tâm.

-Việc nhớ ngày chết hay ngày sinh của Ba cũng không cần thiết. Ngày chết cũng là ngày sinh của Ba, đó chỉ là ngày chuyển tiếp hay còn gọi là ngày tiếp nối trong một chuỗi dài sinh tử. Mỗi năm đến ngày Father Day, Mother Day hay ngày lễ Vu Lan của Phật Giáo 15 tháng 7 Âm lịch tức khoảng giữa tháng 8 Dương lịch, nếu các con và các cháu còn nhớ đến Ba, đến ông Ngoại, ông Nội hãy hẹn hò cùng nhau ra một nhà hàng nào đó dùng một bữa cơm thân mật nhắc về Ba, về Mẹ về ông Ngoại, ông Nội đã có công ơn sinh thành và dưỡng dục, đã mang các con và các cháu đến thế giới này, đến bến bờ tự do này là đủ.

-Với mẹ con và cả các con, Ba muốn nhắn nhủ rằng trên đời nầy không có tình yêu thương nào bất diệt, không có bất cứ thứ gì là bất diệt. Tình yêu thương hay còn gọi là ái tình chỉ là một cảm xúc trong một giai đoạn ngắn hoặc dài. Cảm giác này, sẽ theo thời gian và hoàn cảnh mà biến thiên, thay đổi, cái đau khổ hay hạnh phúc cũng sẽ từ từ nhạt nhòa đi. Không nên cứ ôm ấp cái ảo ảnh yêu thương hay sầu khổ mãi mãi. Tất cả chỉ là vô thường. Sum hợp gia đình, thân thích đều là duyên phận, bất luận trong kiếp này chúng ta sống chung với nhau được bao lâu, như thế nào, nên trân quý khoảng thời gian chúng ta được chung sống với nhau. Kiếp sau, dù ta có thương hay không thương, cũng không có dịp gặp lại nhau đâu, họa chăng nếu có cũng chỉ là duyên nợ mà thôi, mặc dù lúc đó hoàn toàn không biết nhau.

Tất cả chúng ta có mặt với nhau ở đây không phải tự nhiên mà do có nhân duyên với nhau nhiều đời nên nay mới gặp. Từ duyên mà có, cũng từ duyên mà tan. Đủ duyên thì còn, hết duyên thì hết. Mười năm hay một trăm năm của một đời người, cũng chỉ là một đoạn đường ngắn trong chuỗi thời gian dài vô tận. Chúng ta chỉ có thể có duyên cùng đi với nhau chỉ một đoạn nào đó thôi. Cuộc đời là vô thường, do lẽ đó các con và các cháu hãy đừng buồn khổ.

Ngày viết: 1/1/2024 tại TP. Garden Grove, bang California.
Tâm Diệu (Cư Sĩ)

A LETTER OF WISHES
FROM A TRUE BUDDHIST LAY PRACTITIONER TO HIS CHILDREN AND GRANDCHILDREN

Whether beautiful or ugly, rich or poor, wise or foolish, we are all like travelers on earth. Then everyone will have to bid farewell to the inn and venture out on their own. This departure does not excuse anyone. It comes to everyone, whether in childhood, youth, or old age. Everyone has to leave.

A human life is very short. Everyone born on this earth is equal. When a person is born, they are naked, without any clothing covering their body. And when a person dies, they cannot take any money with them; all they can carry is the good or bad karma created in the present life, previous life, or accumulated from many lifetimes ago.

We all come into this world with the common aim of fostering happiness and peace, without the necessity of incessant conflict over words, gestures, food, or clothing. Eventually, we all must depart from this world, sooner or later. The when, how, and where of our departure are unclear, but one thing is certain: we **will have to leave**. So, we should consider that both happiness and suffering are created by us. Embrace the responsibilities you are fulfilling in this world. Only then can this world live in peace and happiness.

****

According to Worldometer statistics, the average life expectancy for women worldwide is 76.0 years, while for men it is 70.8 years. In Vietnam, the life expectancy is 79.4 years for women and 70.1 years for men. Realizing that I am now over 80 years old, with a clear mind and relatively healthy body, I am aware of the impermanence of life. Therefore, I have some words of advice for my children and grandchildren.

Dear children and grandchildren,

- When Dad passes away, the funeral should be held with: (1) Simplicity, to express compassion and remembrance; (2) Solemnity, to show filial piety; (3) Thriftiness, to save money for contributing to public works for the community, such as social charity and education. (4) Avoid announcing funerals, posting obituary notices, or engaging in frivolous and wasteful activities to impress individuals or families. (5) We should eliminate customs and practices that are not in accordance with Buddha's Dharma and refrain from following superstitious practices prevalent in the world, such as burning votive paper, observing auspicious and inauspicious days and hours, conducting the rite of grave opening, and performing rice offering rituals, etc.

- During the funeral and in the following days, only incense and flowers should be offered. No food should be provided. The practice of serving meals at funerals today is a way to honor the memory of the deceased, even though they are unable to partake in the food. Every night, if my children and grandchildren are willing, they can meditate, chant sutras, and recite Buddha's name for 15 minutes at home.

- For most of my life, I have followed the path of enlightenment and liberation as taught by Buddha. I have practiced alone, so I have known the way. Throughout my life, I have consistently upheld the principles of doing good, avoiding evil, and refraining from harming any sentient being. This commitment ensured that I would not be destined for the three evil paths: hell, hungry ghosts, and animals. So, it is unnecessary to chant sutras or perform rice rituals for my rebirth. My children and grandchildren should not be burdened by any rituals. The Buddha taught that by not creating evil karma, we will be reborn in a peaceful realm at the moment of our death. Karma will guide Dad to a suitable place, to a peaceful realm.

- In the event that I **become ill and enter a vegetative state,** the children and grandchildren should refrain from feeding Dad for several days to allow Dad to pass away peacefully. On the legal side, Dad signed the *"California Natural Death Act Declaration"* document with two witnesses and sent it to Dad's family doctor at Hoag Medical Group. This was to inform the physician that Dad decided to forgo life-sustaining treatment, pending confirmation from two hospital medical doctors that Dad's body would die in a very short time without life support.

- In the moment of **near death**, when breathing is about to cease, a close family member, such as your mother or my daughter or son, should come to the bedside and remind Dad of Buddha's teachings that Dad learned, saying, *"Please, Dad, let go of everything and go in peace. There is nothing to regret on this earthly journey. Don't regret anything from the past; don't have any regrets. All aspects of the body, mind, and world are illusory, akin to dreams, bubbles, or dew drops on blades of grass and shadows of people, trees, and things. Everything is unreal, as the Buddha taught in the Diamond Sutra: 'Every conditioned phenomenon is like a dream, an illusion, a bubble, a shadow, like dew, or a flash of lightning; thus, we shall perceive them.'"* If you are unable to say it out loud, write it down and read it softly but clearly to Dad.

- Dad chose **cremation.** After cremation, do not set up a memorial tablet, erect a stele, or build a tomb. Whenever it is convenient, not necessarily after 49 days or 100 days as per customary norms, bring the ashes and scatter them into the river or sea. If you prefer to have the funeral home handle the scattering of the ashes at sea, that's fine because I have already signed a contract with them, which includes this clause. Ash is just ash. Dad's rebirth consciousness will follow the karma. All funeral expenses have been fully paid by Dad; nobody should need to worry.

- It is not necessary to remember Dad's death or birth date. The day of death is also the day of Dad's rebirth. It is just a transition day, also known as a continuation day in the long chain of birth and death. Every year, on Father's Day, Mother's Day, or the Buddhist

Vu Lan holiday on the 15th day of the 7th lunar month (around mid-August of the solar calendar), if you, the children and grandchildren, still remember Dad, Maternal Grandpa, and Paternal Grandpa, then arrange to go to a restaurant to have an intimate meal together. This is a way to reflect on the gratitude for giving birth, nurturing, bringing children and grandchildren into the world, and providing a harbor of freedom. That is sufficient for the observation.

- To your mother and all of you, it's important to remember that in this world, there is no eternal love because nothing lasts forever. Love, or passionate affection, is simply an emotion that can last for a short or long period of time. This feeling will fluctuate and evolve with time and circumstances. Suffering and happiness will also gradually fade away. Don't cling to the illusion of love or sadness forever. It's all impermanent. Reuniting with family and relatives is influenced by various causes and conditions. No matter how long we live together in this life, we should cherish the time we have. In the next life, regardless of whether we love each other or not, we will not have the chance to meet again. Or perhaps, if we happen to meet, it will only be to repay an outstanding debt, even though we were complete strangers at the time.

We are all here together not by mere coincidence. Due to the causes and conditions in multiple lifetimes, we are now brought together. When conditions come together, things appear; when conditions fall apart, things disappear. If enough conditions are present, things persist; if conditions dissolve, things cease to exist. Ten years or a hundred years in a person's life is just a short journey in the endless expanse of time. We can only be destined to walk together for a certain distance. Life is impermanent; thus, children and grandchildren should not be saddened.

Written on January 1, 2024, in the City of Garden Grove, California.
Tâm Diệu (Layperson)
(Translated by Nguyên Giác)

ABOUT THE AUTHOR

ĐÔI NÉT VỀ CƯ SĨ TÂM DIỆU

Tâm Diệu là pháp danh và là bút hiệu khi viết về Phật giáo. Tên trên giấy khai sinh là Nguyễn Xuân Quang. Trong họ có tên gọi là Nguyễn Văn Hòa, sinh năm 1943 tại làng Dung tỉnh Hưng Yên, di cư vào Nam năm 1954 và qua Hoa Kỳ tháng 4 năm 1975. Tốt nghiệp Cử Nhân kép Kế Toán và Cử nhân Khoa Học Điện Toán từ Viện Đại học University of Mississippi, Oxford, Hoa kỳ. Hiện định cư tại bang California.

Thọ Tam Quy Ngũ Giới năm 1967 với Hoà Thượng Thích Đôn Hậu tại Chùa Thiên Mụ Huế, thọ pháp với Hoà Thượng Thích Duy Lực năm 1990 tại Hoa Kỳ và thọ Bồ Tát Giới năm 2000 tại Đại Giới Đàn Tịnh Khiết, chùa Tường Vân, Huế.

Sáng lập chủ biên *Thư Viện Hoa Sen* và chủ nhiệm nhà xuất bản sách Phật giáo *Ananda Viet Foundation*.

Soạn giả các sách về Phật học và Dinh dưỡng học đã được xuất bản chính thức tại Việt Nam và Hoa Kỳ:
- Thực Phẩm Rau Đậu Qua Lăng Kính Khoa Học (1997)
- Quan điểm về ăn chay của Đạo Phật (1998, 1999, 2000)
- Đậu nành, nguồn dinh dưỡng tuyệt hảo. (1999)
- Dinh dưỡng ngăn ngừa bệnh tật. (2000, 2002)
- Cẩm Nang Cư Sĩ (2000)
- Phật Giáo Trong Đời Sống (2014)
- Phật Giáo Trong Đời Sống | Sách song ngữ Việt Anh dịch bởi Nguyên Giác (2024)
- Vượt Thoát – Hồi Ký (2025)
Ngoài các sách đã xuất bản, Cư sĩ còn trước tác và dịch thuật hơn 40 tiểu luận về Phật học và dinh dưỡng học đã được đăng ở các tạp chí và các websites Phật giáo trong và ngoài nước.